अवस्था

धुरंधर राजकारण्यांची हार-जीत दर्शविणारी कलाकृती

लेखक

यू. आर. अनंतमूर्ती

अनुवाद

उमा वि. कुलकर्णी

मेहता पब्लिशिंग हाऊस

Please contact us at **Mehta Publishing House,** Pune 411030.
✆ +91 020-24476924 / 24460313 / Mob. No. 9545000513
Email : production@mehtapublishinghouse.com
Website : www.mehtapublishinghouse.com

- *या पुस्तकातील लेखकाची मते, घटना, वर्णने ही त्या लेखकाची असून त्याच्याशी प्रकाशक सहमत असतीलच असे नाही.*

AVASTHA by U.R. ANANTHMURTHY

Translated into Marathi Language by Uma Kulkarni

अवस्था / अनुवादित कादंबरी

अनुवाद : उमा कुलकर्णी

Email : author@mehtapublishinghouse.com

मराठी अनुवादाचे व प्रकाशनाचे हक्क : मेहता पब्लिशिंग हाऊस, पुणे ३०.

प्रकाशक : सुनील अनिल मेहता, मेहता पब्लिशिंग हाऊस,
१९४१, सदाशिव पेठ, माडीवाले कॉलनी, पुणे – ४११०३०.

मुद्रक : पार्कसन्स ग्राफिक्स

मुखपृष्ठ : चंद्रमोहन कुलकर्णी

प्रकाशनकाल : जानेवारी, २००३ / पुनर्मुद्रण : सप्टेंबर, २०१६

किंमत : ₹ १६०

P Book ISBN 9788177663327
E Book ISBN 9788184986501
E Books available on : amazonkindle Apple Books Google Play Books

---

चार शब्द

'संस्कार' नंतर बऱ्याच वर्षांनी श्री. यू. आर. अनंतमूर्ती यांची 'अवस्थे' ही कादंबरी मराठी वाचकांसाठी पुस्तकरूपानं प्रकाशित होत आहे.

अगदी मोजक्याच (म्हणजे केवळ ४-५) कादंबऱ्या लिहिणाऱ्या अनंतमूर्तींच्या कथांची संख्या मात्र लक्षणीय आहे. मराठी वाचकांनीही त्या वेळोवेळी दिवाळी अंकांमधून आणि इतर नियतकालिकांतून वाचल्या आहेत.

ज्ञानपीठ पुरस्कार प्राप्त अनंतमूर्तींनी साठच्या सुमारास गद्य लेखनाला प्रारंभ केला आणि आधुनिक कन्नड साहित्य क्षेत्रात 'नव्या' लेखनाचा पाया घातला. त्यांना कर्नाटकात 'नव्य' गद्य-लेखनाचे अध्वर्यू मानलं जातं.

श्री. सदा डुमरे आणि सौ. संध्या टांकसाळे यांनी व्यक्तिशः रस घेतल्यामुळे प्रस्तुत अनुवाद संक्षिप्त रूपानं २००० साली साप्ताहिक सकाळच्या दिवाळी अंकात प्रकाशित झाला आणि त्याला वाचकांकडून उदंड प्रतिसादही मिळाला.

'मेहता पब्लिशिंग हाऊस'च्या श्री. सुनीलभाई आणि श्री. अनिलभाई मेहता यांनी या अनुवादाच्या प्रकाशनाची जबाबदारी स्वीकारली. त्यांची आणि आमच्या अनुवाद कार्याला सर्वतोपरी सहकार्य देणाऱ्या डॉ. द. दि. पुंडे यांची मी व्यक्तिशः ऋणी आहे.

शेवटी महत्त्वाचे– याही अनुवादाच्यावेळी श्री. विरुपाक्ष कुलकर्णी यांचे सहकार्य लाभले आहे.

– उमा वि. कुलकर्णी

एक

पन्नाशी उलटण्याआधीच कृष्णाप्पागौडा मरणासन्न अवस्थेत पडला आहे. मृत्यूशी झगडताना तो जुन्या घटना आठवून त्याविषयी बोलत असतो. त्यावरून त्याच्या मन:स्थितीची कल्पना येणं शक्य आहे.

पोरवयात कृष्णप्पा पट्टीचा पोहणारा होता. दुथडी भरून वाहणाऱ्या नदीच्या प्रवाहात धाडकन उडी मारून पलीकडच्या काठावर जाऊन येण्यात त्याचा हातखंडा होता. तरीही एकदा असाच भर प्रवाहात पोहताना निम्म्यावर त्याचे हात एकाएकी भरून आले होते. एक हात मारणंही अशक्य वाटू लागलं होतं. त्याच्या बरोबरीचा मित्र हातभर मागं राहिला होता. तो 'बुडालो–' म्हणत गटांगळ्या खाऊ लागला तेव्हा त्याच्या मित्रानं– हनुमनायक त्याचं नाव– मोठ्या साहसानं त्याला वाचवलं होतं. बुडत असताना ज्या क्षणी त्याला आपण निश्चित मरणार असं वाटलं; त्या क्षणी आपलं मन निर्विकार झालं होतं हे कृष्णप्पाला आजही चांगलं आठवतं आणि अर्धांगवायूनं अंथरुणावर खिळलेल्या कृष्णप्पाच्या मोठ्या डोळ्यांमध्ये पाणी भरून जातं.

स्वभावत: कृष्णप्पा अत्यंत संतापी माणूस. तो हायस्कूलमध्ये शिकत होता तेव्हाची गोष्ट. मित्रानं दुरुस्तीसाठी दिलेलं घड्याळ आणायला तो दुकानात गेला होता. दुकानदार त्याला ओळखत होता– चांगलाच ओळखत होता. गरीब कृष्णप्पाचा रूबाब पाहून त्याला असूया वाटत होती. एका डोळ्याला रावकाच लावून वाकडी मान करत तो म्हणाला, 'तुमच्यावर विश्वास ठेवून कसं घड्याळ द्यायचं हो आम्ही?'

'हे पहा! पुन्हा तसं म्हणालात तर तुमचं दुकान आणि या सगळ्या काचांचा चुराडा करेन!'

चिमट्यानं काहीतरी पकडत दुकानदार म्हणाला, 'वा रे वा! भिकाऱ्याचा राग अन् दाढांचा काळ!'

हे ऐकताच कृष्णप्पानं खोवलेलं घड्याळ, दुरुस्तीची साधनं, रावकाचा, इतर घड्याळं– हाताला येईल ते सामान उचलून रस्त्यावर आदळलं आणि चालू लागला.

त्यावेळी त्याचा संताप पाहिला की मी मी म्हणणाऱ्यांचा थरकाप उडत असे! अश्या दुर्वास मुनीला स्वतःचा हात-पायही उचलता येऊ नये अशा अवस्थेत पाहून वाईट वाटतं. आता खूप राग आला की कृष्णप्पाचे ओठ कापतात– नाकपुड्या आणि डोळ्यांत पाणी भरतं– एवढंच!

राग आला की तो काठी उगारून बायकोला ढोसायचा प्रयत्न करतो. घरात आजारी नवऱ्याची सुश्रुषा– तिकडं बँकेत क्लार्कची नोकरी– त्यातच नाकातून शेंबूड गळत असलेली कोपऱ्यात हट्ट करत, रडत बसलेली पाच वर्षांची मुलगी. कृष्णप्पाची सतत केस पिंजारलेली बायको नेहमी कावल्यासारखी असते. नवऱ्यावर 'जळला मेला फुकटचा गर्व तुमचा– ' म्हणून बडबडत तिनं एकदा मुलीचा गाल एवढ्या जोरात पिळला की ओठ फाटून त्यातून रक्त आलं होतं.

या सगळ्या गोंधळात कृष्णप्पाचं मन कधीच निर्विकार नसतं असंही नाही. त्याचं जीवन-चरित्र लिहिण्यासाठी दररोज टिपणं काढण्यासाठी येणाऱ्या भाबड्या नागेशला तो तन्मयतेनं आपली मागची कथा सांगायला प्रारंभ करतो. आजचं वास्तव जाणून घेताना त्याच्या मागच्या जीवनाच्या खोली आणि विस्ताराचा कोवळ्या नागेशला काही उपयोग होतो की नाही कोण जाणे– कृष्णप्पालाही त्याची फारशी फिकीर दिसत नाही.

लहानपणी कृष्णप्पा गुरं राखत होता. कांबळ्याची खोळ पांघरून हातात अेक पावा घेऊन गावातील गुरांना चरायला घेऊन गेल्याच्या कथा सांगताना तो रंगून जातो. त्यातल्या काही कथांमध्ये केवळ आपल्यालाच समजेल असा अर्थ भरल्याचं तो सांगतो. मरणाच्या दाराशी असलेल्या कृष्णप्पाला आपल्या पूर्वायुष्यात भव्य-दिव्य घडलंय असं वाटतं ही वस्तुस्थिती आहे की आजच्या क्षुद्र परिस्थितीवर मात करण्यासाठी तसा काही विश्वास आवश्यक आहे, हे कसं सांगता येईल?

वैचारिकदृष्ट्या कृष्णप्पा निरिश्वरवादी असला तरी कबीर, अल्लमप्रभू, मीरा, नानक, परमहंस या देववेड्यांचं अेकीकडे कौतुक करणं, दुसरीकडे त्यांच्यावर विनोद करणं, तिसरीकडे साशंकतेनं पाहणं– आणि त्याचबरोबर ते अगदी जवळचे

आप्त असल्याप्रमाणे त्यांची टर उडवणं! या सगळ्यातून त्याचा एकंदरीत या विषयीचा नेमका दृष्टिकोन समजणं कठीणच!

पोरवयात पहाटे लवकर उठून गावातल्या घरी-घरी जाऊन गुरं एकत्र करणं, गावाबाहेर त्यांना चरायला नेणं, संध्याकाळी सगळी गुरं हाकत आणून प्रत्येकाच्या घरी पोहोचवणं, दुपारच्या उन्हात वडाच्या सावलीत डुलकी घेतानाही अर्धवट झोपेत गुरांवर लक्ष ठेवणं– पाव्याच्या सुरातून मनातल्या भावलहरी व्यक्त करताना आपण काय विचार करत होतो त्याचा आज विचार करताना त्याला एक मुख्य घटना आठवल्याशिवाय राहात नाही. त्या घटनेविषयी सांगण्याआधी तो सांगू लागतो,

'त्यावेळी मी अगदी सुखात होतो असं समजू नका, महाराजा! कुठं शेतात थोडं हिरवं दिसलं की माझं मरण ओढवलं म्हणून समजाच! गुरं पिसाळल्यासारखी होऊन जात. कुंपण-काट्याची फिकीर न करता सरळ शेतात घुसत. मग काय विचारता! माझीही डोकं फिरल्यासारखी त्यांच्या मागोमाग धावपळ सुरू! गुरं आवरेनाशी झाली की रप्प-रप्प पावसात स्वस्थ बसून राहीत असे. मग पाठीवर अस्से रट्टे बसायचे म्हणून सांगू!'

आज हे सांगताना कृष्णप्पा हसत असला तरी डोळ्यांत त्यावेळी बसणाऱ्या रट्ट्यांची वेदना जाणवेल या विषयी पुरेशी काळजी घेतो. त्या वेळची आठवण निघताच मग गुरं राखण्याच्या कामातून कायमची सुटका करणाऱ्या महेश्वरय्यांची आठवण येणं अपरिहार्य असतं.

महेश्वरय्या मूळचे कुठल्या गावचे हे त्या वेळीही कुणाला ठाऊक नव्हतं. कुठूनसे कुठंही येतात– घर करतात. अेकटे असले तरी स्वयंपाकासाठी गडी ठेवतात– कपडे मात्र स्वत:च धुवून टाकतात. कालीदासाची संस्कृत आणि हिंदुस्थानी गाणी त्यांच्याच तोंडून ऐकायला हवीत! मोठा रसिक माणूस! पान खाल्ल्यामुळे लाल झालेल्या ओठांवरच्या झुपकेदार कमानदार मिशा, कानांतल्या लखलखणाऱ्या मोठ्या हिऱ्यांच्या बाळ्या, बंद गळ्याचा कोट, काचा मारून नेसलेलं शुभ्र नेटकं धोतर, हातातली चांदीच्या मुठीची वेताची काठी, डोळ्यांमधले प्रशांत भाव– कृष्णप्पा महेश्वरय्यांचं वर्णन करू लागला की अखेरीस 'ते फार मोठे विरागी!' म्हणून थांबतो.

महेश्वरय्यांनी आपल्या आयुष्याविषयी कुणालाही काहीही सांगितलं नसलं तरी त्यांच्या बायकोनं दुसऱ्या पुरुषाला ठेवून घेतल्यामुळे त्यांनी आपलं घर सोडलं असावं असा कृष्णप्पाचा अंदाज आहे. लक्षाधीश माणूस– त्यांनी थोडी संपत्ती बायकोसाठी ठेवली आणि उरलेली बँकेत ठेवून गावोगाव भटकत राहिले. पहावं तेव्हा ते काही ना काही वाचनात गढून गेलेले! ते त्रिकाल ज्ञानी आहेत यावर

कृष्णप्पाचा विश्वास आहे. मधूनच महेश्वरय्या अेकाअेकी उद्गारतात, 'भो!–' त्यावेळी त्यांच्या चेहऱ्यावर वेदना उमटलेली असते. त्याविषयी त्यांना कितीही छेडलं तरी ते काही सांगत नाहीत. पुढं घडणारं अरिष्ट त्यांना आधीच समजतं.

एखाद्यानं घरी बोलावलं की ते जायला नकार देतात आणि कृष्णप्पाला म्हणतात, 'मी येणार नाही. त्याला वाईट ग्रहदशा आहे–'

काही का असेना महेश्वरय्यांना भविष्यकाळातलं चांगलं असं फारसं दिसतच नाही. कृष्णप्पाच्या भविष्याविषयी मात्र त्यांना एकदा चांगलं दिसलं होतं.

त्याचं असं झालं होतं–

जुनी फाटकी चड्डी आणि फाटका बनियन घालून छोटा कृष्णप्पा अश्वत्थाच्या झाडाखाली बसला होता. कापणी होऊन गेल्यामुळं गुरं शेतांत घुसायची भीती नव्हती. नदीच्या प्रवाहाचा झुळझुळू आवाज आणि गुरांच्या गळ्यांतल्या घंटांची रुण-झुण ऐकून कृष्णप्पा नेहमीपेक्षा थोडा जास्तच हरवून गेला असावा. त्याला पावा वाजवण्यापेक्षा कुमार व्यासांचं 'कुमार भारत' गावंसं वाटलं. तसा तो चार वर्षं शाळेत गेला असला तरी 'कुमार भारत' मात्र त्यानं जोईसांकडून अधून-मधून ऐकून आत्मसात केलं होतं.

त्यानं जेव्हा भावविवश होऊन गायला सुरुवात केली, तेव्हा जवळच्या शहरात मुक्कामाला आलेले महेश्वरय्या नदीवर कोट धुवत होते. तेही एक आश्चर्यच म्हणा! त्या दिवशी सकाळी बाजारातून जाताना एका वेड्या निवृत्त शाळा-मास्तरानं त्यांना अडवून त्यांच्या अंगातला कोट मागितला होता. त्याला वापरलेला कोट कसा द्यायचा, म्हणून ते साबण विकत घेऊन नदीवर कोट धुवत बसले होते. नदी शहरापासून किमान दोन मैल तरी लांब होती!

महेश्वरय्या समोर उभे राहून 'भो' म्हणाले. तेव्हा कृष्णप्पा गायचा थांबला. त्यानं वर पाहिलं. हातात पाणी गळणारा कोट घेतलेले महेश्वरय्या म्हणाले, 'अे पोरा! संध्याकाळी गुरं पोहोचवून इथं ये आणि माझी वाट पहा–' आणि निघून गेले.

संध्याकाळी कृष्णप्पा तिथं आला. थोड्याच वेळात चांदीच्या मुठीची काठी घेऊन महेश्वरय्याही तिथं दाखल झाले. 'अरे वेड्या! इतक्या वर्षांत तू कोण आहेस हे तुला समजलं नाही? चल–' असं म्हणत ते कृष्णप्पा बरोबर त्याच्या घरी गेले.

कृष्णप्पाचे वडील लहानपणीच वारले होते. त्याची आई भावाच्या घरी भावजयीच्या कपाळावरच्या आठ्या आणि गाडग्यासारखा रागीट चेहरा बघत, शेण-गोठा करत दिवस काढत होती. महेश्वरय्याच्या बोटांतल्या अंगठ्या– कानातले हिरे– चांदीच्या मुठीची काठी बघूनच कृष्णप्पाचा मामा अवाक् झाला होता. त्यातच ते ओरडले, 'काय करंटे आहात हो? घरात पडलेलं माणिक दिसत नाही तुम्हाला?'

त्यानंतर त्यांनी मामाला पैसे दिले आणि कृष्णप्पाला दहा मैलांवरच्या गावातल्या

एका हॉस्टेलमध्ये ठेवलं– त्याच्या पैशाची व्यवस्था केली. नंतरही दरवर्षी अेकदा ते त्याला भेटून जात. कृष्णप्पाचं बी. ए. पर्यंतचं शिक्षण असंच पूर्ण झालं.

महेश्वरय्यांशी बरीच ओळख झाल्यानंतरही महेश्वरय्या म्हणजे एक विलक्षण व्यक्ती असल्याचं त्याचं मत होतं– आजही ते तसंच आहे. सारं आठवलं की तो सांगतो, 'मी जेव्हा-जेव्हा संकटात असेन, तेव्हा-तेव्हा ते अचानक प्रकट होतात! मी जेलमध्ये गेलो तर हे हजर! ताप येऊन अंथरूण धरलं– हे आलेच म्हणून समजा! मी पहिल्यांदा निवडणुकीला उभा राहिलो तेव्हाही ते असेच अचानक आले आणि हजार रुपये देऊन निघून गेले. ते जसे अचानक एखाद्या गावात जाऊन राहतात तसेच अचानक घरातली भांडी-फर्निचर वाटून देऊन निघूनही जातात. विक्षिप्त माणूस! ते कोणत्या जातीचे आहेत हे आजही मला ठाऊक नाही. ब्राम्हण किंवा लिंगायत असावेत असा आपला माझा अंदाज! मी मांसाहार सोडल्यावर त्यांना आनंद झाला यावरून मला तसं वाटलं. कुलीन स्त्रीकडे ते कधीही मान वर करून बघणार नाहीत– उलट वेश्या म्हटली की संपलंच! संस्कृतमधली यच्चावत शृंगारिक पदं त्यांना तोंडपाठ आहेत. राजकारणात मात्र त्यांना कणभरही रस नाही–'

त्यांनी कृष्णप्पाला बजावलं होतं, 'हवे तेवढे कष्ट करावे लागले तरी हरकत नाही– पण तुझ्या गावातच तुला मोठं झालं पाहिजे!'

त्यामुळे कृष्णप्पा आपल्या खेड्याजवळ असलेल्या शहरातच मोठा झाला. त्याची आर्थिक बाजू महेश्वरय्यांनी सांभाळली तरी त्याचा अपमान काही कमी झाला नाही. गरीबाघरचा मुलगा ना!

हायस्कूलमध्ये असताना हॉस्टेलचा वॉर्डन श्रीमंत जमिनदार होता. कृष्णप्पाशी तो अत्यंत तुच्छतेनं वागत होता. त्यावेळचं कृष्णप्पाचं वागणं मात्र सगळ्यांवर प्रभाव टाकणारं! आपलं अस्तित्व आणि आपल्याला जे व्हायचं आहे ते, यामध्ये पराकोटीचं अंतर असेल तर मुखवटे चढवून जगताना जिवाला काय यातना होतात त्या विषयी कृष्णप्पा आजही सविस्तरपणे सांगतो. आज– मरणाच्या दारात असतानाही त्याची त्या त्रासातून पूर्ण मुक्तता झालेली नाही.

त्याची बायको त्याच्या काठीच्या मारापासून स्वतःला वाचवत स्वयंपाक घरात उभी राहून कराकरा डोकं खाजवत बडबडते, 'अरे वा रे वा महानेता! हे क्रांती करणार म्हणे! आधी बायकोला मारायचं सोडा म्हणावं! मग पुढचं बघू या –'

हे ऐकताना कृष्णप्पा खिन्न होऊन जातो. अहंकाराला काबूत ठेवण्यासाठी महेश्वरय्यांनी शिकवलेली विनोदी वृत्ती या तेजस हरवलेल्या देहातून कायमची निघून गेली की काय? या विचारानं तो चकित होऊन जातो.

एका किरकोळ चुकीसाठी वॉर्डननं कृष्णप्पावर हात उगारायची चूक केली होती. सगळ्या मुलांच्या पुढ्यात त्यानं काठी उगारून जीव घ्यायला ठाकल्यासारखा रुद्रावतार धारण केला होता. तसा तो किरकोळ वॉर्डन भित्रा होता. त्याची विचित्र डरकाळी ऐकून कृष्णप्पाच्या मनात किळस निर्माण झाली. त्याचं नेतृत्त्व मानणारी मुलं त्याच्याकडे उत्सुकतेनं पाहू लागली. कृष्णप्पा सावकाश वळला आणि चड्डी सोडून म्हणाला, 'ही एवढी जागा सोडून कुठंही मारा– '

त्याची ती वाकलेली आकृती बघून हसण्याचा कल्लोळ उडाला. वॉर्डन अपमानित झाला, भोवतालच्या तिरस्काराच्या नजरा बघून घाबरला आणि मुकाट्यानं निघून गेला.

या आणि अशा अनेक प्रसंगी श्रीमंती आणि अधिकार यावर कृष्णप्पानं मात केली आहे. महेश्वरय्या त्याच वेळी त्याला सांगायचे, 'तुझ्यामध्ये एक वाघ आहे.!–'

महेश्वरय्या दुर्गा-देवीचे गुप्त-भक्त. मधूनच केव्हातरी कुणालाही न सांगता ठाऊक नसलेल्या ठिकाणी जाऊन दुर्गेची आराधना करण्यात गढून जाणारे. रात्रं-दिवस चालणाऱ्या या आराधनेनं त्यांना काही वेळा महिना– महिनाभर एकाच ठिकाणी बांधून ठेवलं आहे. अशी एक आराधना कृष्णप्पानंही पाहिली आहे. 'वाघावर स्वार झालं पाहिजे–' असं महेश्वरय्यांनी त्याला अत्यंत आत्मियतेनं बजावलं आहे.

कमरेला लाल काठाचं सोवळं, कपाळावर मोठालं लाल कुंकू, खांद्यापर्यंत रुळणारे ओले केस– कृष्णप्पानं या तेजस्वी डोळ्यांच्या देवीच्या पुजाऱ्याकडे संशयानं पाहिलं होतं. त्याला तर कुठल्याही देवाची पूजा करणं शक्य नव्हतं. मुखवट्याचा चेहरा करून दाखवू शकणाऱ्या महेश्वरय्यांची शाबासकीही त्याला हवी होती ना! त्यामुळे मनातली साशंकता बाजूला सारून एकाग्र चित्तानं भव्य-दिव्य असं काही तरी स्वतःच्या शरीरात प्रवेश करेल याची वाट पाहात तो त्यांचं बोलणं ऐकत राहायचा.

कृष्णप्पामध्ये बदल घडवून त्याला वाढवताना आवश्यकतेनुसार महेश्वरय्यांनी त्याची थट्टाही केली होती. सतत आरशापुढे उभं राहून वेडावाकडा चेहरा करत केस विंचरण्यात देहभान हरपणाऱ्या कृष्णप्पाची त्यांनी टीका करूनच आत्मरत अवस्थेतून मुक्तता केली होती.

हसत-हसत आणि गर्जना करत कृष्णप्पाच्या अंतर्यामीचा वाघ उसळत होता. आपण क्षुद्र किडे आहोत, अशी भावना दुष्कर्मींच्या मनात निर्माण करणारी ताकद हळूहळू कृष्णप्पानं कमावली होती. तो राज्यातला मोठं नाव असलेला विरोधी पक्षाचा नेता असल्यामुळे त्याचं तोंड बंद करण्यासाठी कुजके-सडके-नतद्रष्ट असे

काही ना काही सतत प्रयत्न होत असल्यामुळे कृष्णप्पाला नेहमी हिरड्या आवळूनच जगावं लागलं. त्यामुळेच आपलं सारं सर्वस्व समाजावर उधळून टाकणाऱ्या महेश्वरय्यांचाही तो लाडका होऊन राहिला आहे.

सडणं हाच विशेष असलेल्या रोजच्या जीवन-क्षेत्रात पूर्ण-शुद्धी शोधणंच वेडेपणाचं आहे काय या प्रश्नानं कृष्णप्पाला छळलं आहे. बजेट, कंत्राटदारी, लाचखोरी, बढती, नोकरी यात बुडवून टाकणाऱ्या राजकारणातून बाहेर पडण्यासाठी तो नेहमी धडपडत असतो, क्रांतीची स्वप्नं पाहातो. पण क्रांतीही ठिगळं जोडण्याचं काम झाली आहे हे त्याला जाणवतं. त्याला अलगद तरंगायला लावणारे महेश्वरय्याही अलिकडे वरचेवर येईनासे झाले आहेत. भांडकुदळ माणसानं एक तर अहंकारी व्हावं, नाही तर समाजापासून तोंड फिरवून आत्माराम व्हावं. लोभी माणसांना कस्पटासमान लेखून कृष्णप्पा फूलून जातो– असं फुलून जायची सवय होईल म्हणून घाबरूनही जातो. आपल्या संतापामुळे सभोवतालच्या वातावरणात किंचितही बदल होत नाही हे बघून 'संताप म्हणजे केवळ खाज होऊन राहाते आहे–' या विचारानं तो समाधान मिळवतो. या कोप-ताप-प्रेम या भावनांच्या तीव्रतेसाठी कबीर– अल्लमप्रभू यासारख्या अर्धवटांच्या कविताच राजकारणापेक्षा उत्तम माध्यम आहे असं तो म्हणतो.

त्यावेळी कृष्णप्पानं साहित्यिक होण्याचाही प्रयत्न करून पाहिला होता. एकदा एका पांढऱ्या कागदावर त्यानं टपोऱ्या अक्षरांत लिहायला सुरुवात केली, 'सुगीच्या दिवसांत सकाळच्या वेळी करिया नावाचा एक महार डोक्यावरून विष्ठेची पाटी घेऊन जात होता तेव्हा–'

एवढ्यावर वाक्य थांबलं ते पुढंच जाईना. पुढं 'त्याच्या मनात संपूर्ण जग जाळून टाकण्याचा संताप धगधगत होता– ' असं लिहिणं कसं शक्य होतं? वास्तव जीवनात तसा धगधगता संताप दिसता तर गोष्ट वेगळी. किंवा हेच सत्य आहे असं सिद्ध करणारी वाक्-सिद्धी आपल्याला प्राप्त झाली नसावी. तो म्हणायचा, 'ज्यांच्या हातून काही प्रत्यक्ष करणं होत नाही, ते साहित्यिकांसारखे बडबडून खाज भागवतात!'

या बोलण्यामागील असूयेची छटा जाणून महेश्वरय्यांनी त्याला बजावलं होतं, 'हे बघ, जाळायची ताकद असेल तर जाळून टाक. उगाच त्यात वाग्देवीला ओढू नकोस!' संताप आणखी कुठल्यातरी मार्गानं व्यक्त करण्यापेक्षा आत वळलेल्या आगीच्या जिभेनं जाळून टाकणं केव्हाही चांगलं– हाही महेश्वरय्यांचा अभिप्राय.

पण कृष्णप्पाला ठाऊक आहे– आपलं असलं बोलणं आपल्या अभिमानाला लगटून असतं– अंगभर उठणाऱ्या पित्तगांधीप्रमाणे आतून बाहेर पडत असतं.

□

कात टाकण्याच्या कष्टातून जाताना कृष्णप्पाला एकदा वेडही लागलं होतं. त्यावेळी तो इंटरमिडिएटमध्ये शिकत होता. त्याच्या जातीच्या हॉस्टेलमध्ये त्याला जेवण आणि राहाणं फुकट होतं. त्यावेळी त्याचं वय पंचवीसच्या जवळपास असावं त्याची नेमकी जन्मतारीख कोण सांगणार? परक्याच्या दारात आयुष्य काढलेल्या आईला विचारलं तर ती सांगते, 'महापूर आला होता त्यावर्षी– '

कृष्णप्पा फ्री-बोर्डर असला तरी हॉस्टेलमधल्या सगळ्या श्रीमंत मुलांचा नेता होता. इतर कुणालाही नसली तरी, सगळ्या मुलांनी आपण होऊन त्याला स्वतंत्र खोली रिकामी करून दिली होती.

एकदा कृष्णप्पा तापानं फणफणला होता. गुरप्पा त्याचा श्रीमंत अनुयायी. तो कृष्णप्पाची सुश्रूषा करत होता. तापाच्या भरात कृष्णप्पानं त्याला सांगितलं, 'मला नवी गादी आणून दे–' गुरप्पा थोडा कंजूष असल्याचं ठाऊक असल्यामुळे त्यानं बजावलं, 'गुरप्पा, कंजूषपणा करू नकोस! नवं भारीचं कापड पाहिजे. बॉक्स गादी– वितभर उंचीची गादी! समजलं?'

गुरप्पानं मान हलवली. कृष्णप्पाचा ताप आणखी चढला होता. नवी गादी आली. तापाच्या भरात बडबडत कृष्णप्पानं गादीचे काठ चाचपून पाहिले– सापाच्या तोंडासारखे निमुळते काठ हाताला लागले. डोळे उघडायला कष्ट होत असले तरी त्याचे रागेजलेले डोळे गुरप्पाला शोधत राहिले. गुरप्पा 'तू सांगितली तशीच गादी केलीय–' म्हणून सांगू लागला तेव्हा तर संताप अनावर होऊन तो जमिनीवर झोपला. त्यानंतर गुरप्पानं कितीतरी वेळा 'चूक झाली' म्हणून विनवलं तरी तो जमिनीवरच पडून राहिला.

काही दिवसांनी गुरप्पालाही ताप आला त्यावेळी कृष्णप्पानं त्याच्या शेजारी बसून ओल्या कपड्याच्या पट्ट्या कपाळावर ठेवल्या, त्याच्या उलट्याही साफ केल्या.

या सगळ्याचा परिणाम म्हणून गुरप्पाच्या मनात कृष्णप्पाविषयी पूजा करावी असं वाटण्याइतकी भक्ती निर्माण झाली. पण तरीही कंजूष गुरप्पाला त्याच्यासाठी चांगली गादी करणं अनावश्यक वाटलं असावं. हाच क्षुद्रपणा कृष्णप्पाला टोचला असावा. त्यानंतर गुरप्पानं नवी गादी करून देऊन हाता-पाया पडून विनवलं तरी त्यावर कृष्णप्पा त्यावर झोपला नाही. जुनी गादीही सोडून तो चटईवर झोपला. गुरप्पाही चेहरा पाडून त्याच्याजवळ बसून राहिला.

तापाचा जोर कमी झाल्यावर कृष्णप्पा मामाच्या थोरल्या मुलाकडे विश्रांतीसाठी जायला निघाला. आधी रेल्वेनं जाऊन तीस मैलांनंतर बसनं गावी जायचं– असा तो प्रवास. रेल्वेनं तीस मैलांवर उतरून तिथल्या हॉटेलमधल्या एका बाकड्यावर आडवा पडून कृष्णप्पा बसची वाट बघू लागला. अंगात अजूनही ताप होताच.

बाकड्यावर झोपलेल्या कृष्णप्पाला पाहताच हॉटेल मालकानं ओठ उचलून

तंबाखूचा मुखरस आवरत दाढी खाजवत उठायची खूण केली. त्या तिरस्कारावर विजय मिळविण्यासाठी कृष्णप्पानं त्याच्याकडे नजर टाकली. हॉटेल मालकाला राग आला. तंबाखूची पिंक थुंकून येत त्यानं दरडावलं, 'ए उठ! नाहीतर उचलून बाहेर फेकेन...'

कृष्णप्पानं दृष्टी न हटवता शांत स्वरात सांगितलं, 'माझ्या अंगात ताप आहे. बाहेरच्या उन्हात झोपणं मला शक्य नाही. बस येईपर्यंत इथं झोपायला आपण मला परवानगी द्यावी–'

कृष्णप्पाच्या बोलण्यात दिसणारं सौजन्य त्याच्या नजरेत नव्हतं. हॉटेल मालकानं नोकराला सांगितलं, 'याला उचलून बाहेर फेक रे! भिकाऱ्यांना झोपण्यासाठी हॉटेल काढलं नाही मी!–'

एका पोऱ्यानं कृष्णप्पाच्या उशाशी असलेली पत्र्याची ट्रंक काढली. हॉटेल मालकानं ती बाहेर फेकताच आतलं सामान रणरणत्या उन्हात रस्त्यावर विखुरलं. तो अंगाला हात लावायला आला तेव्हा मात्र कृष्णप्पानं दरडावलं, 'हं– हात लावाल! जपून!'

तो झोकांड्या खात बाहेर आला, रणरणत्या उन्हात त्यानं रस्त्यावर विखुरलेलं सगळं सामान ट्रंकेत भरलं, त्या ट्रंकेवर बसला आणि हॉटेलकडे नजर टाकून जुन्या मुनीकुमारांप्रमाणे म्हणाला, 'आग लागून सगळं भस्मसात होईल! महिन्याच्या आत!'

कृष्णप्पाचा आवाज शांत होता. यावर हॉटेलमालक तिरस्कारानं थुंकला. कृष्णप्पा करुणपणे हसला.

आजही तो अशाप्रकारे बोलू शकतो. हिंडता-फिरता येत नसलं तरी खुर्चीवरून उचलून असेंब्लीमध्ये नेलं की कुणाकडेही न बघता तो सांगतो, '–मी एखाद्या प्रेषितासारखा सांगतोय– ऐका किंवा ऐकू नका. माझ्या दृष्टीनं ते क्षुल्लक आहे– गरीब जनता भडकून उठेल– घरादारांवर निखारे ठेवेल–'

दैनिकामध्ये विनोदप्रिय संपादकांनी यालाच विनोदी स्वरूप देऊन अखेरीस प्रश्नार्थक चिन्ह टाकत बॉक्समध्ये प्रसिद्धी दिली. पण ज्यांनी त्याचा गंभीर चेहरा प्रत्यक्ष पाहिला आणि गंभीर बोलणं प्रत्यक्ष ऐकलं, त्यांना मात्र त्यात विनोद दिसला नाही. रोजच्या जीवनातल्या अडी-अडचणी आणि तापदायक बातम्या वास्तव वातावरणात आशादायकपणे वृत्तपत्रात छापून आल्या की आभासच वाटतात, एका अहंकाऱ्याची बडबड वाटते. हे कृष्णप्पाला ठाऊक आहे– म्हणूनच तो गरीबांना संताप येईपर्यंत आपला तिरस्कार आणि द्वेष टोकदारपणे सांभाळत आपल्या रोडणाऱ्या देहात तडफडत राहतो.

कृष्णप्पाचा मामेभाऊ रंगप्पा. किरकोळ लाचेसाठी हात पसरत जगणारा गरीब

कारकून. घरात आठ कच्ची-बच्ची. देशी कौलांच्या दोन बारक्या खोल्यांच्या घराची यजमानीण सावित्रम्मा. नाकातला शेंबूड शिंकरून भिंतीला पुसणारी, सतत बडबडणारी, नवऱ्याला दाट आणि शेजारीच बसलेल्या कृष्णप्पाला पाणीदार ताक निलाजरेपणाने वाढणारी बया! तिच्यावर मात्र कृष्णप्पाच्या नजरेचा कधीच परिणाम झाला नाही.

कृष्णप्पा त्या गावी आला होता आजारपणाच्या उपचारासाठी. फक्त विश्रांतीसाठी तो आईकडेही जाऊ शकला असता. मुलांच्या खोलीत सतत पडून राहिलेल्या कृष्णप्पाचा निरूपयोगीपणा, सगळ्यांच्या बरोबरीनं नाचणीची उकड न खाता भाताची अपेक्षा करणारा कृष्णप्पाचा रोग यामुळे वैतागलेल्या सावित्रम्मानं स्वत:पुरती आपल्या गरिबीची गाणी गात आधीच पोचे आलेली भांडी आणखी आदळत कृष्णप्पाचा गर्व भुईसपाट होईल असं केलं. आपल्या भोवतालची क्षुद्रता जिंकायला अन्य मार्ग नसल्यामुळे कृष्णप्पानं गाढ मौन स्वीकारलं. मुलांचं गू-मूत काढणं, नवऱ्याचा खादाडपणा, सतत पडणारा केर यानं कावून दररोज भांडणाऱ्या सामान्य क्षुद्र बायकांसारखीच ही एक आहे असा विचार करून त्यानं तिच्याकडे बघणं आणि तिच्याशी वाद घालणं बंद केलं. तिची क्षुद्रता आपल्या शक्तीहीन देहावर मात करू नये म्हणून तो दयावंत झाला होता.

याच काळात दोन घटना घडल्या आणि कृष्णप्पामध्ये विस्मयकारक बदल घडला.

एका डायरीत कृष्णप्पा दररोज आपली दिनचर्या लिहून ठेवत होता. आपण कितीही बडबड करत राहिलो तरी हा प्रसन्न चेहऱ्यानं या चोपडीत गोल अक्षरांत काहीतरी लिहित राहतो हे ती बघत होती. निरक्षर सावित्रम्माच्या दृष्टीनं हा एखाद्या करणीचा भाग असण्याची शक्यता होती!

एक दिवस पहाटे तो झोपेत असताना तिनं त्याची डायरी पाणी तापवायच्या हंड्याखाली आगीत सारून दिली. त्यानं विचारलं तर 'शेणी नव्हत्या' म्हणून सांगायचं तिनं ठरवलं होतं.

कृष्णप्पा नेहमीप्रमाणे उठला. आंब्याच्या पानानं दात साफ करून आत येत त्यानं विचारलं, 'माझी वही कुठं आहे?–' काहीतरी शंका येऊन तो न्हाणीघरात गेला. चुलाणात अर्धवट जळलेले डायरीच्या कव्हरच्या पुठ्ठयाचे तुकडे दिसले. आत येऊन, त्यानं सावित्रम्मावर डोळे वटारले. तिनं निर्विकारपणे 'शेणी नव्हत्या–' म्हणून सांगितलं.

कृष्णप्पा अवाक् झाला. या बयेला सहज ठार करता येईल असं त्याच्या मनात येऊन गेलं. त्याच्या डोळ्यांत पाणी भरलं. ते बघून सावित्रम्माला पश्चाताप वाटेल या अपेक्षेनं तो अंथरूणावर जाऊन पडला. त्यानं डोळे मिटून घेतले. मनात अर्थ न उमगणाऱ्या भावना उसळत होत्या. सभोवतालची क्षुद्रता आपला नाश केल्याशिवाय

राहणार नाही ही भावना बलिष्ठ होत गेली. आपण अत्यंत दुर्बल आहोत ही भावना मनात दाटून राहिली. आपली बोटं छाटून टाकावीत असं त्याला तीव्रपणे वाटलं. त्यानं ट्रंकेतून ब्लेड काढलं. आता मी बोट छाटून घेऊ शकलो तरच मी खरा घट्ट माणूस–

नेमक्या याच वेळी शेजारच्या घरातली एक बाई, 'ऐकलंत काय सावित्रम्मा–' म्हणत घरात घुसली. ती पुढं सांगू लागली, 'अहो, अरसाळच्या बसस्टँडवरचं उडुप्याचं हॉटेल ठाऊक आहे ना? जळून खाक झालंय म्हणे! हॉटेल मालकही बराच जळालाय– दवाखान्यात टाकलंय म्हणे त्याला!–'

हे ऐकताना कृष्णप्पाला आपला शाप आठवला. आपण परमेश्वराचे अंश आहोत असं त्याला वाटलं. शापाच्या अवधीपेक्षा दहा दिवस वर गेल्याचं भावनावेगात कृष्णप्पाच्या लक्षात आलं नाही. आता आपण देवाचा अंश आहोत– असाच वाढत जाऊन आपण प्रत्यक्ष देवच व्हायला पाहिजे! या विचारानं तो खदखदून हसला. सावित्रम्मा आणि शेजारीण बघत असताना त्यानं ब्लेडनं पेन्सिल तासावी तशी पायाची करगंळी तासली. रक्ताची घार उसळली तरी तो हसतच राहिला.

इथून सुरू झालं कृष्णप्पाचं वेड!

त्यानं खोलीत महेश्वरय्यांप्रमाणे भलं मोठं रांगोळीनं मंडल काढलं. त्यात हळद-कुंकू भरलं. मध्ये एक लखलखीत लोटा ठेवून त्यानं देवीची प्राणप्रतिष्ठा केली. केवळ कौपिन धारण करून तो महेश्वरय्यांनी दिलेलं 'सौंदर्य-लहरी' वाचू लागला. ते ऐकून 'शुद्रानं मंत्र म्हणायचे!' म्हणत सावित्रम्मानं त्रागा केला– सुस्पष्ट मंत्रोच्चार करणाऱ्या कृष्णप्पाकडे जोरात निघाली– पण मध्येच हताश होऊन उभी राहिली. शाळेतून परतलेल्या मुलांना तिनं परसूदारानं घरात घेतलं, त्यांना कृष्णप्पाकडे जायला मनाई केली.

सगळं बघून तिचा नवरा रंगप्पाही गोंधळून गेला होता. त्याला कृष्णप्पानं तोरण बांधायला सांगितलं तेव्हा त्यानं मुकाट्यानं आंब्याच्या डहाळ्या आणून तोरण बांधलं.

नंतर मात्र कुणीही माजघरात फिरकलं नाही. अवाक्षर न बोलता तीन दिवस सावित्रम्मानं सोवळ्यानं खीर-भाताचा नैवेद्य करून दिला.

या अनपेक्षीत प्रसंगाला कसं सामोरं जावं हे शेजाऱ्यापाजाऱ्यांपैकीही कुणाला समजलं नाही. ऑफिसातल्या ब्राह्मण कारकुनानं रंगप्पाला 'यामुळे तुझं नुकसान होईल–' असं बजावलं. काही जणांनी ठामपणे सांगितलं– अब्राह्मणाला देवीचं आवाहन करता येणं केवळ अशक्य आहे! ज्या महेश्वरय्यांनी कृष्णप्पाला ही दीक्षा दिली होती तो कुठल्या जातीचा याचंही निश्चित उत्तर कुणी सांगू शकत नव्हतं. बंगाली शाक्त-पंथाच्या उपासनेमुळे कृष्णप्पा आणि इतरांचं निश्चित नुकसानच होईल असं एका मंत्राचा किरकोळ परिचय असलेल्या ब्राह्मण कारकुनानं ठामपणे सांगितलं.

त्यानं रंगप्पाबरोबर घराबाहेर उभं राहून 'ही तांत्रिक उपासनाच-' म्हणूनच मानही डोलावली.

रंगप्पानं हात जोडून विचारलं, 'याचं निवारण करायला उपाय काय?'

'उपाय आहे. नीट बघून सांगतो. पण एक लक्षात ठेवा एकदा आवाहन केल्यावर नीट विसर्जनही करायला पाहिजे. नाहीतर यात हात घालणारे सगळेच स्वाहा होतील!'-

त्याला घाबरलेला पाहून रंगप्पाही घाबरा झाला.

कृष्णप्पानं झोपणं सोडून दिलं होतं. तिन्ही त्रिकाळ विहिरीचं पाणी डोक्यावर ओतून, पुन्हा बसून रात्रंदिवस मोठमोठ्यानं मंत्रपठण करत होता. नैवेद्यातली थोडी खीर खाऊन तो राहात होता. रंगप्पाही दररोज देवीसाठी टोपलीभर फुलं गोळा करून आणत होता. देवीच्या आवडत्या जास्वंदीच्या फुलांसाठी चार-चार मैल पायपीट करत होता. सारं घर तीन दिवस कृष्णप्पाच्या सूचनेप्रमाणे नाचत होतं.

देवीची पूजा बुद्धीपूर्वक नाकारणाऱ्या कृष्णप्पाला आजही आपली त्यावेळची स्थिती रहस्यमय वाटते. तीन दिवस- तीन रात्री देवीची उपासना केल्यानंतर आपण मर्त्य देहापेक्षा कुणीतरी वेगळे आहोत असं वाटल्याचं त्याला आजही आठवतं. त्यावेळी मनात येताच पूजा तिथल्या तिथं टाकून कमरेचं कौपिन सोडून तो बाहेर आला- तशाच दिगंबर अवस्थेत रस्त्यावरून चालू लागला- लोक त्याच्याकडे भय-आदरानं पाहू लागले तेव्हा गावाच्या टोकाशी असलेल्या गणपतीच्या देवळात त्यानं बैठक मारली.

त्या पुढचं मात्र कृष्णप्पाला आठवत नाही. त्यानंतर कुठून महेश्वरय्या आले- त्यांनी त्याची तब्येत कुठं दाखवली- काय औषधपाणी केलं कोणजाणे! अखेर कृष्णप्पा बरा झाला खरा-

□

हे जर वेड म्हटलं तर मरणाकडे नजर लावून पडलेल्या कृष्णप्पाला आजही तसा उन्माद होणं शक्य आहे. आजही त्याच्याकडे तिरस्कारानं बघणं कुणालाही शक्य होत नाही. तो शिकत असतानाही त्याच्या शिक्षकांची मोठी पंचाईत होत असे. रजिस्टरमध्ये त्याचं नाव कृष्णप्पगौडा असं होतं. त्या नावानं हाक मारायची म्हणजे तो शुद्र असल्याचा उच्चार केल्यासारखं होई. नुसतं 'कृष्णप्पा' म्हणावं तर अगदीच सलगी दाखवल्यासारखं होई. त्यामुळे त्याला नावच नसावं अशा प्रकारे सगळे त्याचा उल्लेख 'गौडा-' असाच करत.

आपला शूद्रपणा मागं टाकून सगळ्यांना चकित करणं हा तर त्याच्या डाव्या हाताचा मळ होता. एकदा राज्यपालांच्या भाषणात देशातल्या दुष्काळी परिस्थितीविषयी

कुठल्याही प्रकारची कळकळ व्यक्त झाली नाही तेव्हा त्या भाषणाची प्रत आवेशानं जमिनीवर आपटून त्यावर तो पाय देऊन उभा राहिला, तेव्हा काही क्षण इतर लोकप्रतिनिधींना काय करावं ते सुचेनासं झालं होतं. नंतर भानावर येताच 'सभेचा अपमान' म्हणून आरडाओरडा करत त्याला तिथून बाहेर काढण्यात आलं होतं. 'खविसालाच सौजन्याचा आधार घ्यावा लागतो–' असं कृष्णप्पाचं ठाम मत आहे.

परिचित वैरी आजारी असल्याचं समजलं की फळं घेऊन त्याला भेटायला जायची कृष्णप्पाची परवा-परवापर्यंतची पद्धत होती. कृष्णप्पा भेटून गेला की रोगीही अत्यंत आनंदित होत होते.

त्या दिवशी कृष्णप्पाला लघवीला घाई झाली होती. त्यानं बायकोला हाक मारली, 'सीता, सीता–'

ती अंघोळीला गेली असावी.

कृष्णप्पाला उठणं अशक्य असल्यामुळं अंथरूण ओलं झालं. सीता अंघोळ करून बाहेर आली. त्याचा खिन्न चेहरा बघून तिनं विचारलं, 'काय झालं?'

कृष्णप्पा काही बोलला नाही तरी वासामुळे सगळा खुलासा झाला. तिला आनंद झाला असेल या विचारानं त्याला राग आला. बायकोनं त्याला हलवलं आणि अंथरूण बदलत म्हणाली, 'माझा एवढा राग राग करता! पण दुसरं कुणी काढलं असतं तुमचं गू-मूत? ती तुमची वाट बघणारी– तिनं केलं असतं काय? की ती कोण लूसी की पूसी– तिनं केलं असतं?'

बायकोचं समजूत घालणारं हे मानभावी बोलणं ऐकून कृष्णप्पा आतल्या आत संतापानं खदखदला. ही बया अजूनही आपल्यावर मात करत आहे–

गौरी देशपांडे आणि लूसिनाची हकीकतही कृष्णप्पानंच तिला सांगितली होती– तिच्यातल्या क्षुद्रपणावर विजय मिळविण्यासाठी! तिनंही मध्ये हूं-चूं न म्हणता सगळं ऐकून घेतलं होतं आणि वर म्हणाली होती, 'मला काय समजतंय त्यातलं? तुम्ही दुपारचं औषध घेतलं की नाही?' आणखी एकदा म्हणाली होती, 'शेजारीण मॅटिनीला जाऊ या का म्हणून विचारतेय. जाऊन येते–'

घरातली नेहमीची कामं आणि जास्तीत जास्त म्हणजे बँकेतल्या सहकाऱ्यांच्या घरातली लग्नं-कार्य, मुंजी-बाळंतपणं– एवढाच तिचा प्रपंच. लग्न झाल्या झाल्या वर्षभरात मुलगी झाली तेवढंच! त्यानंतर त्यानं तिच्याशी शरीर-संबंधही ठेवले नव्हते. आता मात्र आपलं अंग पुसण्यापासून गू-मूत काढेपर्यंत सगळं करून ती आपल्यावर मात करत आहे हे कृष्णप्पाला समजत होतं. आपल्या रागाचा भडका उडालेला असताना ती शांत राहिली की त्याला आपलं सारं व्यक्तिमत्त्व मातीमोल होत आहे असं वाटत होतं.

आधीही तीच जिंकत होती म्हणा! नाही तर गौरी देशपांडे आणि लूसिनाची हकिकत सांगून तिला जिंकायची वेळच का आली असती? बायकोशी संग करण्याआधी आपला देह आणि मन सर्वसामान्य नाही हे तिच्यावर ठसवण्यासाठी विविध उपाय योजणाऱ्या कृष्णप्पाला सगळे उपाय बायकोच्या मठ्ठपणामुळे त्याचे त्यालाच हास्यास्पद वाटत होते. त्यानं एकदा सावित्रम्मानं आपली डायरी जाळल्याची हकिकत भावूकपणे सांगितली तेव्हा तिनं 'डायरीत काय असतं एवढं महत्त्वाचं?' म्हणून आश्चर्य व्यक्त केलं होतं. धोतर सोडतानाच कृष्णप्पानं लांबण लावली की कंटाळलेली सीता म्हणे, 'लवकर या म्हणते ना? सकाळी नऊ वाजता मला बँकेत जायचं आहे–'

परिणामी कृष्णप्पाची तिच्यावरची वासनाच उडून जात होती. मीही मूळचा एवढाच खुजा असलो पाहिजे– म्हणून मी हिच्याशी लग्न केलं– या विचारांनी तो खिन्न होऊन झोपत होता.

नाही तर आधी भरपूर दारू पिऊन तिच्याजवळ जात होता.

□

बी.ए.च्या शेवटच्या वर्गात असताना कृष्णप्पाचं त्याच्या वर्गातल्या गौरी देशपांडेशी सख्य सुरू झालं. शाळेत उशिरा प्रवेश घेतल्यामुळे कृष्णप्पा तिच्यापेक्षा सात-आठ वर्षांनी मोठा होता. बेचाळीस आणि सत्तेचाळीसच्या चळवळीत विद्यार्थ्यांचा नेता असल्यामुळे तो मुलींच्या दृष्टीनं 'लेजंड' होता. त्याचा संतापी स्वभाव, त्याला लागलेलं वेड याविषयी ठाऊक असलेल्या काही तरल मनाच्या मुली त्याला प्राध्यापकांपेक्षाही अधिक मानत होत्या.

तो वर्गातही कमी वेळा येत असे. तो वर्गात असला की प्राध्यापकही थिल्लर हास्य-विनोद न करता गंभीरपणे शिकवत. उगाच परीक्षेच्या नावानं डोकं पिकवून न घेणारा कृष्णप्पा असामान्य बुद्धीवान स्वतंत्रपणे विचार करणारा आणि वयानंही मोठा असल्यामुळे प्राध्यापक त्याच्याबरोबर अवघडून जात.

काळा दणकट बांध्याचा कृष्णप्पा खादीचं शुभ्र धोतर आणि झब्बा घालून वावरू लागला की नीटसपणे खोदलेल्या काळ्या दगडी मूर्तीसारखा दिसत होता. प्रथमदर्शनी प्रशांत वाटणाऱ्या त्याच्या चेहऱ्याकडे लक्ष देऊन पाहिलं तर तिथं क्रूरपणा जाणवून मनात भय निर्माण होत होतं. त्याचं बोलणं मृदु, पण आवाज मात्र जाड– कमावलेला– एखाद्या गायकासारखा होता. कॉलेजमधल्या मुली आपसात बोलताना त्याचा उल्लेख 'आफ्रिकन प्रिन्स' असाच करत. कॉलेजमध्ये तो दिसला की मुलींमध्ये 'अगं, आज प्रिन्स आलाय! पाहिलंस?' अशी कौतुकाची लहर उठत होती.

गौरी देशपांडे कॉलेजमधली प्रसिद्ध नर्तकी, गायिका आणि नेहमी वर्गात पहिली येणारी हुशार तरुणी. तिला कृष्णप्पाविषयी आस्था असल्याचं पाहून मुली तिला 'राधा' म्हणत– तिच्यासमोर नव्हे– माघारी. कारण गौरी मुलींशी फारशी न मिसळता एकटीच रमत होती.

तिच्या या वागण्याचं मुलींनाही आश्चर्य होतं. गौरीची आई नवऱ्याला सोडून पोफळीचे श्रीमंत व्यापारी नंजप्पा यांच्याबरोबर राहाते हे ठाऊक असूनही गौरीकडे तुच्छतेनं बघणं शक्य होऊ नये, एवढी गंभीरता गौरीच्या वागण्यात होती. गौरीच्या आईला, अनुसूयाबाईंना नंजप्पा सावकारांनी स्वतंत्र बंगला बांधून दिला होता. त्यांच्यासाठी एक स्वतंत्र गाडी आणि ड्रायव्हरही होता. बंगल्याभोवती मुद्दाम उटीहून आणलेली गुलाबाची कलमं लावली होती. भल्या मोठ्या आवारातलं ते घर साऱ्या गावात प्रसिद्ध होतं. गावातल्या फारच कमी लोकांनी अनुसूयाबाईंना प्रत्यक्ष पाहिलं असलं तरी त्यांच्या रूपाची ख्याती सर्वदूर पसरली होती. मुलगी एवढी देखणी आहे– तर आई किती सुरेख असेल! अशा विचारानं इतर लोक त्यांच्या रूपाची कल्पना करून घेत.

अनुसयाबाईंची गाडी गावातही कधी येत नसे. गावाबाहेरच्या बंगल्यातून थेट केम्मिन गुंडी किंवा मंगळूरला जाण्यासाठीच त्या गाडी वापरत. गौरी मात्र गाडीतूनच कॉलेजला जात-येत होती. त्यामुळे मुलींमध्ये तिच्याविषयी असूया होती.

तिच्या आडनावावरून त्या नावाचा तिचा एक बाप असावा हे स्पष्ट असल्यामुळं बापाऐवजी आईच्या यारासह राहणाऱ्या गौरीविषयी अनुकंपा, भर सभेत नाचणाऱ्या गौरीच्या निर्लज्जपणाविषयी तिटकारा– असं बरंचसं तिच्याविषयी बोललं जात होतं.

गौरीही या मुलींच्या जगाशी आपला काहीही संबंध नसल्यासारखी राहात होती. अंगावर एकही दागिना नाही, पांढरी साडी, पांढरा ब्लाऊज, लांबलचक शेपट्यावर पांढरा गुलाब माळून ती गंभीर मुद्रेनं वर्गात बसत होती. लेडीज-रूममध्ये असली तरी तिच्या डोळ्यांसमोर एखादं पुस्तक असे. इतर मुलींनी एकवचनी संबोधलं तरी ती त्यांना आदरार्थी बहुवचनानं संबोधून मृदू शब्दातच विशिष्ट अंतर कायम ठेवत होती. कृष्णप्पाशी तिचं बोलणं नसलं तरी तो तिच्याकडे बरोबरीच्या नात्यानं पाहायचा.

एक दिवस कृष्णप्पा एकटाच पायी कॉलेजकडे चालला होता. खेळ संपवून फुट-बॉलच्या टीममधली मुलं आपापल्या घरांकडे निघाली होती. टीमचा कॅप्टन मुलांना पाठीशी घेऊन तिथल्या भिंतीवर काहीतरी लिहित होता आणि सगळी मुलं हसत होती. कृष्णप्पाचं तिकडं लक्ष गेलं. कॉलेजमध्ये गुंड म्हणून प्रसिद्ध असलेल्या त्या धटिंगणाचं नाव रामू होतं. तोही जवळपास कृष्णप्पाच्या वयाचाच होता. त्याचे वडील गावातल्या मोठ्या राईस- मिलचे मालक होते. कृष्णप्पाला मिळणारा मान

बघून त्याला असूया वाटत होती. असल्या मुलांशी तर कृष्णप्पा नेहमी फटकून असे. संपूर्ण कॉलेजमध्ये आपल्या बरोबरीचं कुणीही नाही अशा आविर्भावात तो वावरत होता. अशा कुणाशीही स्पर्धा न करणाऱ्या कृष्णप्पाशी कसं वागायचं हे त्या मुलांनाही कळत नव्हतं.

मोठ्या अक्षरांत भिंतीवरचं वाक्यं वाचताना कृष्णप्पाची कानशिलं गरम झाली. तिथं लिहिलं होतं. 'गौरी वेश्येची मुलगी आहे–' 'ए गौरी, तुझ्या मुक्याचा भाव काय?'

वाक्य मोठ्यानं वाचणाऱ्या रामप्पा शेजारी उभं राहून कृष्णप्पानं गंभीर जाड आवाजात सांगितलं, 'तुम्ही लिहिलंय ते पुसून टाका!'

रामू चांगलाच गडबडला. धक्क्यातून स्वतःला सावरत तो म्हणाला, 'कुणी लिहिलंय हे तुम्हाला कसं ठाऊक?' आपण हुशारीनं वाद घातल्याचं चेल्यांना समजावं म्हणून तो खदाखदा हसला.

राग आवरून शांतपणे कृष्णप्पा उत्तरला, 'मी स्वतःतुला लिहिताना पाहिलंय–'

रामू दणकट माणूस– मोठाल्या मिशा. त्याच्या मनात आपण कृष्णप्पाचा जवळचा दोस्त असावा अशी अपेक्षा असावी. बरोबरीच्या दांडगटांची मारामारी झाली की पाठोपाठ दोस्तीही होऊ शकते असा त्याचा मागचा अनुभव होता. पण कृष्णप्पाकडून त्याला तशा पद्धतीची प्रतिक्रिया दिसली नाही. त्यामुळे त्यानं पुढं विचारलं, 'का? ती तुमची राधा आहे काय?'

आता भडकून कृष्णप्पा आपल्याला मारेल आणि त्याला अस्मान दाखवून आपला मान राखू असं रामूला वाटत असतानाच कृष्णप्पानं शेजारच्या नळाखाली आपला रुमाल भिजवला आणि भिंतीवरचं सारं पुसून टाकलं. रामूनं त्याला आणखी भडकवण्यासाठी विचारलं, 'का? तुम्हाला ती फुकट देते काय?–'

यावर त्याच्या चेल्यांनी शिट्ट्या वाजवल्या. पण कृष्णप्पानं त्यांचं अस्तित्व पूर्णपणे नाकारलं आणि पाठ वळवून चालू लागला. काही पावलं गेल्यावर मागं वळून पुन्हा लिहिलंय काय ते बघण्याची दुर्दम्य इच्छा झाली. पाठोपाठ मनात आलं– सभोवतालच्या क्षुद्रतेवर मी मात करत नाही काय?– तिनंही करावी–

दुसरे दिवशी भिंत रिकामी होती– पण तिसरे दिवशी पुन्हा त्याच जागी लिहिलं होतं, 'गौरी कृष्णप्पाला फुकट देते–' याशिवाय रस्त्यावरही बरंच अर्वाच्च्य लिहिलं होतं.

संपूर्ण कॉलेजभर याची बरीच चर्चा झाली. वर्ग सुरू झाल्यावर भिंतीवरचं शिपायांनी पुसलं तरी रस्त्यावरचं तसंच राहिलं होतं. आपला त्याच्याशी काहीही संबंध नाही अशा थाटात वावरणाऱ्या कृष्णप्पानं गौरीकडे पाहिलं. ती कष्टी झालेली असेल अशी शंका त्याच्या मनात आली. पण ती विचलीत झालेली दिसली नाही.

त्या दिवशी संध्याकाळी तो आपण होऊन गौरीच्या घरी गेला. त्यानं बेल वाजवताच गात असलेली गौरी दार उघडून बाहेर आली. त्याला पाहताच झालेला आनंद दाखवू न देता तिनं त्याला आत बोलावलं. तिनं दाखवलं नाही तरी तिच्या मनातली भावना जाणून तो गंभीरपणे कार्पेटवर दृष्टी रोखून बसून राहिला, नंतर म्हणाला, 'सगळ्या कॉलेजमध्ये माझ्या बरोबरीच्या फक्त तुम्ही आहात याविषयी आज माझी खात्री पटली!–'

तिच्या चेहऱ्याकडे न बघता तो भिंतीवरची देवांची चित्रं– काचेचं टेबल पाहात राहिला. खिडकीपलीकडे गुलाबाची फुलं फुललेली दिसली. एकाएकी त्याचं मन विषादानं भरून गेलं. तो उठत म्हणाला, 'मी बोललो तिकडे लक्ष देऊ नका– बोलून मी चीप झालो–'

गौरी अडखळत 'बसा' म्हणाली. ती पुढं म्हणाली, 'मी तान्हं बाळ असताना माझी आई माझ्या वडलांना सोडून आली. नंजप्पांनी तिला ठेवून घेतलंय. हे घर– हे फर्निचर सगळं त्यांचंच आहे–'

बोलता बोलता ती उठली–

'– हे सगळं समजल्यावर तुम्हाला काय वाटतंय ते मला ठाऊक नाही–' मनातला उद्वेग दडपल्यासारखा तिचा चेहरा दिसल्याचा त्याला भास झाला.

'मी तुमची समजूत काढायला आलो नव्हतो– वैशिष्ट्यपूर्ण व्यक्ती म्हणून तुमच्याविषयी आदर वाटला, एवढंच–' म्हणत तो निघाला.

'माझ्या वडलांचं आडनाव देशपांडे. त्यांनीही माझ्या आईला ठेवलं होतं. बँकेतले पैसे चोरल्यामुळे ते जेलमध्ये गेले. माझी आई पुरुषाशिवाय जगू शकत नाही–'

आता मात्र कृष्णप्पा गौरीकडे रोखून बघत म्हणाला, 'तुम्ही माझी परीक्षा बघताय का? हा चीपपणा आहे–'

मनावरचं ओझं उतरल्यासारखी गौरी खळखळून हसली. तिचं ते खोडकर मुलीसारखं रूप बघून कृष्णप्पा कासाविस झाला. 'भोवतालची क्षुद्रता दररोज जिंकणार की तिचा घास होणार? जीवनाचा हाच नियम आहे–' असं काहीतरी बोलून तिचे डोळे उघडण्याच्या विचारात असलेल्या कृष्णप्पाची तिच्या डोळ्यातला खोडकरपणा बघून निराशा झाली. त्याच्या चेहऱ्यावरचे 'मी तुला अगम्य आहे–' या अर्थाचे भाव बघून तिनं विचारलं, 'तुम्ही खूप अहंकारी आहात ना?'

कृष्णप्पानं वैतागानं मान वळवली. तो येण्याआधी ती कपाळावर विभूती लावून गात होती– आता नर्तकीप्रमाणे त्रिभंगी मुद्रेत उभी आहे! आपली समजूत काढण्यासाठी ती उगाच डिवचत असेल काय? आपल्यावर मात करायचा तिचा प्रयत्न आहे काय? की हा तिचा खरोखरच गंभीर प्रश्न आहे? तिनं हा प्रश्न खोडकरपणे विचारला असेल तर आपलं उत्तर उगाच गंभीरही होता कामा नये–

कृष्णप्पा न बोलता कुठंतरी पाहत बसल्याचं पाहून ती म्हणाली, 'मी थट्टा केली नाही. माझी आई चांगली आहे. नंजाप्पाही चांगले आहेत. पण मी कुणाच्याही आधाराशिवाय उभी आहे. मला रडून कितीतरी वर्षं झाली. म्हणून मीही अहंकारी वाटते.'

कृष्णप्पाचा चेहरा कठोर झाला– डोळे बारीक झाले.

तिनं विचारायचं म्हणून विचारलं, 'आईला भेटणार? माडीवर आहे. बोलावते–'

झब्ब्याच्या खिशात हात घालत उठत भावनारहित दृष्टीनं गौरीकडे पाहात तो म्हणाला, 'छे:! काय बोलणार त्यांच्याशी? त्रास वाटतो–'

□

तिथून सरळ खोलीवर येऊन त्यानं तिला एक पत्र लिहिलं–

'प्रिय गौरी देशपांडे,

माझ्यावर परिणाम व्हावा म्हणून तुम्ही बोललात म्हणून मी उत्तर दिलं नाही. एकटं असताना जे केवळ स्वत:शी बोलायचं असतं ते इतरांना कशाला सांगायचं? समोर कुणी आहे म्हटल्यावर जे बोललं जातं ते अर्थहीन असतं. त्यामुळे मी सौजन्याचा पुरता विरोधी आहे. ज्यांना पैसा आणि लोकप्रियता मिळवायची आहे त्यांना त्याची गरज आहे. खोल नातेसंबंधामध्ये सौजन्य अडथळाच बनतं. तुमच्याशी आपण होऊन भेटून बोलण्यामागे माझा हेतू परस्परांशी ओळख व्हावी असाच होता. पण तुमची सहानुभूती मिळवावी अशा प्रकारचा दुर्बलतेचा अंश माझ्या वागण्यात सूक्ष्मपणे असला पाहिजे.

मी अहंकारी नाही. तुम्हीही नाही. क्षुद्रतेचा घास झालेल्यांना कदाचित आपण तसे दिसत असू. झाड– पक्षी– प्राणी– भिकारी– कुणालाही पाहिलं की मी सगळ्यांपेक्षा वेगळा आहे असं मला वाटतं, पण मोठा आहे असं मात्र वाटत नाही. पण इतर कुणी आपल्यावर आक्रमण करायला आलं तर मात्र साप जसा विषाचा वापर करतो, तसा मी गर्वाचा वापर करतो. ज्या वातावरणात मी वाढलो तिथं क्षुद्रतेवर विजय मिळविण्यासाठी याची गरज होती. त्यासाठी मी जबाबदार नाही. तुमची पार्श्वभूमी पाहिली की तुमच्या बाबतीतही हे खरं आहे.

क्षुद्रता केवळ बाहेरची असते असंही नाही. ती आपल्यातही असते. क्षुद्रतेनं घेरून टाकण्याचा कट एकाच वेळी आत आणि बाहेर चाललेला असतो. त्यामुळे सदोदित सावध राहणं इतरांना गर्विष्ठपणाचं वाटेलही. पण ते अनिवार्य आहे. मोहवश न होणारी निष्ठुरता आणि आपल्या भोवताली चाललेल्या जन्म-

मरणाबद्दल जागरूक असणं हाच खरा योग! चैतन्य आणि जडत्व यांची नेहमी जोडी असते हे विसरू नका.

–कृष्णप्पा

पत्र पाकिटात घालून पोस्टाच्या पेटीत टाकलं आणि कृष्णप्पा कुंभार गल्लीकडे वळला. थोड्या अंतरावरच्या किराणा दुकानाच्या माडीवरच्या खोलीत दिवा होता. मागच्या बाजूनं वर जाणाऱ्या डुगडुगत्या जिन्यानं तो वर गेला. जिना चढताना मुतारीची असह्य दुर्गंधी त्याला जाणवली. वर जाऊन त्यानं बंद दारावर थाप मारली. आतून प्रश्न आला, 'कोण?'

कृष्णप्पाची ओळख पटल्यावर अण्णाजीनं दरवाजा उघडला.

धोतर-झब्बा अशा वेशातल्या अण्णाजीनं त्याला आत बोलावलं. खोलीत उदबत्ती जळत असल्यामुळे तिथलं वातावरण प्रसन्न वाटलं. अण्णाजीनं इंग्लिशमध्ये त्याला बसायला सांगितलं. दोघंही तिथल्या चटईवर बसले.

मध्यम वयाचा अण्णाजी आकर्षक व्यक्तिमत्त्वाचा होता. उठावदार गाल, दाट झुडूपासारख्या भुवया, सडपातळ उंच शरीरयष्टी, वाढवलेले केस उलटे वळवून मागं फिरवले होते. महिनाभराची दाढी वाढली होती.

चारमिनार पेटवून अण्णाजी कृष्णप्पाच्या बोलण्याची वाट पाहात होता. कृष्णप्पाचं अंथरुणावर अर्धवट वाचून ठेवलेल्या ट्रॉट्स्कीच्या पुस्तकाकडे लक्ष गेलं. देशी कौलांच्या उतरत्या छताच्या त्या लहान खोलीत एक ट्रंक आणि काही पुस्तकं वगळली तर आणखी काहीही सामान नव्हतं.

कृष्णप्पानं खिशातून पाचशे रुपये काढून अण्णाजीच्या हातावर ठेवले. कृष्णप्पाचा स्वभाव ठाऊक असलेल्या अण्णाजीनं 'थँक्स–' न म्हणता ते खिशात ठेवले आणि समाधानही न दाखवता त्यानं सांगितलं, 'मला ही खोली सोडावी लागणार आहे–' तिथला छोट्या खिडकीवरचा कळकट पडदा बाजूला सारत तो पुढं म्हणाला, 'पाहिलंस कोण कोण जातं-येतं यावर नजर ठेवून आहे सुव्वर!–'

'माझ्या हॉस्टेलवरच्या खोलीवर येऊन राहा–'

अण्णाजीनं 'हेही योग्य होणार नाही–' अशा अर्थाची मान हलवली.

कृष्णप्पा अण्णाजीला कधीही नावानं हाक मारत नव्हता. त्याचं खरं नाव काय आहे हे कृष्णप्पानं त्याला विचारलं नव्हतं. पोलिसांची नजर चुकवत फिरणाऱ्या अण्णाजीचं प्रत्येक गावी वेगवेगळं नाव होतं. गोव्याच्या पोर्तुगीज जेलमधून पळून गेलेला अण्णाजी मूळचा महाराष्ट्रीय. गोव्याहून तेलंगणात जाऊन तिथं एका रयत-संघटनेचं काम बघत होता तेव्हा त्याच्या अनुयायांनी त्याचा आदेश डावलून एका जमीनदारावर प्राणघातक हल्ला केला होता. जमीनदाराचा पाय मोडला– पण जीव

वाचला होता. त्या शेतकऱ्यांना पकडून त्यांच्यावर खुनाचा आरोप लावून खटला चालवण्यात आला होता. त्यातल्या एका शेतकऱ्यानं पोलिसांना अण्णाजीची माहिती दिली होती.

त्यावेळी पोलिसांना हुलकावण्या देत अण्णाजी इथं आला होता. चार-सहा मुलांना इंग्लिश शिकवून तो आपला चरितार्थ चालवत होता. आंध्रचे पोलिस आर.एल. नायक या नावानं त्याचा तपास करत होते तर गोव्याचे पोर्तुगीज पी. टी. देशपांडे या नावानं त्याला फाशीवर चढवण्यासाठी शोध घेत होते.

अण्णाजी आपण होऊन सांगेल त्याहून जास्तीचं काहीही कृष्णप्पा त्याला विचारत नव्हता. जीवनाचा उद्देश शोधत असलेल्या कृष्णप्पाला शेकडो क्रांतीकारक ग्रंथांचं पठण केलेला अण्णाजी महेश्वरय्यांप्रमाणे गुरू वाटला असं म्हणता येईल.

ज्या ज्या गावांमध्ये अण्णाजीचं वास्तव्य होतं, त्या प्रत्येक गावांमध्ये त्याची एक-एक प्रेयसी होती. दर महिन्याला तो त्या सगळ्यांना ठराविक पैसा पाठवत होता. कोल्हापूरच्या एका शिंप्याच्या मुलीला दर महिन्याला पंचवीस रुपयांची मनिऑर्डर शिक्षणासाठी जात होती. गोव्यात त्याच्यापासून मूल झालेल्या एका कारकून स्त्रीला पंचवीस रुपये, लहान वयात त्याच्याशी लग्न करून एका मुलाची आई होऊन माहेरी राहणाऱ्या सख्ख्या बायकोला पंचवीस रुपये, पंधरा वर्षं त्याच्यासाठी सगळा वेळ देणाऱ्या अनुयायांसाठी थोडे पैसे– अशा प्रकारे अण्णाजीचं वाघाच्या करटासारखं न संपणारं कर्ज असलं तरी केवळ सिगारेट-चहावर जगू शकणाऱ्या आणि केवळ चटईवर झोपू शकणाऱ्या अण्णाजीला इतर कुठलंही व्यसन नव्हतं.

दर महिन्याला नाना कारणं सांगून पुढच्या महिन्यात पैसे देण्याचा दावा करण्यासाठी शक्ती आणि बुद्धी खर्च करणाऱ्या अण्णाजीची कृष्णप्पाला किळस येत होती. पण अण्णाजी तर स्वत:च्या नावाचाही मोह नसलेला माणूस! नव्यानं ओळख झाली तेव्हा अण्णाजीचं खोटं बोलणं ऐकून तो संतापून म्हणायचा, 'मला तुझ्याविषयी आदर वाटतो! निदान माझ्यापुढे तरी तू खोटं बोलू नकोस!–'

क्षणभर अवाक् झालेला अण्णाजी आपली कथा सांगायला सुरुवात करणार, तेव्हा, त्यानं सांगितलं होतं, 'बस्स! दर महिन्याला मी तुला ठराविक पैसे देत जाईन!–' शिवाय शिकवणीचे दीडशे रुपयेही मिळायचे.

एकदा दोघंही मुस्लिम हॉटेलमध्ये बॉबे-टी पित बसले होते तेव्हा कृष्णप्पानं उत्तराची अपेक्षा न ठेवता स्वत:शीच बोलावं तसं विचारलं, 'तत्त्वासाठी एवढं सगळं करताना एवढ्या क्षुद्र गोष्टीत का अडकतोस?'

अण्णाजीनं चारमिनार पेटवली, 'आपण परिपूर्ण आहोत असा तुला गर्व आहे! तू मूलत: फॅसिस्ट मनोवृत्तीचा आहेस!–'

तिथल्या गोंधळात चढ्या आवाजात बोलणं आवश्यक होतं. हे कृष्णप्पाला

आवडत नसलं तरी तो चढ्या आवाजात म्हणाला, 'क्रांतीसाठी जगणाऱ्यानं आशाळभूत असता कामा नये. पैशाच्या व्यवहारात अडकून बूर्झ्वा होता कामा नये!–' हे नवे शब्दही तो अण्णाजीकडूनच शिकला होता.

'खरंय तुझं– पण मी गप्प राहिलो तरी बायकाच जवळ येतात!–' आपल्यालाही हे रहस्यच वाटतंय अशा सुरात अण्णाजी म्हणाला आणि तो चटकन उठला. अण्णाजीच्या सगळ्या हालचाली चपळ तर कृष्णप्पा एकदम हळूबा–

हे कृष्णप्पाच्या जीवनातले अत्यंत महत्त्वाचे दिवस म्हणता येतील. बागेत शेंगदाणे सोलून खाता-खाता ते दोघं अनेक विषयांवर अत्यंत गंभीरपणे चर्चा करत. अण्णाजीनं आपला पहिला धडा मार्क्सच्या एका विधानापासून गिरवला होता, 'तात्त्विक प्रपंचाविषयी आजपर्यंत बराच विचार झालाय. आता पहिलं काम म्हणजे जग बदलणं!'

यासारख्या विधानांनी कृष्णप्पावर खोल परिणाम केला होता. त्याला उलट-सुलट विचार करायला प्रवृत्त केलं होतं. 'आपली प्रजा स्वतंत्र वस्तू नाही– उत्पादनाकरता आपण गुंतवून घेत असलेल्या अनेक संबंधांतून ती बनत असते–' असं अण्णाजी डिवचू लागला तेव्हा जड-प्रपंच आणि दैनंदिन घटनांमुळे हार मानता कामा नये असं मानणाऱ्या हट्टी कृष्णप्पानं ते मान्य केलं नव्हतं.

आता अर्धांगवायूमुळे तळमळत असतानाही त्याचा या विषयीचा संशय तसाच आहे.

त्यावेळी त्यानं वाद घातला होता, 'माणूस परिसर किंवा परीघ ओलांडून विकसीत होऊ शकतो या विषयी मी वाद घालणार नाही. माझाही तो अनुभव आहे. ते जाऊ दे. तू कामगार आणि शेतकऱ्यांना एकत्र आणून भांडायला लावलंस यात तुझा कसला पुरुषार्थ? त्यांची हमाली वाढली की त्यांच्या घरी स्टेनलेस स्टीलची भांडी येणार. तेवढ्यावरून त्यांचं जीवन बदललं म्हणायचं काय? त्यांचे रोजच्या जीवनातले कष्ट लगोलग निघून जाणार आहेत काय? ते आणखी हावरे होतील! तुझ्यासारख्यांमुळे!'

'तसं नव्हे! तू व्यक्तीवादी माणसासारखा बोलतोस!'

एका शब्दात सारं गुंडाळून वाद घालणाऱ्या अण्णाजीचा कृष्णप्पाला कधी कधी पराकोटीचा कंटाळा येत होता. अण्णाजी मात्र शांतपणे बोलत राहायचा, 'आपल्या जीवनातल्या सुधारणांसाठी मी गरीबांना भांडायला लावतो. कबूल! पण हे भांडण एवढ्यावरच थांबत नाही. आपल्या समाजाची जीवनाचा स्तर उंचावण्याची आशा आणि त्यांची आशा यात मूलभूत फरक आहे. त्यांची आशा चलनशील आहे. त्यांच्या अपेक्षा वाढतील तसं या जगाचं स्वरूपच बदलून जाईल. त्यांचे श्रमच या समाजाच्या स्थिती- गतीचं मूलभूत द्रव्य आहे. हे तर मान्य करशील? आपल्या

पुरुषार्थाचं मूळ हे श्रमच आहेत– पण त्याचा लाभ मिळतो भांडवलशाहीला! भांडवलशाहीचा आधारच शोषण आहे. गरीबाला हळूहळू शोषणाची इतकी सवय होते की, जे आपल्या रक्ता-मांसावर वाढलं त्याचा आपल्याशी काहीही संबंध नसल्यासारखे वागू लागतात. आमच्यासारख्यांना हे बुद्धिपूर्वक जाणवतं, तर तुझ्यासारख्या त्याच समाजातून आलेल्या सूक्ष्म मनाच्या तरूणाचे हे अनुभवाचे बोल असतात! जेव्हा तुझ्यासारखे तरूण हे इतरांच्या मनात पेरतात, तेव्हा क्रांतीचा भडका उडतो! केवळ आपली इच्छा म्हणून क्रांती होते असं मानणं हा व्यक्तिवाद आहे. आपला कोंबडा आरवला म्हणून सूर्य उगवला असं मानणाऱ्या गोष्टीतल्या म्हातारीसारखं! क्रांती हा समाज-चलनाचा एक नियम आहे. आपण त्याचा वेग वाढवणारे वेग-वर्धक अथवा सुईण म्हण हवं तर– आहोत!'

अण्णाजीचे डोळे चमकत होते. कृष्णप्पाच्या मनात अर्धवट शंका तरळत होती. भाजलेल्या शेंगा विकायला आलेल्या मुलाकडे बघत त्यानं ती बोलून दाखवली, 'असली गरीब मुलं क्रांती करतील?'

'– निश्चित! फ्रान्समध्ये जेलचं गेट तोडलं होतं– ती हकिकत ठाऊक आहे ना?'

'कधीतरी एक दिवस आवेशानं नाचलं, तरी नंतरचं जीवन पुन्हा नेहमीच्याच आळसात घेरतं ना!'

'नाही. क्रांतीमुळे दैनंदिन जीवनही क्रियाशील होतं!'

आपला तर्क हाच प्रत्येक वादाचा प्रत्यक्ष पुरावा आहे या थाटातलं, अण्णाजीचं बोलणं ऐकून कृष्णप्पा वैतागत होता. तो कंटाळून म्हणाला, 'जन्म-मरण, जेवणं, जगणं, संभोग– आमच्या हिंदू धर्मानं प्रत्येकाचा एकेक सण केला आहे! आपली भूमी आणि सण यांचा अर्थ ठाऊक आहे तुला?–'

अण्णाजी गंभीर मुद्रेनं विश्लेषण करू लागला, 'रोजच्या शुष्क जीवनाला भ्रमानं जिंकणं आणि प्रत्यक्ष जिंकणं यात फरक आहे. उत्पादनाचे संदर्भ बदलले की कष्टही सृजनशील होतात. अहंकारानं आपल्याच ताठ्यात राहून 'क्षुद्रपणापासून दूर राहीन–'म्हणत तू सरदारासारखा फिरतोस– हाही एक भ्रमच आहे. त्यापेक्षा तू गरीब कामगारांमध्ये– शेतकऱ्यांमध्ये जा– तिथं काम कर. त्यांना एकत्र आण. स्वत:ला सुईण समज. ते राबतात त्या शेतांचे ते मालक होणं हाच खरा या भूमीचा सण आहे–'

आपले अनुभव वेगळं सांगत असले तरी अण्णाजीचा वाद त्याला प्रभावित करत होता. तरीही त्यानं अण्णाजीला खिजवत विचारलं, 'तर मग रशियामध्ये सगळे श्रम सृजनशील झाले, असं तुला म्हणायचंय काय?'

'हे बघ कृष्णप्पा, जे रशियात घडायला पाहिजे होतं ते घडलं नाही हे खरंच. ज्या पक्षानं क्रांतीसाठी लोकांना तयार केलं, तोच आता तिथला मालक होऊन

बसला आहे! अरे, क्रांती काही एका दिवसाचं काम नाही. झालेली चूक पुन्हा-पुन्हा दुरुस्त करत राहायला पाहिजे! चीनमध्ये पाहा ना–'

कटकट करत शेंगा विकणाऱ्या मुलाला 'गेट अवे–' म्हणून हाकलून देत अण्णाजीनं सिगारेट शिलगावली. पेटलेली सिगारेट तोंडात धरून सैल बाह्या दुमडत त्यानं खिशातून कागद-पेन्सिल बाहेर काढली.

तो चीनमधल्या लाँगमार्चविषयी सविस्तरपणे सांगू लागला तेव्हा कृष्णप्पा संतापून म्हणाला, 'आपल्या देशातले कम्युनिस्ट देशद्रोही आहेत! बेचाळीसच्या चळवळीत त्यांनी ब्रिटीशांना का मदत केली? निदान मी तरी चीन किंवा रशियासाठी काम करणं अशक्य आहे!–'

संयम ढळू न देता अण्णाजी पुढं बोलत राहिला, 'आपल्या देशातले कम्युनिस्ट वांझोटे आहेत हे तर खरंच! पण दुसऱ्या महायुद्धामध्ये जर्मनीला हरवणं अत्यंत महत्त्वाचं होतं. मी मात्र त्यावेळी पार्टी बदलून गांधी-चळवळीत भाग घेतला होता. अर्थात हाही एक विरोधाभास! हे बघ, लाचार आशाळभूतांविषयी तुझ्या मनात प्रचंड तिरस्कार आहे हे मला ठाऊक आहे. हा गर्व आणि तिरस्कार दलित चळवळीसाठी अत्यावश्यक आहे. या बाबतीत तू माझ्यापेक्षा ठामपणे उभा राहशील असं मला वाटतं. म्हणूनच क्रांतीचं बीज पेरण्यासाठी मी तुला हे सगळं सांगितलं–'

अण्णाजी आणखीही सांगत राहिला, 'आता माझं आयुष्य म्हणजे शंभर अडचणींचं गाठोडं झालंय. यातून स्वत:ची सुटका करून घेणं शक्य नाही. जेव्हा देशातले बहुसंख्य लोक क्रांतीसाठी तयार होतील तेव्हा मी सारं सोडून त्यांच्याबरोबर उभा असेन हे मला ठाऊक आहे. गोव्यातले पोलिस जेव्हा 'एक पाऊल पुढं ठेवलंस तर शूट करू' म्हणाले तेव्हा माझ्या पाठोपाठ आलेले सत्याग्रही मागं सरले होते. मी मात्र भित्रेपणा ओलांडून पुढं पाऊल टाकलं होतं. कुठल्याही क्षणी गोळी उडेल या अपेक्षेत मी असतानाच मागं हटलेले इतर सगळे पुढं घुसले आणि पोलिस गोळी न उडवता गप्प उभे राहिले. माझ्या वर्णाची सीमा मी अशा प्रसंगी ओलांडली. तू मात्र ती प्रत्येक क्षणी ओलांडू शकतोस. तू शेतकऱ्यांपैकी एक असल्यामुळे सोबत शेकडो शेतकऱ्यांना घेऊन जाऊ शकशील– शकण्याचा प्रश्नच नाही म्हणा! तुला घेऊन जावंच लागेल! तू मास-मॅन किंवा समूह-पुरुष व्हायला हवास. लढ्याच्या आघाडीवर उभं राहायला हवंस. कम्युनिस्टांना विसरून जा! या भूमीचं सार-सर्वस्व शोषलेल्या क्षुद्र इतिहासाचा आणि वैभवाचा नीट अर्थ जाणून घेऊन या देशात एक नवा पक्ष– क्रांतीकारी पक्ष उभारला पाहिजे!–'

अण्णाजी समरस होऊन बोलत होता. कृष्णप्पालाही ते पटलं असलं तरी मनात खोलवर उमटलेल्या शंकेचा उच्चार केल्याशिवाय त्यालाही गत्यंतर नव्हतं.

'पण लोक अजूनही निश्चिंतपणे जेवत-खात-झोपत-मरत असतील तर हा

सगळा उपद्व्याप हवाच कशाला?'

अण्णाजी संतापला, 'तोंड मिट! कोण समजतोस स्वतःला? जीवनापेक्षा स्वतःला श्रेष्ठ समजणारा तू कोण? देव? क्षुद्र दैनंदिन गोष्टींसाठी तळमळतोस? ते सोडलं तर शिल्लकच काय राहातं? या दैनंदिन जीवनाला तेज आणणं यापेक्षा दुसरं कुठलं महत्त्वाचं काम आहे? समाधीमध्ये किंवा भक्तीच्या परवशतेमध्ये मीच पुढं जाईन असं समजणाऱ्या पिंजलेल्या बुद्धीच्या इडिएटांसारखा बोलू नकोस-!'

त्या आधी कधीही कृष्णप्पावर कुणी अशा प्रकारे घसरलं नव्हतं. अण्णाजीनं आपल्या जीवनाच्या कक्षा रुंदावल्याचं त्याच्या बोलण्यातून जाणवल्यामुळं कृष्णप्पा आदरानं म्हणाला- एकीकडे आपलं बोलणं अप्रस्तुत आहे हे ठाऊक असलं तरी-

'हे पाहा, बुद्ध आणि ख्रिस्त हे दोघंही मला जवळचे आहेत. ख्रिस्तानं आपल्या आईला विचारलं ना- 'ए स्त्रिये, तू कोण?' मला ही भूमिका अगदी पटते. तसंच आपल्या अल्लमप्रभू, नानक, कबीर या अर्धवट देववेड्यांनीही कुठलंसं सत्य आपल्या वाणीमध्ये विझू न देता जपून ठेवलं आहे असं मला वाटतं. त्यामुळे लोकांचं पोट कपडा वगैरे उपद्व्यापांत बुडणं म्हणजे-'

आपलं बोलणं पूर्ण केलं तर आपल्या मनातला गोंधळ अगदीच सोपा होऊन जाईल म्हणून कृष्णप्पा मध्येच थांबला.

अण्णाजीही गप्प बसला.

बागेतलं वारं सुखावह होतं. नवविवाहित जोडपी, लहान मुलांना खेळवणाऱ्या बायका, त्यांचे ढेरपोटे नवरे, घरातल्या कर्त्या मुलांबरोबर भांडणारे निवृत्त म्हातारे- हे जीवन आणखी प्रकाशमान होईल असं अण्णाजी म्हणतो- कसं शक्य आहे ते? कृष्णप्पा आश्चर्य करत बसून राहिला होता.

अण्णाजी मृदूपणे म्हणाला, 'तू जी नावं घेतलीस, त्यातलं कुणीही समाज सोडून अलिप्तपणे उभं राहिलेलं नाही, कृष्णप्पा! त्यांच्यामध्ये आणि आपल्यामध्ये असलेला सगळ्यात मोठा फरक म्हणजे ते भ्रमात राहून जिंकायचा प्रयत्न करत होते. आम्ही कारखाने- शेती- थोडक्यात म्हणजे वास्तवात जिंकण्यासाठी धडपड करतो. तू असाच प्रामाणिक राहिलास तर तुलाही माझ्यासारखाच विचार करावा लागेल! आज नाही तर उद्या-'

□

आपण चन्नवीरय्याच्या घरी राहायला जाणार असल्याची बातमी अण्णाजीनं कृष्णप्पाला सांगितली. अण्णाजी चन्नवीरय्याला इंग्लिश शिकवत होता.

रस्त्यावर दिसलेला तो माणूस साध्या वेषातला सी. आय. डी. नसावा- स्वतःभोवती रहस्यमय वातावरण निर्माण करणाऱ्या अण्णाजीचा तो भ्रम असावा असं

कृष्णप्पाला वाटत होतं. तसं नसेल तर अण्णाजीचा सारा दिवस सपक होऊन जातो हेही त्याला ठाऊक होतं. पण त्याचबरोबर अण्णाजी थोडा घाबरलेलाही दिसला.

'मी दिवा बंद करून बाहेर जाईन. थोड्या वेळानं तू बेडींग आणि पुस्तकं चन्नवीरय्याच्या घरी पोचव. त्या डुक्कराला समजू न देता!–' एवढे हलक्या आवाजात सांगून अण्णाजी दिवा बंद करून तिथून बाहेर पडला. कृष्णप्पा खिडकीतून त्या माणसावर नजर ठेवून राहिला. दिवा बंद झाल्यावर तो माणूसही दिसेनासा झाला. कदाचित तो अण्णाजीचा पाठलाग करत गेला असावा. अण्णाजीनं आणखी विचार करून त्याला आपली गुरिल्ला-योजना सांगितली होती, 'इथून मी सरळ चन्नवीरय्याच्या घरी जाणार नाही. एखाद्या हॉटेलात थोडं-फार खाऊन इतर दोन-तीन शिकवणुकींच्या घरी आणखी एक-दोन महिने येणार नाही असं सांगून माघारी फिरताना चन्नवीरय्याच्या घरी जाईन–'

काही वेळ दिसेनासा झालेला तो माणूस पुन्हा दिसू लागला. डोक्यावर टक्कल, जाड मान, धोतर-कोट तो रस्त्यापलीकडच्या दुकानापाशी उभा होता. कृष्णप्पानं थोडं जास्तच निरीक्षण केलं. त्याच्या शुभ्र धोतरावरून त्याला वाटू लागलं– कदाचित हा पोफळीच्या बागेचा मालक असावा– कदाचित खेड्यातून तो सुपारी विकायला आला असावा– कदाचित याच रस्त्याच्या जवळपास असलेल्या एखाद्या वेश्येकडे जाण्यासाठी तो योग्य संधीची वाट पाहात असावा–

असल्या क्षुल्लक सी.आय.डी. कामासाठी आपल्याला ताटकळत राहावं लागलं याचा कृष्णप्पाला राग आला. त्याच्या आजवरच्या सगळ्या चळवळी 'गांधीवादी' असल्यामुळे या राजरोसपणे करता न येणाऱ्या अण्णाजीच्या राजकारणात काहीतरी गैर आहे असं त्याला वाटलं. आपण असलेला प्रत्येक पक्ष फोडून त्याला मुत्सद्दीपणाचं नाव देऊन अण्णाजी जे राजकारण खेळत होता ती 'राजकीय क्रांती' कृष्णप्पाच्या स्वभावाला न मानवणारी होती. तरीही त्याला अण्णाजी तत्त्ववेत्ता वाटत होता. तो आपल्यापासून काहीही दडवून ठेवत नाही असंही त्याला वाटत होतं.

तो धोतरवाला माणूस डोक्यावर काळी टोपी चढवून टांग्यात चढला. टांगा दिसेनासा झाल्यावर कृष्णप्पानं दुसऱ्या टांग्यात अण्णाजीचं सर्वस्व– म्हणजे सारं कोंबलेली वळकटी आणि ट्रंक ठेवली आणि लांबच्या वाटेनं चन्नवीरय्याच्या घराकडे निघाला.

□

चन्नवीरय्या सुमारे तिशीच्या घरातला श्रीमंत कॉंट्रॅक्टर– गावच्या म्युनिसिपालटीचा मेंबर– लवकरच अध्यक्ष होण्याची शक्यता असलेला. गावातल्या रोटरी क्लबचाही तो सदस्य होता. रोटरी गव्हर्नर होऊन अमेरिकेला जायची दुर्दम्य आशा त्याचा

मनात होती. स्वातंत्र्य मिळाल्यानंतर काँग्रेसमध्ये प्रवेश करून सिल्कचा क्लोज कॉलरचा कोट आणि पँट घालून मोटारीतून फिरणारा, अधूनमधून वृत्तपत्रात नाव येईल इतपतच नामवंत व्यक्ती तो झाला होता. त्याची महत्त्वाकांक्षा अपूर्ण राहायला एक महत्त्वाचं कारण म्हणजे त्याचं कच्चं इंग्लिश. रोटरीचा गव्हर्नर होण्याचं स्वप्न अपूर्ण राहात असल्यामुळे त्याला अलिकडे आपण कॉलेजमधले दिवस गुंडगिरी करण्यात घालविल्याबद्दल विषाद वाटत होता. या एका कमतरतेमुळे जवळ अमाप पैसा असला तरी गावाच्या वेशीबाहेर त्याच्या मोठेपणाचा खेळ चालत नव्हता.

संध्याकाळच्या क्लबच्या बैठकीत पोलिस खात्यामधल्या वरिष्ठ अधिकाऱ्यांशी दोस्ती असलेल्या चन्नवीरय्याशी, अण्णाजीनं या गावात आल्या आल्या पहिल्या आठवड्यातच ओळख करून घेतली होती. त्यावेळी त्यानं पूर्वी आपण 'स्टेट्समन'च्या संपादन विभागात काम करत होतो असं सांगितलं होतं. आपलं नाव अण्णाजी एस. कत्रे असून नोकरी सोडून आपण एक पुस्तक लिहिणार आहोत– गावातली प्रतिष्ठित व्यक्ती आणि काँग्रेसचा माणूस असलेले चन्नवीरय्या, या जिल्ह्यातल्या स्वातंत्र्य सैनिकांच्या कथा आपल्याला सांगू शकतील काय, अशी त्यानं चौकशी केली.

संगमरवरी फरशी बसवलेल्या हॉलमध्ये असलेल्या वेताच्या खुर्चीवर बसून आपल्याला बरंच कळतं अशा पद्धतीनं मान हलवत चन्नवीरय्यानं सारं ऐकून घेतलं. रेडिओतल्यासारखं अण्णाजीचं इंग्लिश ऐकत आपल्याला सारं समजतं असं दाखवत मान हलवत 'आय सी–' 'आय सी–' म्हणताना तो घामाघूम झाला. मात्र चहा आणण्यासाठी तो आत गेला तेव्हा मॅजिस्ट्रेटची मुलगी असल्यामुळे कॉन्व्हेंटमध्ये शिक्षण झालेल्या बायकोला मात्र बळेच हसत म्हणाला, '–काय बोलतोय कोण जाणे! जी गाडी सोडलेय म्हणून सांगू!' काही समजलं नाही–'

रोटरी क्लबमधल्या अनेक मोठेपणासाठी बायको इंग्लिश बोलणारी असणं आवश्यक असल्यामुळे त्यानं श्रीमंतीच्या बळावर उमेशी लग्न केलं होतं. कशिदा काढता- काढता अण्णाजीच्या बोलण्याकडे लक्ष ठेवलेल्या उमेनं डायनिंग टेबलावर चहा-बिस्किटं देता देता सगळा मतितार्थ नवऱ्याला सांगितला आणि अखेर त्यांना चहासाठी आत बोलवायलाही सांगितलं.

चन्नवीरय्यानं 'कम-इन' म्हटल्यावर आत गेलेल्या अण्णाजीनं उमेला अत्यंत गौरवानं नम्रपणे वाकून अभिवादन केलं आणि पुढच्या गप्पांमधून आपल्याला कोल्हापूरला असताना कन्नड बोलता येत होतं– या गावी वेळ असेल तेव्हा आपण मुलांना इंग्लिश शिकवत असतो असं मोडक्या-तोडक्या कन्नडमध्ये सांगितलं. 'स्वातंत्र्य मिळालं तरी आपल्या लोकांचा इंग्लिशवरचा मोह गेलेला नाही– आपण मात्र कन्नडमध्ये फर्डे वक्ते आहात म्हणून ऐकलंय–' म्हणत चन्नवीरय्याचं कौतुक

करून चहाच्या पहिल्या घोटासरशी उमेच्या अभिरुचीचं कौतुक करून तिलाही खूश केलं.

अशा प्रकारे एकाएकी एका बुद्धीजीवीशी मैत्री झाल्यामुळे चन्नवीरय्या अभिमानानं फुलून गेला. आपल्या रोटरी-मित्रांशी ओघवती इंग्लिशमध्ये गप्पा मारणाऱ्या या मित्राची ओळख करून देऊन त्यांचा नक्षा उतरवायचं त्यानं ठरवलं. त्याचबरोबर इतर कुणालाही कळू न देता याच्याकडून इंग्लिश शिकून आपणही तयार व्हायचा त्यानं निश्चय केला.

अपेक्षेपेक्षा अण्णाजीचा प्लॅन अधिक यशस्वी झाला होता. दररोज सकाळी चन्नवीरय्याची गाडी त्याला बोलवायला येत होती. बाहेरच्या लॉनवर फिरत 'सुप्रभात' ऐकणारा चन्नवीरय्या गेटमध्ये अण्णाजीला पाहून, शिकत असलेल्या इंग्लिशचा वापर करून स्वागत करत होता आणि बंगल्यात घेऊन जात होता. ब्रेकफास्ट करताना इंग्लिशचा धडा पुढं चाले. 'हे छान आहे,' 'नमस्कार,' 'साखर पाहिजे,' 'किती चमचे?,' 'आज हवा छान पडली आहे.' या सारखी छोटी छोटी वाक्यं बोलत असताना चन्नवीरय्यानं कॉलेजमध्ये जे चुकीचं ज्ञान आत्मसात केलं होतं ते अण्णाजी दुरुस्त करत होता.

यापेक्षा जास्तीचं इंग्लिश जाणणारी उमा अण्णाजीच्या सुशिक्षित वागण्या-बोलण्यामुळे खुश होत होती. तिथं आजवर येणारे फक्त काळाबाजारवाले, जुगारी, खडबडीत बोलणारे, आपली दखल न घेता बाहेर पाठवलेली कॉफी आणि खाणं बकाबका खाऊन कार्पेटला मातीचे पाय पुसून निघून जाणारेच असत. अण्णाजीसारखा सुशिक्षित माणूस या बंगल्यात कधीही आला नव्हता.

या घरातल्या श्रीमंतीचा अण्णाजीला सूक्ष्म तिटकारा असल्याचं तिला जाणवलं होतं. हा मूळचा दुसरा कुणीतरी रहस्यमय माणूस असून, कुठल्यातरी वेगळ्याच कारणासाठी हा इंग्लिश शिकवण्याचा उपद्व्याप करत आहे अशी शंका तिच्या मनात होती. पातळ नाक-ओठ, थोड्या कंदी रंगाचा चेहरा, तीक्ष्ण नजर, चित्त्यासारखी सडपातळ आणि चपळ शरीरयष्टी असलेल्या उमेला अण्णाजीच्या बोलण्या-वागण्यातून सूक्ष्म आनंद मिळत होता. तिचं अस्तित्व आणि व्यक्तिमत्त्व आपण एकाग्रपणे जाणून घेत आहे हे अवाक्षरही न बोलता तिला समजेल असं तो करत होता. श्रीमंतीविषयीचा त्याचा तिरस्कार आणि मौन असतानाही त्याच्या चेहऱ्यावर उमटणारे गूढ भाव उमेला सूक्ष्मपणे जाणवत होते. तो आपल्याविषयी दाखवत असलेल्या आस्थेविषयी ती कृतज्ञ होऊन राहिली होती.

त्यानं स्पष्टपणे काहीही सांगितलं नसलं तरी त्याला आवडतात म्हणून तिनं रेयॉनच्या चमकदार साड्या नेसायचं सोडून त्याऐवजी स्टार्च केलेल्या कॉटनच्या साड्या नेसायला सुरुवात केली होती. तो निघाला की घरात केलेला विशेष खाद्यपदार्थ

नवऱ्याकरवी टिफीन-बॉक्समध्ये भरून देत होती, चन्नवीरय्यासाठी म्हणून जी पुस्तकं देत होता ती वाचून आनंद व्यक्त करत होती. चन्नवीरय्याही इंग्लिशमध्ये सांगायचा, 'मला दररोज अजिबात वेळ मिळत नाही. तीच मला वाचून सांगते-'

त्यावेळी अण्णाजी निर्विकारपणे त्याच्याकडे पाहात सांगायचा, 'She will read it everyday नव्हे, she reads it everyday to me .'

'Yes, Yes. She reads it everyday to me माझे सगळे मित्र डबल ग्रॅज्युएटस् असले तरी ही चूक करतात बघा! त्यामुळे मलाही तीच सवय झालीय- काय करणार?' सिगारेट पेटवत चन्नवीरय्या म्हणायचा.

'You must first offer it, to me !' म्हणत अण्णाजी हसायचा. चन्नवीरय्याही 'Excuse me' म्हणायचा.

गावातल्या खोलीत राहाणं धोक्याचं वाटल्यावर अण्णाजीनं एकदा ब्रेकफास्टच्या वेळी इंग्लिशमध्ये म्हटलं, 'माझी खोली म्हणजे पिग-स्टे आहे. बाहेर कॅट अँड डॉग पाऊस पडायला लागला की आतही पाऊस ड्रिप होऊ लागतो. काही वेळा फरी सुरवंट मूव्हींग रॅग्जसारखे भिंतीवरून फिरत असतात!'

हा आपल्यासाठी इंग्लिश इडियम्स्चा आणखी एक धडा आहे की, अण्णाजी आपल्याला काही सांगत आहे हे न कळल्यामुळे तो काही वेळ वाक्प्रचार लक्षात ठेवण्यासाठी धडपडत राहिला. नवऱ्याच्या बावळटपणाचं उमेला हसू आलं.

मग अण्णाजीनं स्पष्टच सांगितलं, 'मला एक खोली हवी आहे. मिस्टर चन्नवीरय्या, तुम्ही म्युनिसिपालटीचे सदस्य आहात ना? कुठं तरी रेकमेंड करून खोली मिळवून द्याल काय?'

चन्नवीरय्या अजूनही सावरला नव्हता. आपण म्युनिसिपालटीचे सदस्य असल्याची अण्णाजीनं आठवण करून दिल्यामुळे इंग्रजीचा आघात काही प्रमाणात कमी झाला होता इतकंच! त्याच्या चेहऱ्यावरच्या असंबद्ध हास्याचा अण्णाजी आस्वाद घेत बसून राहिला.

अखेर उमाच कन्नडमध्ये म्हणाली, 'एवढ्या वाईट खोलीत तुम्ही कशाला राहाता? गॅरेजवर आमची गेस्टरूम आहे ना? तुम्हाला वेगळी खोली मिळेपर्यंत तुम्ही इथंच येऊन राहा!-'

मग चन्नवीरय्याही स्वत:ला सावरत 'यस्-यस्' म्हणाला. आपण 'गराज' म्हणून अण्णाजीकडून अनेकदा 'गॅरेज' म्हणून दुरुस्ती करून घेतली- तोच उच्चार ही किती सहजपणे करते याचा त्याला राग आणि मत्सर वाटला- त्याचबरोबर 'ही आपली आहे-' याचा अभिमानही!

कृष्णप्पानं आणलेली अण्णाजीची ट्रंक आणि वळकटी उमेनं नोकराकरवी गेस्टरूममध्ये नेऊन ठेवली. कृष्णप्पानं आश्चर्यानं अण्णाजीच्या सुदैवाचं निरीक्षण

केलं. इथं अण्णाजीच्या होल्डॉलची गरज नव्हती. त्याचं सारं सामान उमानं कपाटात नीट रचून ठेवलं. तिथल्या बुक-केसमध्ये तिनं स्वत: पुस्तकं लावली साध्या लाकडी कॉटवर डनलॉपची गादी अंथरली होती. त्यावर पांढरं शुभ्र बेडशिट 'टक्' करून त्यावर पक्ष्यांचं डिझाईन असलेली चादर पसरली होती. टेबलावर थंडगार पाण्याचा फ्लास्क ठेवला होता. खोलीलगतच संडास-बाथरूम होती. जमीन गालिचानं आच्छादली होती. खिडक्यांना नारंगी पडदे झुळझुळत होते.

साऱ्या खोलीत अण्णाजीची रंग उडालेली आणि सगळीकडून चेपलेली ट्रंक विसंगत दिसत होती. उमा मंद हसत साईड-टेबलावर ठेवलेली ट्रंक उचलायला पुढे झाली– पण जड असल्याचं बघून नोकराकरवी तिनं ती कपाटात ठेवायला लावली.

कृष्णप्पानं सांगितलं, 'अण्णाजी जेवून येतील–'

हे ऐकून तिचा चेहरा खिन्न झाल्याचा त्याला भास झाला. तो निघाला तेव्हा उमानं त्याला थांबवून नोकराकरवी बोर्नव्हिटा घातलेलं दूध आणून दिलं, नंतर सांगितलं, 'हे क्लबला गेले आहेत. भेटायचं असेल तर वाट पहावी लागेल.'

'नको–' म्हणत तो तिथून बाहेर पडला.

जिना उतरताना त्याला आठवलं– ज्या कारणासाठी आपण अण्णाजीला भेटायला आलो होतो, त्या कारणाचा आपल्याला विसरच पडलाय! आपण कॉलेज सोडण्याचा निर्धार केल्याचं दुसरे दिवशी सांगता येईल असा विचार करून तो हॉस्टेलवर गेला आणि 'जेवण नको–' म्हणून सांगून झोपी गेला.

पहाटेपर्यंत त्याला झोप लागली नाही. रात्रभर एक सर्वस्वी अपरिचित गोंधळ त्याला छळत राहिला होता. पहाटे हॉस्टेल पुढे नेहमीप्रमाणे लॉऱ्या सुरू होऊ लागल्या तेव्हा त्याला नेहमीप्रमाणे 'नस्ती कटकट' वाटण्याऐवजी त्या परिचित आवाजानं हायसं वाटलं.

□

दुसरे दिवशी कृष्णप्पा उठला तेव्हा रात्रभर झोप न झाल्यामुळे त्याचे डोळे लाल झाले होते. हॉस्टेलमध्ये त्याचं राहणं-खाणं फुकट असलं तरी कुणीतरी शाळेचा विद्यार्थी त्याला खोलीवर कॉफी आणून देत होता. हॉस्टेलमध्ये त्याची सेवा करण्यासाठी नेहमीच चढाओढ चाले.

आपलं मन इतकं का अस्वस्थ व्हावं याचा विचार करत कृष्णप्पानं तोंड धुतलं. किशोरकुमार नावाचा एक श्रीमंत घरातला मुलगा कॉफी घेऊन आला. कृतज्ञतापूर्वक कॉफी स्वीकारत त्यानं आत्मियतेनं चौकशी केली, 'तू घेतलीस?'

त्याचं उत्तर न देता त्यानं सांगितलं, 'तुमच्याविषयी भिंतीवर कुणीतरी सुव्वर गलिच्छ काहीतरी लिहित होता ना? हॉस्टेलमध्ये सगळे संतापले आहेत!–'

'लिहू देत त्यांना!' कृष्णप्पा म्हणाला खरा, पण त्यालाही वाटलं, आपण तर रात्रभर जागेच होतो– मग केव्हा आली असतील ही कार्टी लिहायला?

'भयंकर लिहिलंय! किळस येते वाचताना! तुम्ही वाचू नये म्हणून मुलं पुसताहेत–'

मंद हसत कृष्णप्पानं कॉफी संपवली आणि किशोर रिकामा लोटा मागत असतानाही न देता तो स्वतः खाली उतरला. लिहिलेलं चुन्यानं पुसण्यासाठी धडपडणाऱ्या मुलांना तो म्हणाला, 'जाऊ द्या रे! उगाच कशाला डोकं तापवून घेता?'

फुटबॉल-टीमवाल्या धटिंगणांचंच हे काम असल्याची हॉस्टेलमधल्या मुलांची खात्री होती. कृष्णप्पाच्या डोक्यात प्रकाश पडला– वक्कलिगांचा अपमान म्हणून ही मुलं संतापली आहेत–

'हरामखोर लेकाचे! कढी पातळ केल्याशिवाय सोडणार नाय–' भरधाव वेगानं धावणाऱ्या जुन्या मोटरसायकलचा मालक असलेल्या शामण्णानं सांगितलं. स्वतः मोठ्या जमीनदाराचा मुलगा असलेल्या शामण्णाला 'आपल्या समाजातला मोठा बुद्धीजीवी' म्हणून कृष्णप्पाविषयी आदर होता.

त्यांची समजूत काढत कृष्णप्पा म्हणाला, 'जाऊ दे म्हटलं ना? मी तर कॉलेजच सोडायचं ठरवलंय–'

'या हलकटांना गौरीताईंच्या पायावर लोटांगण घालायला लावतो की नाही बघा! तुम्ही कशाला कॉलेज सोडता?' शामण्णा म्हणाला. तसा शामण्णाही एरवी मुलींची छेड काढण्यात अग्रभागीच असायचा– पण कृष्णप्पाविषयी गौरीला आदर असल्यामुळे यानं तिच्या नावापुढं 'ताई' लावलं होतं.

काही न बोलता कृष्णप्पा खोलीवर गेला. त्यानं पुस्तक वाचायला घेतलं– पण मन एकाग्र झालं नाही. मनातल्या अनामिक गोंधळामुळे ते विचलीत झालं होतं. आपल्या आवाक्यात नसलेलं काहीतरी सामोरं येत असल्याची सूचना त्याचं अंतर्मन देत होतं.

नाश्ता न करता कृष्णप्पा अण्णाजीला भेटायला निघाला. आपल्या मनातल्या गोंधळाचं नेमकं कारण स्पष्टपणे उमगलं नसलं तरी डोळ्यांसमोर वारंवार येणारी गौरी देशपांडे आपल्या दृष्टीनं अत्यावश्यक होत चालली आहे हे त्याच्या लक्षात आलं होतं. बाग ओलांडत असताना आपण इथून सरळ तिच्या घरीच जावं असं त्याला तीव्रपणे वाटत होतं. पण तिथं जाऊन तिला काय सांगायचं? 'तुझ्यावर माझं प्रेम आहे–' म्हणून? ते शक्य नाही. असं वाटण्यामागं आपला अहंकार तर कारणीभूत नाही ना? कोण जाणे! काही का असेना, आपल्यात काही तरी त्रुटी आहे– गौरी देशपांडे नसेल तर ती भरून येणार नाही असं वाटू लागलं. आपण

स्वत:च्या न कळत तिच्या घरी तर जाणार नाही ना? या विचारानं तो घाबरा झाला.

भिंतीवरचं घाणेरडं लिखाण म्हणजे आपली घनगंभीरता आणि अंतरंगावर बाहेरच्या क्षुद्रतेनं आघात करण्याचा केलेला प्रयत्न आहे– त्याचा आपल्यावर काहीही परिणाम होणार नाही असं कृष्णप्पाला वाटलं होतं. अशा गोष्टींकडे लक्ष देणंही कमीपणाचं आहे असं त्याला वाटलं होतं. म्हणूनच त्याला आपल्या मनात उठलेला गोंधळ अधिक रहस्यमय वाटत होता.

अण्णाजी मऊ सोफ्यावर अंग टाकून चारमिनार ओढत उमाशी गप्पा मारत बसला होता. समोरच्या स्टुलावर बसलेली उमा दोन्ही हातांच्या ओंजळीत चेहरा ठेवून आपले मोठाले डोळे त्याच्यावर रोखून मोठ्या कौतुकानं त्याचं बोलणं ऐकत होती. एखाद्या रम्य सिनेमाची कथा सांगावी तसा अण्णाजी फ्रेंच राज्यक्रांतीविषयी रंगवून सांगत होता.

कृष्णप्पा काही न बोलता आत गेला आणि तिथल्या दुसऱ्या सोफ्यावर बसून त्यानं अण्णाजीच्या सुदैवावरून नजर फिरवली. मेजावर फुलांच्या कुंड्या ठेवल्या होत्या. उमाचे डोळे लखलखत होते. महिनाभर वाढवलेली करड्या रंगाची दाढी अण्णाजीनं आदले दिवशीच काढून चेहरा साफ केलेला दिसत होता. अंगावर शुभ्र तलम धोतर– शुभ्र झब्बा–

त्यानं कृष्णप्पाला सांगितलं, 'मिस्टर चन्नवीरय्यांनी मला आज संध्याकाळी रोटरी- क्लबमध्ये बोलण्यासाठी बोलावलंय. तूही ये–'

उमा कृष्णप्पासाठी कॉफी पाठवण्यासाठी खाली निघून गेली. कृष्णप्पा काहीच बोलला नाही. अण्णाजीच पुढं म्हणाला, 'मार्क्सवादाच्या ऐतिहासिक सिद्धांताविषयी आज मी बोलणार आहे–'

'रोटरी क्लबमध्ये?' कृष्णप्पानं उपहासानं विचारलं.

'व्हाय नॉट?' त्याच स्वरात अण्णाजीनं विचारलं,' हे पहा मी फक्त पेरणं जाणतो. आता ही उमाच पाहा– ब्यूरोक्रॅट पार्श्वभूमीतून ही कॉंप्रडॉर कॅपिटॅलिस्ट वर्गात आली आहे. पण क्रांतीकारक होण्याची आंतरिक शक्ती तिच्यात दडली आहे. अशा व्यक्तींना श्रीमंत वर्ग आपल्यासारखा करू पाहातो– पण–'

'–आता तूही त्याचा बळी झालास ना!' कृष्णप्पानं भोवताली सहेतुक नजर फिरवत म्हटलं. यावर नाटकीपणे हसत अण्णाजीनं तिकडं दुर्लक्ष केलं.

आपण इथं फार वेळ बसणं उमाला पसंत नाही हे ध्यानात येऊन कृष्णप्पा कॉफी संपताच उठला. अण्णाजीनं आग्रह केला तरी न थांबता संध्याकाळच्या सभेला येण्याचं कबूल करून तो तिथून बाहेर पडला. आता त्याला एकटं राहणं अत्यंत गरजेचं होतं– तसंच गौरीच्या घरापासून लांब राहणंही आवश्यक होतं.

□

गावाजवळच्या डोंगरावरच्या गुहेत एक कौपिनधारी दाढीवाला बैरागी राहात होता. त्याचं नाव कुणालाही ठाऊक नव्हतं. तो कुणाशीही बोलत नव्हता. दररोज सकाळी डोंगर उतरून गावात यायचं, एक रस्ता निवडून एका टोकाला उभं राहून मोठ्यानं भगवत् गीतेतले अध्याय वाचायचे, समोरची छोटी टोपली डाळ-तांदूळ-पैसे यांनी भरली की न थांबता गुहेकडे निघून यायचं असा त्याचा दिनक्रम होता. कृष्णप्पाच्या मनात त्याच्याविषयी नेहमीच कुतूहल होतं.

कृष्णप्पा डोंगर चढून गुहेपाशी गेला तेव्हा बैरागी गुहेबाहेर तीन दगडांची चूल मांडून त्यावरच्या दगडीत डाळ-तांदूळ शिजवत होता. त्याला 'नमस्कार–' म्हणत कृष्णप्पा तिथल्या एका दगडावर बसला.

बैरागी काही बोलला नाही. डाळ-तांदूळ शिजल्यावर त्यानं गुहेतून पळसाची पानं आणली, काडीनं ती परस्परांना जोडून तीन पत्रावळी तयार केल्या, दगडीतील खिचडी तिन्ही पत्रावळींवर सारखी वाढली आणि त्यातली एक पत्रावळ त्यानं थोड्या अंतरावर नेऊन ठेवली. कुठूनसं एक कुत्रं निवांतपणे आलं. बैराग्यानं दुसरी पत्रावळ कृष्णप्पापुढे ठेवली आणि तिसऱ्या पत्रावळीपुढे ध्यानस्थ बसला. कृष्णप्पाला काय बोलावं ते सुचेना. बैरागी जेवू लागला. कृष्णप्पाही पत्रावळीतलं अन्न खाऊ लागला. त्या अन्नाला कसलीही चव नव्हती. पण भूक लागल्यामुळे त्यानं पत्रावळ रिकामी केली.

जेवण झाल्यावर बैराग्यानं पत्रावळी लांब टाकल्या आणि तो पुन्हा पहिल्याजागी येऊन बसला. आताही तो काही बोलला नाही. कृष्णप्पालाही काही बोलण्याची गरज भासेनाशी झाली. बैरागी तिथल्या सावलीत आडवा झाला आणि त्यानं डोळे मिटून घेतले.

हा बैरागी पोकळ आहे– घट्ट आहे– मुक्त आहे– मूर्ख आहे– कृष्णप्पाला हे सगळे प्रश्न अप्रस्तुत वाटू लागले. त्यामुळे त्याची अस्वस्था आणखी वाढली. काही शक्यता सामोऱ्या आल्यामुळे आपल्या मनात गोंधळ उडाला असला पाहिजे. या डोंगरावरून उडी मारून मरता येईल– या बैराग्याप्रमाणे दररोज एक वेळ जेवून मुकाट्यानं राहाता येईल– अण्णाजीसारखं समाजाबरोबर भांडत जगता येईल– दररोज स्त्रीशी संग करत मुलांना जन्म देतही जगता येईल. काहीही करता येईल– तशी कशाचीही गरज नाही. काहीही न करता बैराग्यासारखंही राहाता येईल. तसं राहाणं म्हणजेही काहीतरी केल्यासारखंच आहे. कशालाच काही अर्थ नाही– आपण देऊ तोच अर्थ–

बैरागी उठून बसला. त्याचा चेहरा भावरहित होता. तो थोड्या अंतरावरच्या दगडामागं लघवी करून आला.

हा बैरागी दररोज अमूक-अमूक करायचं म्हणून ठरवत असेल काय? की त्याचा निर्धार होऊन गेला आहे? यात त्याला आनंद वाटत असेल काय? की

त्याचीही याला गरज नाही? 'कर्म कर– कर्म न करता मुकाट्यानं राहा– आनंदी होऊ नकोस– कष्टी होऊ नकोस' इत्यादी दररोज ओरडून ओरडून सांगून हा आपलं अन्न मिळवतो ना? मग दिवसभर स्वत: काय करत असेल?–

सगळ्या विचारांचा गोंधळ होऊन कृष्णप्पा पटकन उठत म्हणाला, 'स्वामीजी, उठा! माझा एक प्रश्न आहे–'

पडल्या-पडल्या बैराग्यानं डोळे उघडून पाहिलं.

'तुम्ही मौनी आहात? तसं असेल तर मग दररोज रस्त्यावर भगवत्-गीता का म्हणता?–'

बैराग्यानं तोंड फिरवलं नाही.

हा बहिरा तर नसेल? आपलं बोलणं वृथा किंचाळणं होत असल्याचं जाणवलं तरी तो बैराग्याजवळ जाऊन ओरडला, 'उठा!'

कृष्णप्पाला आपण अत्यंत हास्यास्पद झाल्यासारखं वाटलं. असहाय्य होऊन त्यानं बैराग्याचा हात घट्ट पकडला. काहीही प्रतिक्रिया न दाखवता बैरागी त्याच्या हातात आपला हात तसाच ठेवून पूर्वेकडे पाहात बसून राहिला होता. कृष्णप्पाला जोरात किंचाळावंसं वाटलं. डोळे-कान-त्वचा बाहेरचं आत घेत असतात ना? शिश्न-योनी आणखी आत्मियतेनं आतून-बाहेरून आवळतात ना? हे सत्य सोडलं तर आणखी कुठलं सत्य या बैराग्यानं पाहिलं आहे? त्याच्याकडून प्रतिक्रियेची अपेक्षा केल्यामुळेच त्याची अगम्यता आणखी रहस्य होऊन राहिली ना? तो महामूर्ख असला तरी त्यानं आपल्याला जिंकलं आहे! त्याला त्रास झाला तरी हरकत नाही– प्रतिक्रिया मिळवायलाच पाहिजे अशी तीव्र इच्छा कृष्णप्पाच्या मनात निर्माण झाली. अखेर निराश होऊन तो उठून उभा राहिला आणि जड पावलं ओढत डोंगर उतरून गावाकडे परतला.

रोटरी क्लबमधली सगळी रिच्युअल्स अण्णाजी कशी सहन करतो याचं आश्चर्य करत कृष्णप्पा बसला होता. व्यक्ती आणि समाज यातील नाते-संबंध, उत्पादन पद्धतीमधील बदल, वर्ग-प्रज्ञा आणि क्रांतीविषयी चाललेलं ओघवत्या इंग्लिश भाषेतील व्याख्यान ऐकताना ही क्रांती, सिल्क झब्बा आणि सूट घातलेल्या रोटरीच्या मेंबरांना आवडत असलेली पाहून कृष्णप्पाला घृणा वाटत होती. कर्म आणि पुनर्जन्माप्रमाणे ही क्रांतीही कालानुक्रमेण 'इनएव्हिटेबल' का होऊ नये? प्रलयासारखी?

चन्नवीरय्या अभिमानानं छाती फुगवून बसला होता. आभार प्रदर्शनाआधीच कृष्णप्पा उठून हॉस्टेलकडे निघाला.

□

तो हॉस्टेलवर पोहोचला तेव्हा अंधार झाला होता. हॉस्टेलसमोर गौरी देशपांडेची गाडी उभी होती. गाडीचा ड्रायव्हर बाहेर सिगारेट ओढत उभा होता. हॉस्टेलमधली मुलं उत्साहानं आपसात गप्पा मारत उभी होती. डासाची मादीही आपल्या हॉस्टेलमध्ये येऊ शकणार नाही असं समजणाऱ्या मुलांच्या दृष्टीनं गौरी देशपांडेच्या रूपानं प्रत्यक्ष स्त्री-जीव हॉस्टेलमध्ये आला ही मोठीच ऐतिहासिक घटना झाली होती!

कृष्णप्पाला पाहाताच त्यांची कुजबूज थांबली. कृष्णप्पा पायऱ्या चढून आपल्या खोलीत गेला. त्यानं दार लोटताच कुठलंसं पुस्तक वाचण्यात गढून गेलेली गौरी उठून उभी राहिली. मंद हसत तीच म्हणाली, 'क्षमा करा! तुमच्या खोलीवर येऊन त्रास देतेय मी तुम्हाला!–'

तिचा दुधट गोरा चेहरा शांत होता. कपाळावर कोरडं कुंकू लावलं होतं. तिचा किंचित मांसल असलेला खालचा ओठ– गोल स्तन– गोल बाह्या– लांब पाय– उभं राहण्याची त्रिभंगी मुद्रा– पाठीवरची जाड काळीभोर वेणी– मनात मोह निर्माण होत असतानाच तिचे मोठाले शांत डोळे आणि कोरल्यासारख्या भुवया यांच्यामुळे मनात ही अगम्य असल्याची भावना मनात निर्माण होत होती. मौनाच्या अथांग डोहात लपलेल्या मुलीसारख्या भासणाऱ्या गौरीला पाहाताच मनात उमटलेला आनंद दाखवू न देता कृष्णप्पाही कोरलेल्या काळ्याशार पाषाण मूर्तीसारखा उभा राहिला.

'बसा ना–'

गौरी खोडकरपणे हसली आणि म्हणाली, 'एकच खुर्ची आहे, तुम्ही बसा–'

कृष्णप्पा पलंगावर बसला. गौरी खुर्चीवर बसली. भिंतीवरच्या विवेकानंद–गांधीजींच्या तसवीरींवरून नजर फिरवत तिनं विचारलं, 'तुम्ही कॉलेज सोडताय, हे खरं?'

'होय. काहीतरी वेगळं करावं म्हणून! तुमच्यामुळे नव्हे!'

गौरीच्या चेहऱ्यावर समाधान पसरलं. तीच पुढं म्हणाली, 'तुमचं पत्र मिळालं. आई वगळता मला तुमच्याशिवाय कुणीही नाही! कसं सांगू? आदर की प्रेम? प्रेम–मी आपण होऊन प्रेमाचा उच्चार केला ही गोष्ट मनाला लावून घेऊ नका. इथं येण्यामागं माझ्या मनात तसला काही उद्देश नव्हता.'

गौरीच्या बोलण्यात सहजपणा होता. कृष्णप्पा खाली मान घालून तिचं बोलणं ऐकत होता.

'मुलांच्या हॉस्टेलवर एकट्या आलात? तुमच्या आई काय म्हणतील?'

'तुम्हीही असा प्रश्न विचाराल असं वाटलं नव्हतं!–'

कृष्णप्पा शरमून गेला. हे लक्षात येताच गौरी हसत म्हणाली, 'तुरुंगात असलेल्या वडलांना ती सोडून आलीय! त्यामुळे ती माझ्या कुठल्याही वागण्याला विरोध करत नाही–'

'पण म्हणून तुम्ही तुमचा राग साधू नये!' एव्हाना कृष्णप्पा पूर्णपणे सावरला होता.

'हा राग आहे असं का तुम्हाला वाटतं? तुम्ही मला आवडता असं मी म्हटलं की तुम्हाला गर्व वाटतो! खरं की नाही? मी असं काही तरी बोलू शकेन हे तुम्हाला तुमच्या स्वभावामुळे वाटलं नव्हतं–'

कृष्णप्पा गडबडून गेला. ती उठली आणि 'यावंसं वाटलं तर जरूर घरी या –' एवढं सांगून ती निघून गेली.

प्रेम जेवढं तीव्र, तेवढीच प्रेमाची वस्तू अगम्य हा अनुभव कृष्णप्पाला आला. 'तीव्रपणे ज्याची अपेक्षा केली ते आपण भोगत नाही– किंवा अपेक्षा तीव्र असताना आपण भोगत नाही' असं आजही मृत्यूला सामोरं जाताना– कृष्णप्पा म्हणतो.

अशा प्रकारे प्रेम, आशा-निराशा यांच्या कधीही न उमजणाऱ्या अग्नीचक्रामध्ये गौरीनं कृष्णप्पाला अडकवून ठेवलं होतं.

आणखी एक झोप नसलेली रात्र उलटून सकाळ झाल्यावर कृष्णप्पा अण्णाजीला भेटायला गेला. अण्णाजी ब्रेकफास्ट उरकून चन्नवीरय्याबरोबर बागेत बसला होता. चन्नवीरय्या आपल्या मोडक्या तोडक्या इंग्लिशमध्ये अण्णाजीचं आदले दिवशीचं भाषण आपल्या मित्रांना कसं आवडलं या विषयी सांगत होता. मोठ-मोठे ॲडव्होकेटस्ही कसे त्याच्या इंग्लिशवर माना डोलावत होते हेही सांगत होता.

कृष्णप्पा येताच याला बसायला खुर्ची द्यावी की, हा उभ्या-उभ्या बोलून कटवण्याच्या लायकीचा आहे याविषयी चन्नवीरय्याला निर्णय घेता येईना. जेव्हा अण्णाजीनं स्वतः उठून आपली खुर्ची त्याला देऊ केली तेव्हा मात्र 'थांबा खुर्ची मागवतो. अरे मादा– कुठं आहेस?–' म्हणत तो स्वतःही उठून उभा राहिला. अण्णाजीच्या आदराला पात्र झालेल्या कृष्णप्पाकडे त्यानं आता मात्र नीट नजर टाकली.

अण्णाजीनं ओळख करून दिली, 'हे श्रीयुत कृष्णप्पगौडा. आणखी दहा वर्षांत हे देशातला महान नेता होतील यात शंका नाही! शेतकऱ्यांचा खरा-खुरा नेता! स्वतंत्रपणे विचार करू शकणारा! ग्रास-रूटस् पॉलिटिक्स करू शकणारा!'

शेवटचं वाक्य ऐकून गोंधळलेल्या चन्नवीरय्याची नजर लॉनकडे वळल्याचं पाहून अण्णाजी पुन्हा आपल्या इंग्लिशच्या शिकवणीकडे वळला, 'ग्रास-रूटस् हा एक शब्द-प्रयोग आहे. उदाहरणार्थ, गांधीजींचं राजकारण हे ग्रास-रूटस् पॉलिटीक्स! केवळ वर-वरच्या बदलासाठी प्रयत्न न करता लोकांचा कॉन्शियसनेस बदलण्यासाठी प्रयत्न करणं. काल तेच बोललो मी–'

चन्नवीरय्या कृष्णप्पालाही आपल्या गोटात ओढण्याचा प्रयत्न करत असल्यासारखा म्हणाला, 'आजचं इंग्लिशचं स्टँडर्ड इतकं खाली आलंय की डबल ग्रॅज्युएटस्नाही काही समजत नाही! खरं की नाही कृष्णप्पगौडा? डेमॉक्रॉसीच्या नावाखाली कावळ्या-बावळ्यांना वर घेऊन मास्तर केलं तर मुलं तरी काय शिकणार?'

गौरी देशपांडेकडे जायचं टाळण्यासाठी कृष्णप्पा इथं आला खरा, पण इथं चाललेलं लॉनवरचं नाटक त्याला असह्य झालं. तो 'क्षमा करा– मला गेलं पाहिजे– म्हणत उठत असताना स्वत: उमा ट्रेमधून कॉफी घेऊन तिथे आली. काट्यावर बसल्यासारखं बसून कॉफी संपवून तो उठत असतानाच चन्नवीरय्यानं गाडी आणायला सांगितली. हे पाहून कृष्णप्पा अण्णाजीबरोबर गॅरेजवरच्या त्याच्या खोलीत गेला. दार बंद करत त्यानं सांगितलं, 'मी कॉलेज सोडलं. पोरकटपणा पुरे झाला!'

अण्णाजी आनंदानं मिठी मारायला पुढं झाला, पण कृष्णप्पानं प्रतिसाद न दिल्यामुळे उचललेले दोन्ही हात त्याच्या खांद्यावर ठेवत तो उद्‌गारला, 'ग्रेट! खेड्यात जा–'

नंतर त्यानं सिगारेट पेटवली. दोघंही काही वेळ गप्प बसले. तोच पुढं म्हणाला, 'काल व्याख्यानाला डी.एस.पी. ही आला होता–'

कृष्णप्पानं प्रश्नार्थक मुद्रेनं त्याच्याकडे पाहिलं.

'येस्! मी रिस्पेक्टेबल व्हायचा प्रयत्न करतोय! हे बघ–' म्हणत त्यानं 'हिंदू' च्या आतल्या पानावर छापलेली बातमी दाखवली. त्यात दिलं होतं– स्वत:ला स्वामीजी म्हणवणारा– तेलंगणातील शेतकऱ्यांना हिंसेसाठी प्रवृत्त करणारा एकजण पळून गेला आहे– त्याला शोधून देणाऱ्यास अमूक-अमूक बक्षीस देण्यात येईल– डोक्यावरचे केस पूर्णपणे काढलेले, भगवा झब्बा-भगवी लुंगी, उंच, सडपातळ बांधा असं स्वामीजीचं वर्णनही देण्यात आलं होतं.

कृष्णप्पा संशयानं बंगाली माणसासारख्या दिसणाऱ्या अण्णाजीकडे पाहात असतानाच अण्णाजीनं ट्रंकेतून भगवा झब्बा आणि लुंगी काढून त्याच्या हातात देत म्हटलं, 'आता याचा काहीही उपयोग नाही! जाळून टाक!–'

'पुढं?–'

'तू खेड्यात चल. तिथं कुठंतरी माझ्यासाठी व्यवस्था कर. तोपर्यंत मी रॉय-वादावर टीका करत बोलत-लिहीत माझी आयडेंटिटी दडवून राहीन–' म्हणत त्यानं एका पुठ्ठ्यावर चिकटवलेले लिंकन आणि रुझवेल्टचे फोटो दाखवले.

कृष्णप्पाला मनातला गोंधळ अण्णाजीपुढे व्यक्त करावासा वाटला तरी तो बोलला नाही. त्याच 'हिंदू' मध्ये भगवी लुंगी आणि झब्बा गुंडाळून निघायचा विचार करत असतानाच दारावर थाप पडली.

अण्णाजीच्या डोळ्यात आनंद उसळला, 'उमा असेल! मार्व्हलस वुमन!

क्रांतीकारकाशेजारी अशी एक स्त्री असेल तर!–' म्हणत त्यानं उघडलं. खरोखरच दारात गॉर्कीच्या कथेचं पुस्तक घेऊन उमा उभी होती. तिनं विचारलं, 'येऊ?–'

अण्णाजीनं कृष्णप्पाला सांगितलं, 'तूही थांब. आम्ही गॉर्कीच्या कथांवर चर्चा करतोय!–'

पण कृष्णप्पानं ते ऐकलं नाही. तिच्या डोळ्यांमधली चमक आणि तिचा धपापणारा ऊर यामुळे न कळत आपल्या मनात असुया निर्माण होत आहे हे लक्षात घेऊन तो मनोमन कासावीस झाला होता.

अण्णाजीलाही तिच्याबरोबर एकटं खोलीत राहणं विचित्र वाटलं असावं. तो जिना उतरून कृष्णप्पाला पोहोचवायला बाहेरपर्यंत आला.

आत्ताच्या आत्ता गौरीच्या घरी जावं अशी तीव्र इच्छा मनात येऊन कृष्णप्पा तिकडे जायला निघाला. तिचं घर जवळ आलं तसा तो गोंधळला. ती घरात असू नये अशी अपेक्षा करत तिच्या गेटपाशी तो उभा राहिला. पोर्टिकोमध्ये गाडी नसलेली पाहून त्याला त्यातल्या त्यात बरं वाटलं. ही तिची कॉलेजला जायची वेळ, याचा एवढा वेळ त्याला विसर पडला होता.

बागेत काम करणाऱ्या नोकरानं सांगितलं, 'धाकट्या बाई घरात नाहीत– थोरल्या आहेत! भेटणार?–'

'नको–' म्हणत कृष्णप्पा तिथून निघाला. त्याचं मन हलकं झालं होतं.

कुठं जायचं ते न कळून भटकत असताना एकाएकी त्याच्या मनानं निश्चय केला, आज गोसाव्याच्या मौनाचं रहस्य समजून घेतलंच पाहिजे! सकाळी नाश्ता न केल्यामुळे त्याला चांगलीच भूक जाणवत होती. त्यात रात्री झोप न झाल्यामुळे त्याला दमणूकही जाणवत होती.

त्यानं लांबून पाहिलं– बैरागी चूल पेटवत होता. त्याची भूक आणखी वाढली. आदले दिवसाप्रमाणे तो एका खडकाला टेकून बसला. चुलीवर दगडी ठेवून बैरागी गुहेतून एक पुस्तक आणून वाचत बसला. त्या पुस्तकाविषयी त्याला कुतूहल वाटलं तरी आपण डोकावून पाहिलं तर त्याची एकाग्रता भंग पावेल म्हणून तो गप्प बसला.

थोड्या वेळानं बैराग्यानं तीन पत्रावळी लावल्या– म्हणजे आजही आपला या अन्नात वाटा आहे! आपलं अस्तित्व त्याला जाणवलं आहे! एका खडकामागून लाळ गाळत राखाडी रंगाचं कुत्रंही येऊन दाखल झालं. त्यानंही केव्हातरी बैराग्याबरोबरच येऊन इथं ठाण मांडलं असावं.

बैरागी अन्नाचे सारखे तीन वाटे करत असताना कृष्णप्पा चुलीपाशी बसला. बैरागी कुत्र्याला पत्रावळ ठेवत असताना त्यानं पाहिलं– ते पुस्तक म्हणजे संस्कृत

वाल्मिकी रामायण होतं. नंतर दोघं समोरासमोर जेवायला बसले. आज डाळ-तांदुळाबरोबरच गूळ आणि नारळही भिक्षेमध्ये मिळालेलं दिसत होतं.

बैराग्याला आपल्याला छळणारा प्रश्न विचारायचा तरी कसा? त्यानं सांगायचा प्रयत्न केला, 'काही वेळा काय करावं ते कळत नाही. शेकडो शक्यता समोर ठाकतात. का जगावं तेही समजत नाही.'

स्वत:चं बोलणं कृष्णप्पाला असंबद्ध वाटलं. बैरागीही निर्विकारपणे पत्रावळीतलं अन्न खात राहिला. त्याच्या मौनामुळे कृष्णप्पाला आपला प्रश्न स्वकल्पित किंवा खोटा असावा की काय असं वाटू लागलं. कदाचित या वेडसर माणसापुढे आपण आपल्या मनातलं उघडं करण्याचा मूर्खपणा करत असू–

जेवण होताच त्यानं उठून गुहेपासून बऱ्याच अंतरावर असलेल्या पाण्याच्या झऱ्यात हात धुतले. येता-येता घडलेल्या एका घटनेमुळे बैरागी आणखी रहस्यपूर्ण होऊन राहिला.

डोक्यावर टोपी आणि धोतर अशा वेशातला एक उतारवयातला एक माणूस धोतराच्या सोग्यानं चेहरा पुसत बैराग्यापुढे येऊन उभा राहिला. त्यानं प्यायला पाणी मागितलं. बैराग्यानं पाण्याचं गाडगं आणि पानाचा द्रोण त्याला दिला. म्हातारा पाणी पिऊन शांत झाला. तळातलं थेंबभर पाणी डोळ्यांना लावत त्यानं बैराग्याला विचारलं, 'मूकांबिकेच्या देवळाला निघालो होतो. रस्ता चुकून इकडं आलो. देवळाला कसं जायचं?'

बैराग्याचं जेवणं संपलं होतं. तो उठला आणि हात धुवून आला. चार पावलं म्हाताऱ्यांबरोबर चालून त्यानं सांगितलं, 'या रस्त्यानं सरळ जा– त्या मोठ्या खडकापाशी वळा. तिथं पायऱ्या दिसतील. शंभरेक पायऱ्या चढून गेलं की देवळात जाल.'

म्हाताऱ्यानं बैराग्याला हात जोडले आणि तो निघून गेला.

कृष्णप्पा चकित झाला होता. त्यानं बैराग्याला विचारलं, 'तुम्ही माझ्याशी का बोलत नाही?'

या प्रश्नाला बैराग्याकडून उत्तर मिळालं नाही.

डाव्या हातात जीव आणण्यासाठी व्यायाम करणारा कृष्णप्पा आज ती घटना आठवताना सांगतो, 'प्रश्न फॅक्च्युअल असेल तरच बैरागी उत्तर द्यायचा. अभिप्रायात्मक प्रश्नाला तो उत्तर देत नव्हता. अण्णाजी ऊधाण येणारा माणूस होता तर बैरागी आवश्यक तेवढंच स्वत:ला जगापुढे मोकळं करत होता. अर्थात त्यामुळे त्याला नेमकं काय मिळालं कोण जाणे! आणि मी आणि अण्णाजीनं तरी अखेर काय साधलं?'

हे बोलताना कृष्णप्पा फारच खिन्न होऊन जात असल्यामुळे हा त्याचा संपूर्ण अभिप्राय म्हणता येणार नाही. बैराग्यानं त्याला फार सतावलंय एवढाच याचा अर्थ. बैराग्याप्रमाणे मौन आतून धगधगतं राहिलं पाहिजे या आशेनं अजूनही त्याची पाठ सोडली नाही– आज मल-मूत्र-विसर्जनाचं भान राहिलं नसतानाही!–

बैरागी बोलतो हे समजल्यावर कृष्णप्पा विचार करू लागला–याला काय विचारता येईल? याला विचारता येईल असं आपल्याकडे काय आहे? प्रश्न खरा आणि थेट असला पाहिजे. 'अमूक ठिकाणी जाण्याचा रस्ता कुठला?' इतका स्पष्ट प्रश्न. आपली सगळी दुःखं मनाच्या लालसेतून जन्मली नसतील? त्याला भीती वाटली. आपल्याला आपली खरी समस्या समजलीच नाही असंही त्याला वाटलं. असं असेल तर आपला प्रश्न बैराग्याच्या जाणिवेपर्यंत पोहोचणारच नाही आणि तो उत्तरच देणार नाही. किंवा इतरांना विचारून सोडवता येणारा हा प्रश्न नाही– अशीही त्याची भूमिका असू शकेल.

संध्याकाळ होत आली तसा कृष्णप्पा डोंगरावरून खाली उतरला. गौरी देशपांडेला भेटायचं काय? भेटला तरी काय बोलायचं? सगळाच पोरकटपणा वाटून तो हॉस्टेलवर परतला. सगळी मुलं आपल्याला काहीतरी विचारायला उत्सुक आहेत हे लक्षात आलं तरी त्यांना 'अरे, आज दमलोय मी! उद्या बोलू या–' म्हणून सांगून तो आपल्या खोलीत जाऊन झोपला. किशोरनं आणून दिलेलं दूध प्यायल्यावर त्यानं आणून दिलेलं पाकीटही फोडलं. आत पत्र होतं–

> 'आज माझी चौकशी करत तुम्हीच येऊन गेला असणार असं वाटतं. तुमच्याशिवाय दुसरं कोण माडीवरून बघणाऱ्या माझ्या आईला कवीसारखं दिसणार आहे? उद्या या– अर्थात यावंसं वाटलं तर! संकोच नको.
>
> तुमचीच
> गौरी देशपांडे

पत्र वाचून कृष्णप्पाला आनंद झाला– भीती वाटली–

मृत्यूला सामोरा ठेवून तडफडत असलेल्या या दिवसांत त्यावेळी घडलेलं सगळं आठवून तो आश्चर्य व्यक्त करतो. आजही त्याला आश्चर्य वाटतं– आपली स्मृती हाती गवसलेल्या स्त्रीपेक्षा हातून निसटलेल्या स्त्रीमध्ये अधिक कशी रमते? त्यावेळी तिला सरळपणे 'तू मला हवीस–' असं का सांगता आलं नाही? एवढ्या सरळ आणि स्पष्ट शब्दात बोलणारी गौरीही थेटपणे 'तू मला हवास–' असं का सांगू शकली नाही? आजही तिचा तो दैवी भासणारा चेहरा आठवताना तिच्या घाटदार देहाची अपेक्षा करणं अशक्य होतं. तिच्या देहाविषयी मनात अपेक्षा निर्माण झाली

की पाठोपाठ तिचा चेहरा आणि डोळे आठवतात आणि आपल्या वासनेविषयीच मनात किळस निर्माण होते. त्या वेळीही असंच होत होतं–

त्या दिवशी कृष्णप्पाला झोप आली नाही. मध्यरात्र उलटून गेल्यानंतर काहीतरी गोंधळ ऐकू येऊन तो पायात चपला चढवून खोलीबाहेर आला. बाहेर हॉस्टेलमधली मुलं कुणाला तरी घेरून बदडून काढत होते. कृष्णप्पा जिना उतरत असलेला पाहून शामण्णा त्याच्याकडे धावला आणि त्याला ओढत पुन्हा खोलीत नेऊन हात जोडले. तो प्यायलेला दिसत होता. तो धापा टाकत बडबडला, 'तुम्ही आता गप्प राहिलं पाहिजे! या भटुर्ड्यांची कढी पातळ केल्याशिवाय सोडणार नाय– तुमच्या पाया पडतो– आम्ही त्यांना काहीही करणार नाय–'

त्यानं बाहेरून खोलीला कडी लावून घेतली. खाली होस्टेलमधली शामळू मुलं कुणाला तरी शिवी-गाळी आणि मारहाण करत होती. ती आणि त्यानंतरची नि:शब्दता कृष्णप्पाला असहाय्यपणे ऐकावी लागली.

थोड्या वेळानं कडी काढून शामण्णा म्हणाला, 'पायजे तर उद्या आम्हा सगळ्यांना रागावलात तरी हरकत नाही– आता तुम्ही खाली चला. ते सुव्वर तुमची माफी मागायला तयार झाले आहेत.'

खाली गेल्यावर पाहिलं– दृश्य विनोदी होतं. फुट-बॉलच्या टीमच्या कॅप्टनला एका पलंगाच्या पायाला बांधून ठेवण्यात आलं होतं. त्याच्या चेहऱ्याला हॉस्टेलमधल्या चुलीतली राख फासली होती. इतर दोघांचेही हात बांधून त्यांना खिडकीच्या गजाला बांधण्यात आलं होतं. रामूच्या राख फासलेल्या चेहऱ्यावर भय-संताप-तिरस्कार भरला होता. त्याच्या पुढ्यात विजयोन्मादानं उभं राहून शामण्णा चौकशी करत होता. आता त्याची भाषा नीट असली तरी आतापर्यंतची चौकशी कशी झाली असेल याची कृष्णप्पाला पुरेपूर कल्पना आली.

आता शामण्णानं विचारलं, 'मध्यरात्री आमच्या हॉस्टेलच्या भिंतीवर तुम्ही घाणेरडं लिहीत होता की नाही?'

'हूं–' रामूनं नाराजीनं पण नाईलाजानं हुंकार भरला.

'ते गू खाल्ल्यासारखं काम होतं हे तुम्ही मान्य करता की नाही?'

शामण्णा पँटच्या खिशातून सायकल चेन काढत असल्याचं पाहून रामू वेडावाकडा चेहरा करत म्हणाला, 'होय.'

'कृष्णप्पा आम्हा सगळ्यांचे पुढारी आहेत. आम्ही तुम्हाला मोकळं करू पण तुम्हाला त्यांची क्षमा मागावी लागेल!–'

आपण ज्याला शान-शौकीन समजत होतो त्या शामण्णाचं हे रूप पाहून कृष्णप्पाला आश्चर्य वाटलं.

शामण्णाच्या इशाऱ्यासरशी त्या तिघांनाही मोकळं करण्यात आलं. रामूनं ताठ्यात कृष्णप्पाकडे वळून सांगितलं, 'आमची घड्याळं त्यांनी काढून घेतली आहेत– द्यायला सांगा–'

'आम्ही काही चोर नाही–' म्हणत शामण्णानं तिघांचीही घड्याळं परत केली आणि आपल्या मित्रांसह त्यांना घेरून उभा राहिला.

कृष्णप्पा नेहमीच्या स्वरात म्हणाला, 'मला तुमच्या क्षमेची अजिबात गरज नाही. तुम्ही-मी अथवा गौरी देशपांडे-तुम्ही – सगळे समसमान आहोत असा विचार करून पाहा. असं करणं योग्य नाही. तुम्हाला तरी काय म्हणायचं? तुमच्याप्रमाणे मीही या कॉलेजमध्ये वेळ घालवायला येतो. त्यामुळे तुमच्या मनात तसा भ्रम निर्माण झाला–

काढता पाय घेत असलेल्या रामूचा हात पकडून शामण्णानं त्याला थांबवलं आणि बजावलं, 'त्यांना गरज नसेल– पण आमची मागणी आहे! तुम्हाला यांची माफी मागितलीच पाहिजे–'

रामू अडखळत म्हणाला, 'चूक झाली– माफ करा–'

शामण्णानं मुलांना बादलीभर पाणी आणायला सांगितलं. ओल्या टॉवेलनं तो रामूचा चेहरा पुसायला गेला. रामूनं तोंड फिरवताच तो म्हणाला, 'तुम्ही क्षमा मागितल्यावर मी माखलेली काजळी पुसायची जबाबदारी माझीच आहे!–'

रामूनं हे मान्य केलं नाही. त्यानं स्वतःच आपला चेहरा स्वच्छ धुतला. नंतर शामण्णा म्हणाला, 'आता भिंतीवर लिहिलेलं तुम्हीच पुसलं पाहिजे– तसंच ठरलं होतं.'

त्यावेळी रामू आणि त्याच्या सहकाऱ्यांना दिलेली शिक्षा तटस्थपणे पाहात गंभीर राहिलो तरी आपणही सूक्ष्मपणे तीच अपेक्षा केली असली पाहिजे असं आज कृष्णप्पाला वाटतं. पुढं राजकारणात अशा प्रकारचे अनेक प्रसंग आले. अशा प्रसंगी सूड घेताना आपण अनासक्ती दाखवतो त्यामुळेच आपला प्रतिस्पर्धी पूर्णपणे नामोहरम होतो. ते एक प्रभावी अस्त्र आहे. आपण ज्याचा तोंडून उच्चारही केला नाही, तेही परस्पर होऊन जातं. पण असं परस्पर कुणाकडून तरी घडवून आणणं योग्य आहे काय? अशा प्रकारची नैतिकता क्षुल्लक वाटावी अशा सामाजिक संदर्भातल्या त्या सगळ्या गोष्टी! दीन-दलितांकडून लढताना जे काही करावं लागतं ते सारं न्यायसंमतच– असं द्यावेळी अण्णाजीनं सांगितलं होतंच ना? आता एकेक बोट दुमडून सरळ करायचं शिकत असलेल्या कृष्णप्पाला मात्र आपण कठोर होण्यासाठी ज्या ज्या गोष्टी मुद्दाम सोडून दिल्या त्यांच्या आठवणी छळत राहतात. इतरांसाठी जगत असताना आपण एकसंघ जगतो असं म्हणणं खरं नाही असंही त्याला वाटतं.

दुसरे दिवशी सकाळीच कृष्णप्पा गौरीला भेटायला गेला होता. ती त्या दिवशी कॉलेजला गेली नव्हती. त्याला पाहाताच रेशमी साडी नेसलेल्या अनुसूयाबाई जिन्यावरून प्रसन्न मुद्रेनं खाली आल्या. आपली मुलगी एका मुलाशी मैत्री करतेय याचा त्यांना आनंद झालेला दिसला. कृष्णप्पाला संकोच वाटणार नाही अशा बेतानं त्यांनी त्याची विचारपूस केली. त्यांच्या डोक्यावरचे काही केस पांढरे असले तरी चेहऱ्यावर तारूण्याचा चटपटीतपणा होता. त्या दोघांना खाणं देऊन कॉफीचा फ्लास्क ठेवून त्या, 'दोघं बोलत बसा–' म्हणून सांगून माडीवर निघून गेल्या.

उप्पिट वाढत गौरीनं विचारलं, 'मग पुढं काय करायचा विचार आहे?'

तो गोंधळला. नंतर त्यानं सांगितलं, 'ठाऊक नाही. गावी जाऊन राहीन. तिथं आई आहे. थोडी जमीनही आहे. खेड्यात राहून जे करावंसं वाटेल ते करेन.'

तिचा प्रश्न केवळ औपचारिक नसावा. तिनं नीटसपणे सफरचंद कापलं. नंजप्पा आपल्या आईसाठी मुद्दाम सिमल्याहून ही मागवतात असं सांगून तिनं काही वेळ त्याच्या प्रतिक्रियेची वाट पाहिली.

नंतर ती म्हणाली, 'एखाद्या मुलीला आई व्हायची इच्छा नसते यावर तुम्ही विश्वास ठेवाल?'

हा प्रश्न कृष्णप्पाला सर्वस्वी अनपेक्षित होता. काही क्षण शांततेत गेले. नंतर तो म्हणाला, 'यावर मी फारसा विचार केला नाही. स्त्रीला मुलांची अपेक्षा असणं स्वाभाविक आहे असं मला वाटलं होतं–'

'–तसं नव्हे! मला म्हणायचंय– तिला मुलांची आवड असेल पण त्यासाठी स्वतःच आई झालं पाहिजे याची कदाचित तिला आशा नसेल!–'

'का? प्रसूती-वेदनांच्या भीतीपोटी?'

'अंहं. पुरुष-सानिध्याची अपेक्षा असली तरी आपला देह मूल मिळवण्याचा साधन व्हावा यासाठी कदाचित तिचा विरोध असू शकेल! हे अनैसर्गिक आहे असं तुम्ही का मानता?'

'तुम्हाला तसं वाटत असेल तर मी या भावनेचा अर्थ जाणून घेण्याचा प्रयत्न करेन. पण एक सर्वसामान्य गोष्ट म्हणून तुम्ही हे सांगितलं असेल तर– तर यावर काय म्हणावं ते मला कळत नाही–'

गौरी उत्साहानं म्हणाली, 'खोलीत बसून गप्पा मारू या चला–'

खोलीत गेल्यावर 'हवी तर सिगारेट ओढा–' म्हणत तिनं नंजप्पांनी स्वतःसाठी म्हणून ठेवलेला फ्लेअर्सचा बॉक्स पुढं केला. त्यानं सिगारेट पेटवल्यावर तिनं स्पष्टच सांगितलं, 'येस्! मला तसं वाटतं. मी ज्या विशिष्ट नाते-संबंधात आहे त्यामुळे माझे हे विचार आहेत असं तुम्ही कृपा करून समजू नका! मी आईला या विषयी सांगायला गेले की ती अशीच समजूत करून घेते! मला वाटतं– भरपूर

वाचावं– भरपूर प्रवास करावा– वेगवेगळ्या प्रकारच्या लोकांना भेटावं–! कुठल्यातरी एका पुरुषाला नवरा मानायचं– त्याच्या मुलांची आई व्हायचं– सगळं आयुष्य त्याच्याशी जखडून घ्यायचं– मला नाही वाटत तसं!'

कृष्णप्पा काहीही न बोलता बसून राहिला. तिनंच विचारलं, 'तुम्हाला धक्का बसला असेल ना? पण मला खरोखरच तसं वाटतं! त्याचबरोबर आणखी एका बाबतीतही मी आईसारखी आहे. मीही पुरुषाशिवाय जगू शकणार नाही! तुम्ही मला थिल्लर मुलगी समजणार नाही अशी आशा आहे! चला–'

आपल्या बोलण्यावर त्यानं काही बोलण्याची आवश्यकता नाही अशा प्रकारे ती त्याला बागेत घेऊन गेली. बागेतल्या झाडाच्या ढोलीत असलेलं एक पक्ष्याचं घरटं तिनं त्याला दाखवलं. अजून ओलसर मृदू पंख असलेली लाल चोची वासून ची-ची ओरडणारी इवली-इवली पिल्लं बघताना तिनं शेजारी उभ्या असलेल्या कृष्णप्पाच्या बाहीवर आपला चेहरा सहजच टेकवला. आनंदानं देहभान विसरलेल्या कृष्णप्पाला आठवलं– लहानपणी त्यालाही रानात भटकून पक्ष्यांची घरटी जमवायचा नाद होता. त्यावेळी अकारण क्रौर्य दाखवून काही वेळा पक्ष्यांच्या पायांना दगड मारून त्यानं जखमीही केलं होतं.

गौरीच्या उत्साहामुळे तो अत्यंत मृदू झाला होता. नाजूक फुलांचं प्रिंट असलेल्या इस्त्री केलेल्या चुरचुरीत साडीतल्या गौरीनं वेणी छातीवर घेऊन आनंदानं भिजलेल्या डोळ्यांनी कृष्णप्पाकडे पाहिलं. तिला आणखी जवळ ओढायचा अनिवार मोह झाला तरी त्यानं स्वत:ला आवरलं.

कृष्णप्पानं तिला सुचवलं, 'डोंगरावर जाऊ या?'

'गाडीनं जाऊ या?–' तिनं लगोलग उत्साहानं विचारलं.

कृष्णप्पाला हे थोडं अवघड वाटलं– पण तिनं थकू नये म्हणून तो त्यासाठी तयार झाला. वाटेत त्यानं तिला महेश्वरय्या आणि अण्णाजीविषयी सांगितलं. आपण इतक्या सहजपणे तिच्याशी बोलतोय याचं त्याला स्वत:लाही आश्चर्य वाटलं.

डोंगराच्या पायथ्याशी गाडी उभी केल्यावर त्यानं तिला विचारलं, 'इथं एक बैरागी राहातो. ठाऊक आहे?'

तिला हे ठाऊक नव्हतं. दोघंही पायऱ्या चढू लागले. वाटेत तो म्हणाला, 'तुमच्या प्रश्नाला काय उत्तर द्यावं ते मला ठाऊक नाही. तुम्हाला तसं वाटत असेल तर ठीक आहे– पण–'

तिला बरीच धाप लागलेली पाहून तो थांबला. पुढचा रस्ता थोडा अवघड होता. गौरी साडी आवरत सहज स्वरात म्हणाली, 'मी रागाच्या भरात बोलतेय असं म्हणू नका, आईसारखं तुम्हीही–'

'नाही!' स्वत: वर चढून त्यानं हात पुढं केला. तीही त्याचा आधार घेऊन वर

चढून आली. नंतर ती म्हणाली, 'राजकारण हा माझ्या दृष्टीनं अत्यंत किळसवाणा विषय आहे!–'

आपला हा ठाम विचार आहे हे तिच्या बोलण्यातून स्पष्ट दिसत होतं. तीच पुढं म्हणाली, 'मला तर हेच गाव लहानसं वाटतं! मोठ्या गावांमध्ये प्रायव्हसी असते. मुंबई किंवा दिल्लीला जावं– भरपूर शिकावं असं मला वाटतं. तुम्ही कसे काय खेड्यात रमता कोण जाणे!'

ती सांगत आहे त्यापेक्षा अधिक अर्थ त्यात असल्याचं कृष्णप्पाला जाणवत होतं.

बैराग्याच्या गुहेपाशी कुत्रं आवेशाने भुंकत असलेलं दिसलं. तीन दगडांच्या चुलीवर स्वयंपाक करत असलेला बैरागी त्याला आवरण्याचा प्रयत्न करत होता. एक नाग कुत्र्यावर फुस्कारत गुहेकडे जात होता.

नाजुकशी किंकाळी फोडून घाबरलेली गौरी कृष्णप्पाला बिलगून उभी राहिली. बैराग्यानं कुत्र्याला घट्ट पकडून ठेवलं. नाग सळसळत गुहेत शिरला. बैरागी कुत्र्याला आवरत नागाला हाकलायचा प्रयत्न करत होता. अखेर कुत्रं शांत होऊन आपल्या जागेवर जाऊन बसलं. तरीही त्याची गुर्रर-गुर्रर सुरू होती.

दगडीतील अन्न शिजल्यावर पत्रावळीसाठी पानं आणायला बैरागी गुहेत जायला निघाला तेव्हा गौरीनं घाबरून कृष्णप्पाला घट्ट धरलं. गुहेतून 'फुस्स–' आवाज ऐकू आला. आत जायला मार्ग नसल्यामुळे बैरागी स्तब्ध उभा राहिला. संपूर्ण शरीराचा कान होऊन राहिलेले कुत्रं पुन्हा भुंकत आलं. बैराग्यानं त्याला मिठीत घेऊन शांत करायचा प्रयत्न केला. कुत्र्याला ओढत आणून त्यानं खुणेनंच त्याला धरायला कृष्णप्पाला सांगितलं. कृष्णप्पानं कुत्र्याला धरताच बैराग्यानं पानं आणून चार पानं मांडण्यासाठी जागा स्वच्छ केली. कृष्णप्पानं 'आम्हाला जेवण नको–' म्हणून सांगितलं.

नेहमीच्या जागी कुत्र्याची पत्रावळ ठेवली होती. पण कुत्र्याचं खाण्याकडे लक्ष नव्हतं. तो पुन्हा गुहेपाशी जाऊन भुंकू लागला. साप फुत्कार टाकतच होता. बैरागी पुन्हा कुत्र्याला जबरदस्तीनं जेवायला आणायचा प्रयत्न करू लागला.

सारं नाट्य गौरी चकित होऊन पाहात होती. कुत्रं बैराग्याच्या हातात धडपडत होतं.

कृष्णप्पा म्हणाला, 'तुम्ही कुत्र्याला त्याच्यापुरतं सोडून द्याल असं मला वाटलं होतं!' त्याला गीतेतलं 'नैनं हंति न हन्यते' आठवलं होतं. तो बैराग्याच्या रोजच्या वाचनातला ग्रंथ होता ना!

बैराग्याला कृष्णप्पाचं बोलणं तीव्रपणे टोचलं असावं. त्याच्या तोंडून लहानसा निश्वास तुटला. आता हा काय करेल याकडे कृष्णप्पा पाहू लागला. बैराग्यानं

कुत्र्याला सोडलं. कुत्रं टणकन् उडी मारून गुहेकडे धावलं. पुन्हा त्याचं भुंकणं आणि नागाची 'फुस्स-फुस्स' सुरू झाली. 'फुस्स' ची तीव्रता कमी-जास्त होत होती. संपूर्ण गुहाच श्वासोच्छ्श्वास करत आहे असं भासत होतं. बैराग्याचा चेहरा मात्र विदीर्ण झाला होता. गौरीनं कृष्णप्पाला मिठी मारून आपला चेहरा त्याच्या छातीपाशी दडवला.

कृष्णप्पा पुढील अनिवार्य घटनेची वाट पाहू लागला. कुत्रं संधी साधून गुहेत शिरलं. आधी फक्त सापाची 'फुस्स-फुस्स' ऐकू आली. हळूहळू तो आवाज कमी झाला. काही वेळ कपडे आपटल्यासारखा आवाज ऐकू आला– पाठोपाठ रक्ताळलेल्या तोंडात अजूनही सळसळणाऱ्या सापाला पकडून कुत्रं झुडपामागे धावलं. गुहेच्या दाराशी पडलेलं रक्त पाहून बैरागी अर्धवट जेवलेली पत्रावळ लांबवर टाकून आला. तो जाणीवपूर्वक शांत व्हायचा प्रयत्न करत असल्याचं कृष्णप्पाच्या लक्षात आलं.

आजही कृष्णप्पाला ती घटना आठवते तेव्हा तो म्हणतो, 'त्यावेळी बैराग्यानं पाहिलेली हिंसा तो पचवू शकला की नाही, हे अजूनही मला समजलं नाही–'

□

उजव्या हाताची बोटं किंचित दुमडत आणि सरळ करत हाताचा पंजा हलवायचा प्रयत्न करायला कृष्णप्पानं सुरुवात केली होती. यानंतर एक दिवस हात-पाय कोपऱ्यातून वाकवायला आपल्याला जमू शकेल अशा विश्वासाबरोबरच त्याच्या मनात थोडा उत्साह निर्माण झाला. अमेरिकेतून येऊन दिल्लीमध्ये मिरांडमध्ये शिकवत असलेल्या गौरी देशपांडेला चार दिवसांसाठी भेटायला येऊन जा म्हणून लिहावंसं वाटलं. अजूनही ती लग्न न करता– मुलं न होऊ देता राहिली आहे. तिला भेटून पंधरा वर्षं होऊन गेल्याचं त्याला आठवलं. फिलाडेल्फियात असताना ती एका अमेरिकन माणसाबरोबर राहात असल्याचं तिनं लिहिलं होतं. तीन वर्षांनंतर त्याला स्वतःचं मूल हवंसं वाटायला लागलं– म्हणजे त्यानं तसं स्पष्टपणे सांगितलं नसलं तरी तिच्या लक्षात येताच त्याची निराशा होऊ नये म्हणून ती त्याच्यापासून दूर झाली होती. तिनं हे सारं लिहून कळवलं त्यावेळी त्याचीही खात्री झाली– मागं तिनं आपल्याला मूल नको म्हणून सांगितलं, ते केवळ परिस्थितीमुळे नसून तो तिचा निश्चित विचार होता.

काहीही असो– ते कृष्णप्पाच्या दृष्टीनं अत्यंत भयावह दिवस होते. खोली ठाऊक नसलेल्या दरीच्या काठावरून चवड्यावर चालावं तशी त्याची त्यावेळची मन:स्थिती होती. काही तरी हलकं-फुलकं बोलून त्याला आनंदी ठेवायचा प्रयत्न करून गौरी हरली होती. दोघं जवळ असताना परस्परांच्या उबेमध्ये वितळण्याऐवजी ते एकमेकांना तीव्रपणे भाजून काढत होते.

आपला स्वीकार करण्यासाठी गरजेचं आहे म्हणून गौरी सांगायला सुरुवात

करायची, '–मी तुम्हाला सांगितलं की नाही? माझे वडील आणि नंजप्पा एकमेकांचे मित्र होते. आम्ही बेळगावला राहात होतो तेव्हाची गोष्ट. दोघंही कसलासा बिझनेस करायचे म्हणे. आमच्या घरी नंजप्पा मुक्काम करायचे. माझ्या वडलांचीही आणखी एक प्रेयसी होती म्हणे–'

हा सगळा तपशील अनावश्यक वाटून कृष्णप्पा विमनस्क होऊन जात होता. आपल्याबरोबर उत्कर्षाची अपेक्षा करणाऱ्या कृष्णप्पाला आपण कुठल्यातरी क्षुद्र विषयात खेचतोय याचा तिलाही पश्चाताप होत होता. त्याला आवडणारे खाद्य-पदार्थ करून घालणं एवढंच तिला या भूमीवर त्याच्यासाठी करणं शक्य होत होतं.

दररोज संध्याकाळी अपरिचित ठिकाणी जावं, तशा अलिप्तपणे जाऊन तो गौरीला विचारत होता, 'क्षमा करा– तुम्हाला अभ्यास करायचा असेल कदाचित! परीक्षा जवळ येतेय ना!–'

सलगीतही अलिप्त राहायची कृष्णप्पाची पद्धत तिला आवडत होती.

'नाही– या–' म्हणत तीही त्याचं स्वागत करत होती. काही न बोलता तो आपले मोठाले डोळे खोलीभर फिरवू लागला की ती विचारत होती, 'गाऊ?'

गाण्यामुळे कृष्णप्पा मोकळा होतो हे तिला ठाऊक होतं.

आपली मुलगी बराच वेळ कृष्णप्पाच्या पुढ्यात गात बसलेली पाहून अनुसूयाबाई खाली येत. कुणालाही विचलीत न करता कोपऱ्यातल्या मोड्यावर शांतपणे बसून राहायची त्यांची पद्धत कृष्णप्पाला अतिशय आवडत होती. कुरळ्या काळ्या केसांचा काळ्याशार मूर्तीसारखा सुदृढ बांध्याचा कृष्णप्पा आणि त्याला तीक्ष्ण दृष्टीनं निरखणारी आपली दुधाळ रंगाची मुलगी यांच्याकडे पाहाताना त्या आनंदित होत होत्या. त्यांच्या नेहमीच्या वाचनात असलेल्या शरद्‌चंद्राच्या कादंबऱ्यांमधल्या उत्कट प्रसंगी या दोघांना ठेवून पाहाण्याचा त्यांना चाळाच लागला होता.

अशा प्रसंगी तिथं नंजप्पा आले तरी कुणालाही अवघड होत नसे. गौरीचा गरीब कृष्णप्पाबरोबरचा स्नेह सुरुवातीला त्यांना पटला नसला तरी गौरीला दबून असणारे नंजप्पा गप्प बसत होते. अलीकडे ते अतिशय धार्मिक झाले होते. संध्याकाळी गणपतीच्या देवळातली आरती संपवूनच ते घरी परत येत आणि सोबत आणलेला प्रसाद तिघांनाही देऊन ते माडीवर निघून जात. त्यानंतर अनुसूयाबाई केव्हा माडीवर जात ते कृष्णप्पा किंवा गौरीच्या लक्षातही येत नसे!–

त्याच वेळी आपण गौरीला का आपलीशी केली नाही? एकटा असताना कृष्णप्पाच्या मनात तिच्याविषयी तीव्र लालसा वाटत असे– पण स्वतःला वाटणाऱ्या या लालसेविषयी त्याला स्वतःची पराकोटीची किळसही वाटत असे. या पाप-प्रज्ञेतून त्याची खरी सुटका केली ती लूसीनानंच! पण हेच गौरीच्या सहवासात घडलं तर!–

दुपारच्या वेळी कृष्णप्पा अण्णाजीला भेटायला गेला. हल्ली अण्णाजीला

पैशासाठी वणवण करायची पाळी येत नव्हती. गरजेपेक्षा जास्त पैसा त्याच्या हातात खेळत होता. कृष्णप्पानं मिळवून दिलेलं सारं कर्ज त्यानं फेडलं होतं. एवढा पैसा कुठून आला म्हणून कृष्णप्पा विचारत नसला तरी अण्णाजी उमेच्या औदार्याचं वेळोवेळी तोंडभर कौतुक करत होता. नवऱ्याचा काळा पैसा ती नवऱ्याच्या न कळत तिजोरीतून बाहेर काढत असावी.

यातली अनैतिकता अण्णाजीला अजिबात छळत नव्हती. अजूनही तो कृष्णप्पाशी मार्क्स-लेनिन वादातल्या सूक्ष्म-अतिसूक्ष्म समस्यांवर तितकाच देहभान विसरून बोलत राहायचा. उमाही दोन्ही हातांच्या ओंजळीवर आपला लालसर गोल चेहरा टेकवून मोठ्या उत्सुकतेनं ऐकत राहायची. एखादा जटील मुद्दा मांडायचा असेल तर तो तिच्याकडे वळून मांडायचा. आराधनेच्या वेळी एकेक फूल वाहावं तसा तो एकेक विचार तिच्यावर उधळत राहात होता. त्यावेळी कृष्णप्पाला तो मनोभावे देवीची पूजा करणारा पुजारीच वाटायचा.

त्या दिवशी दुपारी कृष्णप्पा खोलीच्या दाराशी उभा असताना आतून अण्णाजी आणि उमाची विचित्र कुजबूज त्याच्या कानावर आली. त्यानं थाप मारण्यासाठी उचललेला हात मागं घेतला. पण त्याचीही त्या दोघांना चाहूल लागली असावी. दोघंही उठून धडपडल्याचं कृष्णप्पाला ऐकू आलं. त्याची मोठीच पंचाईत झाली. काय करावं ते न सुचून तो म्हणाला, 'मी कृष्णप्पा! सहज आलो होतो– नंतर येईन–'

अण्णाजीनं सोडलेला सुटकेचा सुस्कारा कृष्णप्पालाही ऐकू आला, 'ओह! कृष्णप्पा! थांब-थांब. जाऊ नकोस–'

कृष्णप्पाची परिस्थिती आणखी कठीण झाली. आता निघून जाणंही शक्य नव्हतं. आपल्याला त्यातलं काहीही कळत नाही असा बावळट चेहरा करून त्या दोघांबरोबर सहज वागणं भाग होतं.

दरवाजा उघडला. उमा स्टुलवर उभी राहून पुस्तकांवर साचलेली धूळ झटकत उभी होती. या कामात गुंतल्यामुळे दरवाजा उघडायला उशीर झाला असं कृष्णप्पानं समजावं अशी अण्णाजीची अपेक्षा दिसत होती. पण अण्णाजीचे डोळे मात्र झोपेतून उठल्यासारखे दिसत होते.

पण एखाद्या मिनिटातच अण्णाची लेनिनच्या 'डेमॉक्रॉटिक सेंट्रलिझम' या तत्त्वामध्ये असलेल्या विरोधाभासावर मुद्देसूद चर्चा करू लागला. मध्ये लेनिनचा एक मुद्दा आठवला नाही तेव्हा त्यानं लगेच विचारलं, 'उमा, लेनिनचं 'कलेक्टेड वर्क्स' आहे ना?'

तिनं तत्परतेनं ते पुस्तक काढून त्याच्या हातात ठेवलं. ते पाहून अण्णाजी म्हणाला, 'मिस्टर चन्नवीरय्यापेक्षाही हीच लवकर आत्मसात करत आहे. हिची विचारशक्तीही वाखाणण्याजोगी आहे.

तो पुस्तकातली आपल्याला हवी ती माहिती शोधू लागला. उमा कॉफी आणण्यासाठी खाली गेली.

त्या दिवशी कृष्णप्पाला स्वत:च्या जीवनातील तीव्र असूया अनुभवाला आली. उमेचं श्रांत मंद चालणं त्याला विचलित करून गेलं. आपण अण्णाजीसारखे का नाही या विचारानं तो अस्वस्थ झाला. इतरांच्या देहाच्या भुकेविषयी अलिप्तपणे वागणारा अण्णाजी आपली भूक मात्र स्त्रीकडून इतक्या लवकर शमवतो– हेच आपल्याला का शक्य होत नाही? अण्णाजीच्या मृत्यूनंतरही ही असूया कृष्णप्पाच्या मनात राहिली होती. जेव्हा लूसिनानं त्याचा देह पेटवून आपला चित्त्यासारखा देह त्याच्यावर पांघरला तेव्हाच त्याची या असूयेपासून सुटका झाली–

एकाएकी कृष्णप्पा उठून उभा राहिला तेव्हा अण्णाजी सहज स्वरात म्हणाला, 'जाऊ नकोस– थांब. उमाची संशयानं तडफड होईल. तुझा अंदाज बरोबर आहे– पण यातलं काहीही माझ्या हातात नाही–'

एवढ्या सरळ शब्दांत स्पष्टपणे अण्णाजीनं सांगितलेलं ऐकून कृष्णप्पा चकित झाला.

□

अंगभर पदर, कपाळावर मोठं कुंकू, नाकात चमकी अशा वेशात कॉफी घेऊन उभ्या असलेल्या उमेला पाहून कृष्णप्पाला आणखी आश्चर्य वाटलं. स्त्रीही पापप्रज्ञेत न तळमळता सामाजिक बंधनं झुगारू शकते तर!–

'उमा, इथं बैस बघू! तुम्हा दोघांशी मला एका गंभीर विषयावर बोलायचंय–' अण्णाजी अत्यंत स्नेहानं म्हणाला आणि आपल्या विशिष्ट पद्धतीनं तो 'क्लास' घेऊ लागला,

'आजवर समाजानं निर्माण केलेले सगळे उत्पादन-संबंध माणसाच्या स्वातंत्र्यावर मर्यादा घालणारे आहेत. हे स्त्री-पुरुष संबंधाचंच उदाहरण पाहा ना! इतर वस्तूंप्रमाणे स्त्रीही एक मालकीची वस्तू झाली आहे. त्यातूनच ही आपली– ती दुसऱ्याची अशी विभागणी होते. अशा प्रकारे आपली मालकी राखून ठेवण्याची पद्धत माणसानं फ्यूडल-कॅपिटॅलिस्ट पद्धतींमध्ये करून ठेवली आहे. या साऱ्या पद्धती मानवाच्या स्वाभाविक विकासावर बंधनं आणतात. आपलं लिबिडो– आपलं कामजीवन मग अशा अनैसर्गिक चौकटीत अडकून राहातं. टंचाईच्या आधारावर भांडवलशाहीची आर्थिक व्यवस्था उभी आहे. त्यातही कृत्रिम टंचाई आणि शोषण! हेच कामजीवनालाही लागू पडतं. असं पाहा, समृद्धीमध्ये माणसाच्या अन्न-वस्त्र-निवारा आणि संस्कृती या गरजा पूर्ण होतील तेव्हा माणूस अंतिम स्वातंत्र्यासाठी तयार होतो. आपले दु:ख आणि आपल्या समस्या यांना जे कारणीभूत आहे त्याचा स्त्री-

पुरुष निषेध करतात आणि स्वत:ची सुटका करून घेतात. केवळ विवाहितांनाच– तेही नियमानुसार– शरीरसुख मिळू शकेल यासारख्या अडचणी नाहीशा होतात. ज्याप्रमाणे वर्ग-विरहीत समाजात स्थावर संपत्तीची गरज नाहीशी होते, त्याचप्रमाणे स्वातंत्र्याचा उपभोग घेऊन देहसुद्धा सुखाचा फुगा होऊन जातो! ही सुखासाठी चालणारी साधनाच माणसाला नैतिकता मिळवून देते. आपण ज्याचा उपभोग घेत आहोत, ते अत्यंत अमूल्य आहे– स्वतंत्र आहे या समाधानापेक्षा मोठी नैतिकता ती कोणती?'

'तू तुझ्या जीवन-पद्धतीचं समर्थन करण्यासाठी असा मुद्दा मांडत आहेस– असंही म्हणता येईल!–' तिथं उमा असल्याचं विसरून कृष्णप्पा कडवटपणे म्हणाला.

'हवं तर माझा संदर्भ सोडून विचार कर! हे बघ कृष्णप्पा, तू मूळचा आहेस शेतकरी समाजातला! तुझे पूर्वज या जमिनीचे मूळ मालक होते! त्यामुळे तू बायकांच्या संदर्भात मूळचा फ्यूडल आहेस!' अण्णाजी अर्धवट हसत म्हणाला.

'स्वच्छंद जीवन जगू नये असा विश्वास ठेवणं– स्त्रीला पवित्र वस्तू मानणं– हेही का फ्यूडल ठरू नये?–'

'स्त्रीलाच का पवित्र मानायचं सांग बघू? ती मालकीची वस्तू झाल्यामुळे! स्त्रीला पवित्र मानणारेच तिला मारहाण करतात, स्वयंपाक-दागिने-नृत्य-संगीत एवढ्यासाठीच स्त्रीचं अस्तित्व आहे असं मानतात! आपल्याशी संग करायला तयार होणारी स्त्री म्हणजे थर्डरेट असं मानतात–'

अण्णाजीचं शेवटचं वाक्य त्याच्या मर्मावर वार करून गेलं. अण्णाजीच्या शेजारीच उमा मनात कुठलंही किल्मिश नसल्यासारखी बसून होती.

पण रात्री नवऱ्यालाही ही आपला देह देत असणार! सोन्याच्या दातांच्या चन्नवीरय्याच्या सहवासात हिचा देह सुखाचा फुगा होत असेल– याच्या सहवासात होत असेल तसा? तसं नसेल तर ती नवऱ्याला आपला देह कसा काय देत असेल? कृष्णप्पाचं संपूर्ण व्यक्तित्व एक स्त्री दोघांनी अनुभवण्याच्या विचाराला तीव्र विरोध करत होतं. असं असेल तर तिनं नवऱ्याला सोडलं पाहिजे– असा अण्णाजीशी वाद घालता येईल असं त्याला वाटलं तरी तो गप्प राहिला.

त्या दिवशी संध्याकाळी तो गौरीकडे गेला तेव्हा त्याच्या मनात हेच विचार घोळत होते. आपल्याला गौरी हवी आहे– पण ती आपल्याबरोबर खेड्यात येणार नाही. लग्नाआधी तिच्याकडे शरीरसुखाची मागणी करणं म्हणजे तिच्याकडे भोग-वस्तू म्हणून पाहिल्यासारखं होईल. आणि तिनं मान्यता दिली तरी नंतर आपण तिला थर्डरेट स्त्री मानू!–

या विचारांत गढलेला कृष्णप्पा गौरीच्या प्रश्नांना केवळ 'होय–' 'नाही–' उत्तरं देऊन निघून गेला होता.

दुसरे दिवशी तो डोंगरावर गेला तेव्हा बैरागी तेच पुस्तक वाचत होता. त्याला काही विचारायचा कृष्णप्पाला एकाएकी कंटाळा आला. बैरागी स्वयंपाक करण्यासाठी उठला तेव्हा कृष्णप्पाही उठला. बसायला सांगावंसं बैराग्याला वाटल्याचं त्याच्या चेहऱ्यावरून दिसलं तरी स्वत:वर लादून घेतलेल्या बंधनामुळे तो काही बोलला नाही. हा प्रयत्नपूर्वक वठत जायचा मार्ग आपला नाही असा विचार करून कृष्णप्पा तिथून खाली आला.

पण व्हिल-चेअरवरून त्याला त्याची बायको ढकलत घेऊन जाते तेव्हा त्याच्या मनात येतं– माझ्या या बायकोला मीही मारायला धावलो होतो. विशिष्ट उद्देशानं जीवन जगूनही असफल जीवनामध्ये मी तळमळत आहे हलके-हलके मरत आहे! कुणीही माझ्यापाशी येऊन आपली प्रेमाची कहाणी सांगत नाही! पक्षांतराच्या तयारीत असलेल्यांच्या बातम्या तेवढ्या उत्साहात मला सांगितल्या जातात! का झालं असं माझं?–

शरीर दुर्बल झाल्यामुळे असले विचार छळत राहातात– जिवाचा संताप होतो. मग तो जोरात हाक मारतो, 'नागेश–'

युवासभेचा नागेश समोर येऊन विचारतो, 'काय?'

कृष्णप्पा हसत विचारतो, 'तू कुठल्या पोरीवर कधी प्रेम केलंस काय?'

'मी आणि प्रेम? त्यासाठी वेळ कुठं आहे देशापुढच्या एवढ्या सगळ्या समस्यांपुढे?' नागेश गंभीरपणे म्हणतो.

तोच तटकन म्हणतो, 'जाऊ दे– हे स्टेटमेंट लिहून घे–' आणि इतर राजकारणी ज्याचा उल्लेख करायला धजवणार नाहीत अशी मतं मांडतो. रोमांचित झालेला नागेश अत्यंत आदरानं ते लिहून घेतो. नुकत्याच फुटलेल्या दाढी-मिशा आणि मानेपर्यंत रूळणारे केस– नागेशकडे पाहताना त्याच्या चेहऱ्यावर हसू उमटतं. या वयात एखाद्या माणसाविषयी सगळं बारीक-सारीक समजणं कसं शक्य आहे?

पाय दुमडण्याचा प्रयत्न करत तो दुसरे दिवशी लगोलग गौरी देशपांडेला पत्र लिहायचं ठरवतो. तिचा आपल्यावर जीव असता तर तिनं आपण होऊन पत्र लिहिलं नसतं का? हल्ली ती आईबरोबर दिल्लीत राहाते म्हणे. तिला पत्र लिहायची इच्छा तीव्र असली तरी तिनं आपल्याला या अवस्थेत बघू नये असं त्याला वाटतं. आता-अगदी मरणाच्या दारात– 'आपण संपूर्ण एक राहिलो आहे काय?' हा प्रश्न त्याला छळत असतो.

□

व्हील-चेअरवर बसून अशा प्रकारे विचार करणाऱ्या कृष्णप्पाच्या डोळ्यांसमोर

त्याचा तीव्रपणे द्वेष करणारा मठाचा मॅनेजर नरसिंह भट्ट, पोफळीच्या मोठ्या बागेचा मालक शिवनंजगौडा, पी.डब्ल्यू.डी. मध्ये लक्षावधी रुपये खाऊन प्रांताचा मुख्यमंत्री झालेला वीरभद्रप्पा, जाड चेहऱ्याचा वरंगळचा पोलिस अधिकारी उभे राहतात. कृश हाता-पायांच्या मुलांना बगलेत घेऊन विस्कटलेल्या केसांनी फिरणाऱ्या बायका– गुढग्याएवढे कळकट पंचे नेसणारे शेतकरी-कामकरी त्यांच्यावर तुटून पडतात– आवेशानं अशी हिंसा करतात– मौनपणे त्यांना ठार मारतात– त्याचं रक्त आपल्या लकवा मारलेल्या निर्जीव हाता-पायाला चोळतात– कुणीतरी म्हणतं, 'अरे– हे रक्त नव्हे! कबुतराचं रक्त लावा–' त्याच्या चेहऱ्यावर मात्र हास्य उमटलं आहे–

काहीतरी सांगायला आलेली छोटी गौरी वडलांचे डोळे बघून घाबरी होते. आपण पाय उचलू शकू असं वाटून कृष्णप्पा आपलं मन आपल्या पावलावर एकाग्र करतो– पाऊल उचलण्याचा प्रयत्न करतो. आता, या क्षणी आपण पाय कमरेपर्यंत सहज उचलू असं वाटत असतानाच पायाच्या अंगठ्याची हालचाल होते. निश्वास टाकत कृष्णप्पा आणखी एका दिवा-स्वप्नाला सामोरा जातो–

आता शेतकरी-कामकरी रक्तपात करत नाहीत–आपल्या ढेरपोट्या शत्रूपुढे शिस्तीनं उभे राहून गंभीरपणे वाद-विवाद घालत आहेत–

□□□

दोन

त्याही पेक्षा आणखी एका घटनेनं कृष्णप्पाला खेड्यात जाऊन राहायला भाग पाडलं, रयतेच्या संघटनेत गुंतायलाही भाग पाडलं. ती घटना म्हणजे अण्णाजीची अटक आणि खून–

तो स्वतःचीच थट्टा करायचा त्याप्रमाणे एखाद्या जबरदस्त बूर्झ्वासारखा दिसणारा अण्णाजी अंगानं चांगलाच भरला होता. त्यानं आपली जीवन-कथा उमाला सांगितली होती आणि ती त्याच्याबरोबर कुठेही पळून जायला तयार होती. कृष्णप्पापुढे याची अण्णाजीनं 'रोमँटिसिझम' म्हणून थट्टा केली तरी इंग्लिश शिकण्याची नशा उतरल्यावर चन्नवीरय्याला आपले तिच्याबरोबरचे संबंध आणि तिनं आपल्यासाठी खर्च केलेला पैसा या विषयी समजल्याशिवाय राहाणार नाही याची काळजी त्याच्या बोलण्यातून डोकावत होती.

कसलीही प्रतिक्रिया न दाखवता कृष्णप्पा त्याचं बोलणं ऐकत होता. त्या दोघांच्या घनिष्ट मैत्रीच्या खोलीची कल्पना आल्यामुळे उमा त्याच्या उपस्थितीतही अण्णाजीशी ज्या मोकळेपणानं वागत होती त्यावरून ती आपल्या प्रियकराबरोबर पळून जाईल याबद्दल कृष्णप्पालाही शंका नव्हती. तिच्या वागण्यात कुठंही आपण आपल्या नवऱ्याशी प्रतारणा करत असल्याची खंत दिसत नव्हती.

पण तिनं ज्या तीव्रतेनं अण्णाजीला जीव लावला, त्यामुळे अण्णाजीच्या भावनांचा मात्र हलकल्लोळ उडाल्याचं कृष्णप्पा पाहात होता. राजकारणातले कोरडे विचार तिला कळोत वा न कळोत, एखादं प्रणय-काव्य गावं अशाप्रकारे अण्णाजीला तिच्यापुढे मांडताना बघून कृष्णप्पा चकित होऊन जात होता.

अण्णाजीबरोबर एखाद्या खेड्यात राहायचं आणि राबून खायचं असं तिनं

ठरवलं होतं. अण्णाजीनं लोकांमध्ये मिसळून काम करण्यासाठी केरळमध्ये जायचा निर्धार केला होता. घरी येणाऱ्या केरळी सुताराबरोबर बोलून उमानं मल्याळम भाषा कामापुरती शिकायला सुरुवात केली होती. एका बॅगेत तिनं आपले रोजचे वापरायचे कपडेही भरून ठेवले होते. येत्या पंधरा दिवसात पळून जायच्या दृष्टीनं तिची संपूर्ण तयारी झाली होती. दररोज मध्यरात्रीनंतर पत्ते खेळून आणि दारू पिऊन येणाऱ्या चन्नवीरय्याला आपली बायको इतरांच्या बायकांप्रमाणे कटकट करत नाही, आपली बायको आपल्या मुठीत आहे याचा आनंद वाटत होता.

एक दिवस दुपारी पोलिसांची जीप थेट त्यांच्या घरापुढे उभी राहिली. अण्णाजी उमाबरोबर बोलत बसला होता. दारावर थाप पडताच कृष्णप्पा असेल या अपेक्षेनं अण्णाजीनं दरवाजा उघडला. दारात स्वत: डी.एस.पी. दैत्यासारखा उभा होता. त्यानं अण्णाजीला ठाण्यावर चलण्यास सांगितलं. उमा घाबरी झाली. अण्णाजीनं तिला समजावलं, 'घाबरू नकोस! यांचा काहीतरी गैरसमज झालेला दिसतो. कृष्णप्पाला ठाण्यावर पाठवून दे. जामिनासाठी मला त्याची गरज लागेल!' पोलिसांवर प्रभाव पाडण्यासाठी तो शुद्ध इंग्लिशमध्ये बोलत होता.

थोड्या वेळानंतर कृष्णप्पापुढे उमा रडू लागली. एखादी स्त्री रडायला लागली की कृष्णप्पाला अत्यंत अवघड होत होतं. काय करावं ते न कळून गोंधळून गेलेल्या कृष्णप्पाकडे तिनं हजार रुपये दिले आणि कसंही करून अण्णाजीला सोडवून आणायला सांगितलं.

कृष्णप्पा पोलिस-स्टेशनात गेला तेव्हा अण्णाजीला थेट वरंगळला घेऊन गेल्याचं समजलं. तिथंच त्याला कोर्टापुढे उभं करणार असल्याचंही समजलं. त्याच बरोबर तिथल्या इन्स्पेक्टरनं बजावलं, 'जपून बोला महाशय! त्याच्यावर खुनाचा आरोप आहे!–'

कृष्णप्पा परतला त्यावेळी अण्णाजीच्या अटकेची बातमी समजून चन्नवीरय्या घराकडे धावला होता आणि बायकोची समजूत काढत होता. कृष्णप्पाला पाहाताच तो म्हणाला, 'पाहिलंत? क्रांती-क्रांती म्हणत त्यानं खूनही केले होते आणि भूमीगत होऊन इथं राहिला होता म्हणे! थँक गॉड! एवढ्यावरच संपलं म्हणून बरं झालं! माझ्या बायकोला त्याच्याविषयी बराच आदर होता– त्याच्या नॉलेजमुळे. काही मदत करायची इच्छा असेल तर वरंगळला जा. हे घ्या खर्चासाठी– 'म्हणत त्यानं पाचशे रुपये त्याचा हातावर ठेवले, –'अण्णाजीचा एक महिन्याचा पगार शिल्लक होता. पण, कृपा करून मला यात गुंतवू नका. मी आपला बिझनेसमधला माणूस–'

पैसे घेऊन कृष्णप्पा वरंगळला जायला निघाला. नेमक्या त्याच वेळी महेश्वरय्या सामोरे ठाकले! सारं ऐकून त्यांनी सांगितलं, 'चल, मीही येतो तुझ्याबरोबर! मला गरजेपुरतं तेलुगू येतं–'

महेश्वरय्यांचे केस गेल्या खेपेपेक्षा जास्त लांब आणि शुभ्र झाले होते. त्यांच्या कपाळावरचं मोठं कुंकू पाहाताच ते देवीचं कुठलंसं मंडल आखून पूजा करून आले असावेत असं वाटत होतं. त्यांनी दोन फर्स्टक्लासची रेल्वेची तिकिटं आणली. अण्णाजीची शिल्लक राहिलेली किरकोळ कर्ज फेडून झाल्यावर त्यांनी कृष्णप्पाला खादीच्या दुकानात नेऊन खादीचं धोतर आणि नेहरू-शर्ट-कोट शिवायला दिले. वुलनचा कोट आणि झब्बा कितपत सैल पाहिजे, कॉलरची पट्टी किती रुंद पाहिजे, झब्बा खालच्या बाजूनं किती सैल पाहिजे या विषयी शिंप्याला नीट सूचना देऊन त्यांनी कृष्णप्पाला बजावलं, 'तू धोतर नेसायला पाहिजे–'

दोन दिवसांनी ते वरंगळला पोहोचले. लगोलग टॅक्सीनं पोलिस स्टेशनमध्ये जाऊन त्यांनी चौकशी केली, 'आर. एल. नायकांना कुठं ठेवलंय?'

पोलिस-अधिकाऱ्यानं त्याला, बसायलाही न सांगता विचारलं, 'तुमचा काय संबंध त्यांच्याशी?'

'तो माझा मित्र आहे–' कृष्णप्पानं सांगितलं.

'नीट विचार करून उत्तर द्या! कुठल्या नावानं ते तुमचा मित्र झाले? तुम्हाला त्यांच्याविषयी काय माहिती आहे?'

'कोर्टात चौकशी होईलच ना? इथं कशाला मग चौकशी?'

'आर.एल. नायक या नावानं तुमची त्यांच्याशी ओळख झाली?'

अनुभवी महेश्वरय्यांनी कृष्णप्पाला अधिक बोलू न देता सांगितलं, 'त्या नावानं तुम्ही अटक केल्यामुळे आम्ही तशी चौकशी केली– एवढंच! आमच्या इथं ते अण्णाजी या नावानं यांना इंग्लिश शिकवत होते.'

'ओ हो! तो कोण आहे ठाऊक आहे तुला, यंग मॅन? तेलंगण रीजनमध्ये जमिनदारांना ठार मारण्यासाठी गुन्हेगार तयार करणारा तो एक सो कॉल्ड कम्युनिस्ट लोफर! तुझ्या अंगावर खादी दिसतेय म्हणून सावध करतो– त्याची ओळख देऊ नकोस! त्याला तर खतम देखील केलं! पाहिलं नाही–?' म्हणत त्यानं त्या दिवशीचं इंग्रजी वृत्तपत्र कृष्णप्पाच्या हातात ठेवलं.

वृत्तपत्रात अण्णाजीच्या भगव्या कपड्यातला फोटो देऊन त्याखाली छापलं होतं, 'भगव्या वस्त्रातल्या राष्ट्रद्रोह्याचा मृत्यू–'

कर्नाटकात लपलेल्या या नक्षलवाद्याला पोलिसांनी अटक केली. त्याला घेऊन येताना एका अरण्यात काही नक्षलवाद्यांनी पोलिसांच्या जीपचा पाठलाग करून हल्ला केला. त्यावेळी झालेल्या चकमकीत दोन पोलिस शिपाई जखमी झाले. या गोळीबारात आर.एल.स्वामी उर्फ आय.एस. अण्णाजी सापडून मृत झाला. या स्वामीच्या अनुयायांपैकी काहीजण कर्नाटकात लपले असावेत, अशी शंका असून

कर्नाटकातील पोलिस त्यांचा शोध घेत आहेत–'

बातमी वाचताना कृष्णप्पाचा चेहरा विदीर्ण झाला. हातात दंडुका घेतलेल्या पोलिस- अधिकाऱ्याकडे तो पाहात राहिला. अधिकाऱ्यानं पुन्हा बजावलं, 'वाचलंस ना? सावध रहा! त्या नालायकाची तू ओळख सांगितलीस तर तुलाही अटक करावी लागेल! खुनी डुक्कर हलकट लेकाचा–'

आपण काय करतोय हे लक्षात येण्याआधी कृष्णप्पानं पोलिस-अधिकाऱ्याचं बकोटं पकडलं. लगोलग दोन कॉन्स्टेबल्स, त्याला पकडायला धावले. महेश्वरय्यांनी हात जोडून विनवलं, 'अतिशय संतापी मुलगा आहे, साहेब! सोडून द्या त्याला–'

संतापलेला कृष्णप्पा म्हणाला, 'या हलकटापुढे हात जोडू नका–'

'अरे व्वा! एवढी मस्ती? पाहून घेईन! खुनाच्या केसमध्ये अडकवतो आणि चौकशीसाठी इकडंच ठेवून घेतो मॅजिस्ट्रेटला सांगून!' म्हणत तो उठला, पँट वर ओढून शर्ट खाली खेचत मिशी नीट करत त्यानं फर्मावलं, 'या कुंकूवाल्या पुजाऱ्याला हाकला इथून– तो पळून जाणार नाही अशी त्यावर नजर राहू द्या. सगळे साले साध्या वेषातले खुनी आहेत!'

एक कॉन्स्टेबल महेश्वरय्यांना बाहेर खेचू लागला तेव्हा महेश्वरय्यांनी कृष्णप्पाला जाता-जाता ओरडून सांगितलं, 'मी एक वकील शोधतो– घाबरू नकोस– देवीचं स्तोत्र म्हणत रहा–'

एका उंदराच्या चेहऱ्याच्या बुटक्या मॅजिस्ट्रेटपुढे कृष्णप्पाला उभं करण्यात आलं. इन्स्पेक्टरनं विनंती केली– यानं आपल्यावर खुनी हल्ला केल्याचं सांगून तो म्हणाला, 'हा स्वामीचा मित्र असल्यामुळे अधिक तपासणीसाठी याला स्टेशनवर ठेवावं!–' कृष्णप्पा डोळे वटारून नुसता बघत राहिला.

मॅजिस्ट्रेटची परवानगी मिळताच गावातल्या आणखी एका ठाण्यात त्याला नेण्यात आलं. इमारतीच्या मागच्या बाजूला असलेल्या एका कोठडीपाशी उभं करून पोलिसानं दरवाज्याचं कुलूप काढलं. कर्रर्र आवाज करत दरवाजा उघडला.

□

त्या खोलीला एकही खिडकी नव्हती. हवा खेळायला वावच नसल्यामुळे दरवाजा उघडताक्षणी कुबट दुर्गंधी नाकावर येऊन आदळली. पोलिस कॉन्स्टेबलनं कृष्णप्पाला आत ढकललं आणि एक कांबळं त्याच्या पायावर भिरकावलं. दारातून आलेल्या उजेडातच एक गंजलेलं भांडं लघवी-संडासासाठी आणि तसलंच दुसरं पाणी पिण्यासाठी असल्याचं उर्दूत सांगितलं. इन्स्पेक्टरनंही कुत्सितपणे हसत म्हटलं, 'दोन्ही भांडी वेगवेगळ्या कामासाठी आहेत– लक्षात ठेव!'

कॉन्स्टेबलनं कृष्णप्पाच्या खिशात हात घालून त्यातले एक हजार पाचशे रुपयं, पेन आणि सिगारेट-काडेपेटी काढून इन्स्पेक्टरकडे दिले.

वरंगळचा उकाडा असह्य होता. खोलीत जाताच तिथल्या धुळीमुळे कृष्णप्पाचा जीव गुदमरल्यासारखा झाला होता. कोळीष्टकांनी भरलेली खोली नीट पाहाण्याच्या आतच दरवाजा बंद झाला. खोली अंधारानं भरून गेली.

धुळीनं भरलेल्या जमिनीवर कृष्णप्पानं कांबळं पसरून बसण्याचा प्रयत्न केला. त्याला असह्य वाटलं. पण पोटऱ्यांत गोळे आले. कांबळ्यावर बसून त्यानं शर्ट काढला आणि अंग-चेहरा पुसला. सिगारेट ओढावीशी वाटली. पाकीट पोलिसानं काढून घेतल्याचं लक्षात आलं तरीही त्यानं अस्वस्थपणे सगळे खिसे उलटे-पालटे केले.

सर्वप्रथम त्याच्या मनात विचार आला– बुद्धीवरचा ताबा ढळू देता कामा नये. अवचितपणे गपकन आवळणाऱ्या क्षुद्रतेला बळी पडता कामा नये. जमेल तेवढी विश्रांती घेऊन शक्य तेवढी शक्ती पुढे घडणाऱ्या अनामिक घटनांसाठी राखून ठेवायला पाहिजे.

त्यानं कांबळं जमिनीवर अंथरलं आणि तो पाय पसरून त्यावर झोपला. अंगातून घामाच्या धारा वाहात होत्या, घशाला कोरड पडली. गंजलेलं भांडं दिसलं नाही तरी त्यातलं पाणी प्यायच्या विचारानंच त्याला किळस आली. त्यानं डोळे मिटायचा प्रयत्न केला. थोडी हालचाल केली तरी धुळीमुळे गुदमरल्यासारखं होत होतं. दाराच्या फटीतून एखादा प्रकाश-किरण आत येईल या आशेनं पाहिलं तर तो दरवाजा लाकडी फळ्या मारून केलेला दिसला. त्यामुळे आत उजेडाचा किरण येणंही अशक्य होतं. बाहेर दिवस आहे की रात्र आहे– हे समजणंही कठीण होतं.

कृष्णप्पाच्या दृष्टीनं हा काही पहिला-वहिला तुरुंगवास नव्हता. बेचाळीसच्या चळवळीत आणि सत्तेचाळीस साली म्हैसूर राज्याच्या सुटकेसाठी तो जेलमध्ये गेला होता. त्यावेळी जेल म्हणजे सगळ्या मित्रांनी गाणी गात स्वयंपाक करून एकत्र जेवायची जागा होती. सिस्टीमला विरोध केला की सरकारचं नेमकं वर्ग-लक्षण समजतं असं अण्णाजीनं सांगितल्याचं त्या अंधारात कृष्णप्पाला आठवत होतं. एखाद्या प्राण्याला ठार करावं तसं त्यांनी अण्णाजीला मारलंय! एका स्त्रीबरोबर संसार करत कदाचित शांतपणे जगण्याचं स्वप्न बघणाऱ्या अण्णाजीला!–

या विचारासरशी कृष्णप्पाचं अंग संतापानं तप्त झालं. कांबळ्यावर पडलेला आपला काळाकभिन्न देह विषारी नाग होऊन सळसळत जाऊन अण्णाजीला मारणाऱ्यांना दंश करून जीव घेऊ शकला असता तर–

तो या दिवा-स्वप्नात स्वत:ला रमवत असतानाच साऱ्या शरीराला असंख्य

जागी काहीतरी चावत असल्याचं जाणवलं. तो ताडकन उठून बसला. त्यानं रपकन मारून चिमटीत धरलं तेव्हा टचकन मेल्यामुळे येणाऱ्या दुर्गंधीमुळे तो ढेकूण असल्याचं लक्षात आलं. तो उभा राहून करा-करा सारं अंग खाजवू लागला. हात पोहोचत नसलेल्या जागी पाठीवरून ढेकणं फिरत होती. तो काढलेल्या शर्टनं पाठ आणि अंग झटकू लागला.

असा किती वेळ गेला कोण जाणे. कोपऱ्यातून चर्रर-चर्रर आवाज येऊ लागला. भांड्यांचा आवाज– बहुतेक उंदीर दोन्ही पायांनी भांडं धरून भांडं कुरतडतोय– होय. मधूनच चीर्र-चीर्र आवाज येतोय. मागच्या कैद्यानं शिल्लक ठेवलेलं अन्न असावं. अन्न संपवून आता तो तळाला चिकटून राहिलेल्या काही शितांसाठी–

तो आवाजाच्या दिशेनं अंधारात मन एकाग्र करून बघत होता. अंगावरची ढेकणं गळून पडत होती. ती पुन्हा अंगावर चढू नयेत म्हणून मांड्या चोळत कृष्णप्पा उभा होता. किंचित उजेड असला तरी उंदराचे डोळे चकाकले असते. या खोलीतच उंदराचं बिळ असलं पाहिजे. कृष्णप्पानं आजवर वाचलेल्या बंदीवासाच्या कथा आठवू लागला. अशा एका बंद खोलीत रात्रं-दिवस राहिलेल्या तरुणाची कथा वाचल्याचं आठवलं. 'माऊंट ऑफ मान्टिक्रिस्टो' या कथेचा नायक अशा बंद खोलीतून एक भोक करतो तेच हळूहळू मोठं करतो– भुयार करून त्यातून पळून जातो. कृष्णप्पा त्या कथेचा तपशील आठवत राहिला– कथानायक आणि भोक कसं पाडतो– कसं पहारेकऱ्यापासून दडवतो–! त्या कथानायकानंही उंदराचं बीळच हळूहळू मोठं केलं होतं. पण त्यासाठी आवश्यक ती अवजारं? इथं स्टीलची ताटली नसणार. असती तर चेचून तिच्यापासून खणायला योग्य अवजार तयार करता आलं असतं–

तो आवाज येत असलेल्या दिशेला निघाला. मध्येच पायाला काहीतरी मऊ दाबलं गेल्याचं जाणवलं. त्याचं सर्वांग शहारलं. उंदीर असेल असं वाटून किळस येऊन त्याचा थरकाप झाला. या धडपडीत त्याचा ताटलीवर पाय पडून ती लवंडली. अंधारात हात पसरून त्यानं ताटली उचलून पाहिली. शंभर जागी चेपलेली आणि काठांत दुमडलेली ती अल्युमिनियमची ताटली होती. त्यातल्या सडलेल्या अन्नाची दुर्गंधी नाकात शिरताच त्याच्या हातातली ताटली धपकन जमिनीवरच्या धुळीत पडली.

त्यानं स्वत:ला बजावलं– मागं एकदा झाला होता तसा बुद्धीभ्रम होऊ नये म्हणून आपण सावध राहिलं पाहिजे! तो तिथून पळून जाण्याचा विचार करू लागला. एकेक मार्ग शोधणं– त्याच्या शक्यता-अशक्यतेचा विचार करणं यात तो रमून गेला.

दरवाजा उघडल्याचा किर्रर– आवाज आल्यामुळे त्यानं दाराकडे वळून पाहिलं.

दार उघडलं तरी आत उजेड आला नाही– त्याअर्थी निश्चित दिवस मावळला आहे. एखादी वाऱ्याची झुळूक येईल या आशेनं त्यानं वाट पाहिली. हवेत मात्र उकाडा कमी जाणवत होता.

दाराबाहेरचा शिपाई उर्दूमध्ये काहीतरी बोलला. कृष्णप्पाला त्यातली 'सुव्वर' ही शिवी वगळता आणखी काहीही समजलं नाही. तो जाड चेहऱ्याचा इन्स्पेक्टर नव्हता, कुणीतरी चिरक्या आवाजाचा पोलिस होता. काडेपेटीतली काडी ओढून तो काहीतरी शोधू लागला. ताटली दिसताच ती कृष्णप्पापुढं नाचवतही त्यानं बरीच बडबड केली. बहुतेक त्यानं ताटली उचलून द्यायला सांगितलं असावं. अंधुक उजेडात त्याच्या मोठ्या मिश्यांचं दर्शन झालं. तो दार बंद करून निघून गेला. थोड्या वेळानं पुन्हा दरवाजा उघडला गेला आणि त्याची हाक आली, 'ए–'

कृष्णप्पा दाराकडे गेला. जेवणाची ताटली आत आली. कृष्णप्पानं इंग्लिशमध्ये सांगितलं, 'मला जेवण नको–'

तिकडे लक्ष न देता ताटली आत सारली गेलीय आणि उर्दूमध्ये काहीतरी बडबडत शिपायानं दार बंद केलं. ताटली बाहेर टाकणंही शक्य नव्हतं. त्यातल्या सांबार-भाताच्या वासानं कृष्णप्पाच्या पोटात ढवळू लागलं. त्यावर ताव मारण्यासाठी उंदीर शिरतील हे लक्षात येऊन त्यानं ताटली कोपऱ्यात सारली आणि तो पूर्ववत उभा राहिला. पावलापुढे पावलं ठेवत तो सावकाश या भिंतीपासून त्या भिंतीपर्यंत फिरून आला. त्यानं भिंतीला हात लावून पाहिलं– भिंतीचं बऱ्याच ठिकाणी प्लॅस्टर पडून पोपडे निघाले होते. या भेगांमध्येच ढेकणांनी आपल्या वस्त्या स्थापन केलेल्या असाव्यात! चाचपडत असताना त्याचा हात पाण्याच्या आणि संडासासाठी ठेवलेल्या भांड्यांना लागला. पाण्यानं चेहरा धुवावा म्हणून तो पुढं सरसावला.

कोठडीत एका बाजूला सिमेंटचा चौथरा करण्यात आला होता. बहुतेक ती झोपण्याची व्यवस्था असावी. त्यानं तो कांबळ्यानं पुसला, पाण्यानं धुतला आणि त्यावर बसला. ढेकणाचं भय होतंच. काही उंदीर अन्नाच्या ताटलीवर तुटून पडले होते. पाय लोंबत ठेवून बसल्यावर स्वच्छ आणि चांगली जागा मिळाल्याचा त्याला आनंद झाला. देह कसा परिस्थितीशी जुळवून घेत होता!–

डुलकी लागू पाहात असतानाच बाहेर काहीतरी गडबड ऐकू आली–

बांगड्यांचा आवाज– बुटांचा आवाज– कुणीतरी पुरुषी आवाजात उर्दूमध्ये काहीतरी अचकट-विचकट बोलून खिदळत होतं– हा आवाज त्या जाड चेहऱ्याच्या इन्स्पेक्टरचा वाटत होता. त्याला इंग्लिश समजतं. त्याच्याकडून आपलं सिगारेट पाकीट मागून घेता येईल. त्याचवेळी कुणीतरी धडपडत असल्याचा आवाज– कुणीतरी काहीतरी सांगतंय– बाई रडतेय– तेलुगूमध्ये गयावया करतेय. त्यातलं कृष्णप्पाला थोडं-फार कळालं. 'आपल्या सोबत होता त्याच्याशी पुढच्या महिन्यात

आपलं लग्न होणार आहे– त्याला कुठं नेलं?– त्याला इथं आणा' या अर्थाचं ती विनवत होती. इन्स्पेक्टर उर्दूमध्ये काहीतरी म्हणाला. क्षणभराच्या शांततेनंतर बाईचं ओरडणं ऐकू आलं, 'सोडा मला! सोडा–'

कृष्णप्पा उठला. धडा-धडा दार बडवत तो इंग्लिशमध्ये ओरडला, 'माणसं आहात की राक्षस? सोडा तिला–'

बाईचं रडणं क्षणभर थांबलं. धापांचा आवाजही ऐकू आला. कृष्णप्पा दारावर लाथा मारत ओरडू लागला. 'दरवाजा उघडा-उघडा–'

कालांतरानं ओरडणं क्षीण झालं. लाथांमधला जोरही ओसरला. पायातली शक्ती नाहीशी होऊन तो मटकन खाली बसला. क्रोध आणि तिरस्काराचा माणसावर परिणाम होतो– या हैवानांवर नाही–

आपले हे विचार लक्षात येताच तो स्वतःच चकित झाला, हा त्याच्या दृष्टीनं नवा अनुभव होता. डोंगरावरच्या गुहेत राहणारा बैरागी, प्रतिहिंसेला मागं सरता कामा नये म्हणणारा अण्णाजी किंवा गुप्त-साधना करणारे महेश्वरय्या– यापैकी कुणालाच असला अनुभव आला नसेल. यानंतर कधीही उजाडणार नाही– उजाडलं तरी आपल्याला समजणार नाही असं त्याला वाटलं. कितीतरी वेळ उंदीर रिकामी ताटली कुरतडत होते– वेळेचं भानच नाहीसं होत होतं–

असा किती वेळ गेला कोण जाणे–

पुन्हा दरवाजा उघडला गेला. कृष्णप्पाची नजर त्या उजेडाला सरावण्याआधी दोघं आत घुसले, कृष्णप्पाच्या डोळ्यांवर पट्टी बांधून त्याला ओढत नेऊ लागले.

काही अंतर त्याला ओढत नेऊन त्याला एका खुर्चीवर बसवण्यात आलं. लोखंडी– वेतानं विणलेली– हाताची खुर्ची! मनात थोडासा भरवसा निर्माण होत असतानाच त्याच्या डोळ्यांवरची पट्टी खोलण्यात आली. कुठल्यातरी ग्रहावरून उतरल्यासारखं कृष्णप्पानं समोर आश्चर्यानं पाहिलं. समोरच्या मोठ्या टेबलापलीकडे तिघं बसले होते. तिघांचेही नीट कापलेले केस, क्षौर केलेले स्वच्छ चेहरे, अंगावरचे इस्त्रीचे खादीचे कपडे– तिघंही सुरेख चित्रं असलेल्या कपबशांमधून चहा पित होते. टेबलावर निळं वुलनचं कापड अंथरून त्यावर काच ठेवण्यात आली होती. त्या तिघांमध्येही मध्यभागी बसलेला सुशिक्षित आणि सुसंस्कृत दिसत होता. कदाचित त्यानं घातलेल्या चष्म्याचा तो परिणाम असावा. डावीकडचा उत्तम खेळाडू वाटत होता. उजवीकडे बसलेल्या पांढऱ्या मिशा असलेल्या माणसानं कपाळावर भुवयांमध्ये लाल कुंकू लावलं होतं.

मधल्या माणसानं इंग्लिशमध्ये अत्यंत सौम्यपणे विचारलं, 'तुमच्यासाठी चहा मागवू?'

त्या तिघांच्या पाठीमागच्या भिंतीवर असलेल्या नेहरू आणि राजेंद्रप्रसाद यांच्या

छायाचित्रांकडे लक्ष जाऊन कृष्णप्पा म्हणाला, 'नको! तुम्ही मला इथं अन्यायानं डांबून ठेवलं आहे. त्याचा निषेध म्हणून मी अन्न-सत्याग्रह करत आहे!–'

ह्या तिघांना पाहताच त्याच्या मनात आशा निर्माण झाली होती.

'तुम्ही निरपराधी असल्याचं सिद्ध झाल्यावर मिनिटभरही आम्ही तुम्हाला इथं ठेवणार नाही! कृपा करून तुम्ही तुमच्या स्नेह्यानं– अण्णाजी यांनी आपली शस्त्रं कुठं ठेवली आहेत ते सांगा!'

'मला ठाऊक नाही!'

'तुम्ही निरपराधी आहात असं दिसतं. तुमच्यासारख्या आदर्शवादी तरुणांनाच हाताशी धरून अण्णाजींसारखे देशद्रोही घातक कृत्ये करतात! तुम्ही सत्य सांगितलं की आम्ही तुम्हाला लगेच सोडून देऊ. तुम्ही शिकून-सवरून मोठं व्हावं हीच आमचीही अपेक्षा आहे. आता मीच पाहा ना, पोलिटिकल सायन्स घेऊन एम.ए. केलं आणि इथं नोकरीला आलो. हे माझ्या डावीकडचे गृहस्थ कन्नड-भाषिकच आहेत. वरंगळच्या कन्नडिगांच्या दृष्टीनंही ऐतिहासिक रामप्पा टेंपल महत्त्वाचं आहे ठाऊक आहे ना? आणि हे या विभागाचे सुप्रसिद्ध क्रिकेटियर आहेत!'

हे ऐकून कृष्णप्पाला बरं वाटलं. त्यातला रामप्पा देवळाचा संदर्भ तर हेही आपल्यासारखेच असल्याचा गुप्त-संदेश देत होता.

कृष्णप्पानं सांगितलं, 'माझा अण्णाजीवर जीव होता. त्याला तुमच्या माणसांनी मारलं आहे. तो इथल्या समाजाचा स्तर उंचवायचा प्रयत्न करत होता.'

बोलता-बोलता तो थांबला. यांच्या बोलण्याला भुलून आपण उगाच एवढं बोललो असं वाटून तो कासाविस झाला.

'ते तुमचं मत असू शकेल, मिस्टर गौडा!–' क्रिकेटियर म्हणाला.

कुंकू लावलेला माणूस यात काही विशेष नाही– केवळ रूटीनचा भाग आहे अशा आविर्भावात जांभई देत म्हणाला, 'मी गुलबर्ग्याकडचा. तुम्ही शिवमोग्याकडचे काय? माझे हे मित्र अत्यंत चांगले आहेत. अण्णाजीचे कुणा-कुणाशी जवळचे संबंध होते– तो कुणा-कुणाला पत्र लिहायचा तेवढं सांगा. त्याचे बायकांशी संबंध होते हे आम्हाला ठाऊक आहे.

'नाही, मला ठाऊक नाही!'

'तुम्ही स्वत:च हाल ओढवून घेताय! तोंड उघडल्याशिवाय इथून कुणीही बाहेर पडू शकत नाही. हे काही आम्ही आमच्या स्वार्थासाठी विचारत नाही! देशाचं काम आहे हे! देशाची एकता राखायचं काम! नेहरू काय सांगतात?–'

मधल्या माणसाची भाषण ठोकल्यासारखं बोलायची पद्धत पाहून कृष्णप्पाला आणखी आत्मविश्वास वाटू लागला. तो संतापानं म्हणाला, 'काल रात्री माझ्या खोलीबाहेर काय घडलं ठाऊक आहे?–'

बोलता-बोलता कृष्णप्पाचा आवाज सद्गदित झाला होता. समोर बसलेल्यांच्या माना शरमेनं खाली गेल्या. कृष्णप्पा त्याच आवेगात हुंदका देत म्हणाला, 'एका स्त्रीला– असहाय्य अबलेला– तुमच्या या राक्षसांनी ओढून आणून–' पुढचं बोलणं अशक्य झाल्याप्रमाणे त्यानं मान खाली घातली.

मधला आंबट चेहऱ्यानं हसत म्हणाला, 'डोंट गेट टू एक्झायटेड यंग मॅन! ब्रूटस् सगळीकडे असतातच. अशा पाशवी लोकांना काबूत ठेवायचे असेल तर आमच्या लोकांनाही ब्रूटस् व्हावं लागतं. तुम्ही सांगताय ना? न सांगून तुम्ही संधी गमावताय! इकडची इतर माणसं आमच्यासारखी नाहीत. तोंड उघडायला लावण्यासाठी थर्डडिग्री वापरतात. ऑलराईट! आता आम्हाला एका कॉन्फरन्सला जायला पाहिजे–' म्हणत त्यानं नजरेनं खूण केली. एका शिपायानं त्याला बाहेरच्या खोलीत नेऊन पुन्हा डोळे बांधले.

दहा-बारा फूट उंचीच्या भिंतीमध्ये असलेल्या मोकळ्या जागेत कृष्णप्पाच्या डोळ्यांवरील पट्टी सोडण्यात आली. समोर तोच जाड चेहऱ्याचा पोलिस-इन्स्पेक्टर होता. तो कृष्णप्पाचीच वाट पाहात असावा असं दिसत होतं.

'काल रात्री दरवाजा का धडकत होतास?'

कृष्णप्पा काही बोलला नाही.

'तुझ्यासारख्यांना कसं बोलतं करायचं ते मला ठाऊक आहे! एरोप्लेन ठाऊक आहे ना? बांध रे याला–' म्हणत सिगारेट पेटवत तो आत गेला. व्हरांड्यात दोन खुंट्यांच्या मधोमध वरच्या बाजूला एक विहिरीच्या रहाटासारखा एक लोखंडी रहाट बसवला होता. त्याला बांधलेल्या दोराच्या एका टोकाला कृष्णप्पाचे हात मागच्या बाजूला बांधण्यात आले. दुसरं टोक हातात धरून चिरक्या आवाजाच्या पोलिसानं 'सर' म्हणून हाक मारली.

जाड चेहऱ्याचा पोलिस-इन्स्पेक्टर सिगारेट ओढत बाहेर आला. हवालदारानं समोर धरलेल्या लेजरवर सही करत तो 'येस– गो ऑन–' म्हणाला. चिरक्या आवाजाच्या शिपायानं दोर ओढायला सुरुवात केली. कृष्णप्पाचे बांधलेले हात वर ओढले जाऊ लागले तेव्हा त्याच्या चेहऱ्यावर वेदना उमटली. जाड चेहऱ्याचा इन्स्पेक्टर हसत म्हणाला, 'दुखतं ना? आणखी ओढलं तर डोळ्यांपुढे काजवे चमकतील! सांगून मोकळा हो. जेवलाही नाहीस ना आज? बिचारा!–'

कृष्णप्पा तरीही गप्पच राहिला.

इन्स्पेक्टरचा पारा पटकन वर चढलेला दिसला. त्यानं आज्ञा दिली, 'ओढ–'

हात वर ओढले जाऊ लागले तेव्हा ते खुब्यातून निखळतील की काय असं वाटून कृष्णप्पाच्या डोळ्यांपुढे अंधारी आली. आपण खोल गर्तेत कोसळत आहोत

असं त्याला वाटलं. दोर सैल झाला. त्याच्या जिवात जीव आला. पुन्हा दोराला ओढ बसू लागली तेव्हा कृष्णप्पा घाबरला– पण ज्या असह्य यातनांची त्यानं अपेक्षा केली होती, तेवढ्या यातनांचा प्रत्यक्ष अनुभव त्याला आला नाही. पुढच्या वेदनांची अपेक्षा करत राहाण्यापेक्षा मन आणखी कुठं तरी गुंतवलं तर?–

त्यानं आपल्या मनाला बालपणीच्या दिवसांमध्ये मोकाट सोडून दिलं– आपल्या अतिप्रिय आठवणींपाशी रेंगाळत सोडलं–

गुरं-वासरं– त्यांच्या गळ्यांमधल्या घंटांचे आवाज– समोरच्या समृद्ध हिरवळीवर निवांतपणे चरणं– वर फणसाच्या झाडाची सावली– कांबळ्यावर निवांतपणे पहुडणं– समोरच्या काही अंतरावरच्या झुडूपातून एका भारद्वाज पक्षानं उडत येऊन समोर क्षणभर टेकणं– पुन्हा नजरेआड होणं. हा पक्षी दिसला की गोड खायला मिळतं ना!– पोटात भूक लागल्याची जाणीव– हातात बासरी– दूरवर हातात कोयता घेऊन डोक्यावरचं पानांचं इरलं सावरत आई येतेय– ती दिसताच मोठ्यानं ओरडून 'भूक लागली–' म्हणून सांगावंसं वाटतं. समोर उभी असलेली आई मंद हसत खोटं-खोटं रागेजते, 'असली कसली भूक रे तुझी? सकाळी पेज नव्हती का खाल्ली?'

छोटा कृष्णप्पा भुणभूण करतो, 'त्यात माती होती, अव्वा!' तो तरी तिच्याशिवाय आणखी कुणापुढे मामीची तक्रार सांगणार? पोटच्या मुलांना वेगळं आणि आपल्याला वेगळं वाढणारी मामी–

गोठ्यासाठी पाचोळा गोळा करायला बाहेर पडलेली आई मुलाशी घटकाभर मोकळं बोलण्याच्या आशेनं त्याला चिडवत राहाते– कृष्णप्पाचा राग वाढू लागला की ती केळीच्या पानाच्या द्रोणात गुंडाळलेला फणसाचा कडबू त्याला काढून देते– भरपूर तुपात घोळलेला! आदले दिवशी केल्यामुळे आज जास्तच चविष्ट लागणारा. आदले दिवशी आईच्या वाट्याला आलेला एक कडबू तिनं लपवून राखून ठेवलाय लेकाला चोरून देण्यासाठी! भावजयीची नजर चुकवून आपल्यासाठी आणलेला रुचकर कडबू पाहून झालेला आनंद दाखवू न देता तो बाजूला सारत तो म्हणतो, 'हा नीट शिजला नाही–'

– पण आईला त्याच्या मनातलं कळतं. तीही दटावते, 'हं! उगाच मस्तवालपणा करू नकोस! खा बघू मुकाट्यानं!'

कडबू खाताना चमकणारे त्याचे डोळे ती पाहात राहाते. कडबू संपताच कृष्णप्पा 'ओ–य! हैकू–' म्हणत गुरांमागे धावतो. चोरटी– उनाड गुरं–

प्राथमिक शाळेतले शिक्षक जोईस. कृष्णप्पा दहा-बारा वर्षांचा होऊन गुरं राखायला जाईपर्यंत त्यांच्या शाळेत जात होता. मूल-बाळ नसलेल्या जोईसांच्या

पत्नीचा– रुक्मिणीअम्मांचा– त्याच्यावर भारी जीव! काहीतरी निमित्त करून त्या त्याच्याशी उगाच गप्पा मारतात. त्याला चकली-कडबोळी देतात. कृष्णप्पाची आईही मनातलं सुख-दुःखं पान-सुपारी खात विरंगुळ्याच्या वेळी त्यांच्या पुढ्यातच मोकळं करते.

संध्याकाळी जोईस नियमितपणे सुरात कुमार व्यासाचं 'भारत' वाचतात. त्यावेळी तिथं आणखी कुणी नसलं तरी कृष्णप्पा नक्की असतो. ते नेहमी कृष्णप्पाच्या आईला सांगतात, 'तुझ्या मुलाच्या चेहऱ्यावर राजकळा आहे बघ!' कर्णाची कथा ऐकताना कृष्णप्पाचे डोळे ओले होतात– ते बघून जोईस विचारतात, 'एकलव्याची कथा सांगू?'

रुक्मिणीअम्मांचं सोवळं मात्र पराकोटीचं! त्याच्या छोट्याशा तळहातावर त्या एवढ्या उंचीवरून कडबोळं टाकत! कुंपणावर सोवळ्याचं लुगडं वाळत टाकलं असलं तर ओरडून बजावतात, 'कृष्णप्पा, मी सोवळ्याचं लुगडं ओढून घेतेय हं! थांब– कुंपणाला शिवू नकोस!–'

एकदा 'काय होतं शिवलं तर–' म्हणत हात लावला तेव्हा त्या रागानं मारायला धावल्या– पण मारलं तर आणखी ओवळे होऊ या भितीनं हात उगारून तशाच थांबल्या– केवढं हसू आलं तेव्हा! मग त्याही हसू आवरत ओरडल्या होत्या, 'थांब तू! तुझ्या आईला सांगून कशी फजिती करते ते पाहाच! आमच्या घरी यायचं तर मागं झाडू बांधून यावं लागेल!'– म्हणत लुगडं विहिरीच्या कट्ट्यावर ठेवायला लावून वर पुन्हा पाणी ओतून पुन्हा पिळून वाळत टाकलं होतं–

'अय्यो–' कृष्णप्पा ओरडला. आणखी ओरडावंसं वाटलं पण त्यानं ते आवरलं. हातांना चांगलीच ओढ बसली होती. हात निखळून येतील असं वाटलं. किती वेळ ही वेदना सहन करावी लागेल कोण जाणे असं वाटत असतानाच दोर सर्ररकन सैल सोडण्यात आला. डोळ्यांपुढे अंधारी येऊन कृष्णप्पा जमिनीवर कोलमडला. एका पोलिसानं त्याच्या तोंडात थोडं पाणी घातलं. जीव थोडा सावरला जात असतानाच कानावर सिनेमाच्या गाण्याचे स्वर आदळले, आणि कृष्णप्पा चकित झाला.

भिंतीपलीकडे एक हॉटेल असलं पाहिजे. तिथून गाणं ऐकू येतंय– 'आवारा हूँ'– बैलगाडीचा आवाज– चाबकाच्या फटकाऱ्याचा आवाज– भिंतीपलीकडचं जग नेहमीप्रमाणे चाललं आहे. तिथं निवांतपणे हॉटेलात बसून कॉफीची ऑर्डर देता येईल, दुकानातून 'बर्कले' चं पाकीट विकत घेऊन आरामात सिगारेटचा धूर सोडता येईल–

बैलगाडीचा आवाज लांब-लांब जात आहे– सिलोनवरून ऐकू येणारं गाणं थांबून ॲस्प्रोची जाहिरात ऐकू येत आहे–

जाड चेहऱ्याचा इन्स्पेक्टर पाय फाकवून उभा राहून काचेच्या ग्लासमधून कॉफी पित होता. रिकामा ग्लास नेण्यासाठी एक शिपाई हात पसरून उभा होता. इन्स्पेक्टर आपल्याच तंद्रीत रिकामा ग्लास घेऊन उभा राहिला; तेव्हा तो डावीकडून उजवीकडे जाऊन रिकामा ग्लास घेऊन आत निघून गेला. आपलं संपूर्ण जीवन व्यापून त्यावर राज्य करू पाहाणारा इन्स्पेक्टर मटकन खुर्चीवर बसला तेव्हा कृष्णप्पाला आश्चर्य वाटलं. त्याच्या मनात आलं– यालाही एक आई असेल काय? हाही कधी लहान मुलगा असेल काय? इन्स्पेक्टर कृष्णप्पाकडे न बघता शिपायाला उर्दूमध्ये काहीतरी सांगत कंबर वेडीवाकडी करत पादला आणि निघून गेला.

शिपायानं एका रिकाम्या खोलीतल्या खुर्चीवर कृष्णप्पाला बसवलं आणि समोर उप्पिटाची प्लेट– कॉफीचा पेला आणून ठेवला. ते पाहाताच कृष्णप्पाच्या पोटात भुकेचा डोंब उसळला. पाठोपाठ आपण त्या सुसंस्कृत अधिकाऱ्यापुढे अन्न-सत्याग्रह करत असल्याचं सांगितल्याचं आठवलं. मन आवरण्यात यश आलं तशी त्यानं डोळे मिटून खुर्चीला पाठ टेकली. डोळ्यांवर प्रचंड झोप होती. पण शिपायानं सिमेंटच्या फरशीवर धपा-धप बूट आपटले. कृष्णप्पा दचकून जागा झाला. आपण दचकल्याचं शिपायाला समजल्यामुळे अवमानित झालेला कृष्णप्पा पुन्हा झोप लागू नये म्हणून प्रयत्नपूर्वक जागा राहिला–गौरी देशपांडेची आठवण काढत–

गौरी देशपांडेची सैल वेणी– कानावरून खाली घेऊन छातीवर विसावणारे काळेभोर केस– तिच्या हातातला तानपुरा– ती गात आहे 'कहत कबीर सुनो भाई साधो–' आळवत आहे– आता कृष्णप्पाला आपल्या भावनेची शरम वाटत नाही– ती शेजारी येऊन बसली आहे– तो हलकेच तिला थोपटत आहे. नंतर कृष्णप्पा अण्णाजीला सारं सांगतो– अण्णाजीलाही आनंद होतो– अण्णाजी सिस्टीम बदलण्याच्या थिएरीविषयी बोलतो– समाज हिंसेवर उभा आहे– सारं केंद्रियीकरण होऊन पोलिस-संस्था तयार झाली आहे– व्यक्तीश: या पोलिसांचा राग करण्यात काय अर्थ आहे? सिस्टीम कशी कार्य करते हे लक्षात घेऊन त्याप्रमाणे आपण काम करायला पाहिजे!– यात बदल करू शकतील केवळ शेतकरी आणि कामगार– जाड चेहऱ्याचा इन्स्पेक्टर केवळ साधन आहे–

पण तरीही त्याला रात्री झालेल्या बलात्कारामुळे उठलेल्या भेसूर किंकाळ्या आठवतात– कृष्णप्पाच्या डोळयांमधल्या झोपेची जागा क्रौर्य घेतं.–

बाहेर कुठंतरी महेश्वरय्या आपल्याला सोडवण्याचा मार्ग शोधताहेत– काय करायचं हे त्यांना चांगलं ठाऊक आहे–

देशांत क्रांती होत आहे– या जाड चेहऱ्याच्या इन्स्पेक्टरला कशी शिक्षा करावी या साठी कृष्णप्पा गुंतागुंतीच्या यंत्राची कल्पना करत आहे. एकमेकांत अडकवलेली शेकडो चक्रं– या इन्स्पेक्टरला ते यंत्र वेगवेगळ्या प्रकारे चेचून-पिळून काढते.

त्याला मरू न देता त्याचा छळ करत राहातं– विशेष म्हणजे ते यंत्र नजरेला दिसत नाही.

कृष्णप्पाला उसाच्या गुऱ्हाळाची आठवण झाली. सतत पडणारी उसाच्या रसाची धार पोफळीची सालं आणि चोयट्यांपासून उठणाऱ्या विविध ज्वाळा– काहिलीत रट-रट शिजणारा रस– काहिलीतून अलगद काढून घेऊन खायची गुळाची साय–

पुन्हा आवाज ऐकू आला. शिपायानं समोरच्या प्लेट मधलं उप्पिट फस्त केलं होतं. ॲल्युमिनियमची ताटली खाली ठेवत आपले काळे-किडके दात विचकत तो कृष्णप्पाकडे बघून हसत राहिला. कृष्णप्पानंच उप्पिट-कॉफी फस्त केल्यासारखं त्यानं दाखवलं होतं. आता तो पुन्हा एरोप्लेन करायला घेऊन जाईल या विचारानं त्याचा थरकाप उडाला. एरोप्लेनमुळे होणाऱ्या वेदना सहन करायचीही एक मर्यादा आहे. आता त्या मर्यादेपुढची वेदना आपण सहन करू शकणार नाही– अण्णाजींच्या संपर्कात आलेल्यांची नावं आपण सांगून मोकळे होऊ.

बुटांचा आवाज ऐकू आला. पाठोपाठ पिकलेल्या मिश्यावाला कुंकू लावलेला अधिकारी आत येऊन खुर्चीवर बसला. त्यानं डोक्यावरची टोपी काढून घाम पुसला कुंकू ओघळू पाहात होतं. ते पुसलं जाणार नाही अशा प्रकारे नाक-कान-मान-गळा पुसल्यावर तो म्हणाला, 'या नतद्रष्ट वरंगळच्या भोवताली दगडाचे डोंगर आहेत ना! म्हणून हा भयंकर उकाडा आहे! कॉफी मागवू?'

कृष्णप्पानं नकारार्थी मान हलवली.

'सरबत?'

त्यानं पुन्हा नको म्हणून सांगितलं.

'हे बघ, खरं तर मी इथं यायची गरज नसते. ही सगळी खालच्या अधिकाऱ्यांची कामं. त्यांचा ॲप्रोच पाशवी असतो–'

कृष्णप्पाचं आपल्या बोलण्याकडे लक्ष नसलेलं पाहून त्यानं सांगितलं, 'माझं नाव गजानन जोशी–'

यावरही कृष्णप्पा काही बोलला नाही.

'तुमचे मित्र महेश्वरय्या आमच्या घरी आले होते. सकाळी त्यांना आमच्या घरीच नाश्ता केला. मी स्वत: मुद्दाम तुम्हाला भेटायला आलो–'

महेश्वरय्यांचं नाव कानावर येताच कृष्णप्पानं अभावितपणे सुटकेचा नि:श्वास टाकला आणि त्याचं पुढचं बोलणं लक्ष देऊन ऐकू लागला. हे लक्षात येताच जोशी अत्यंत मृदू स्वरात म्हणाला, 'काय सांगायचं! आमचं डिपार्टमेंटच असं आहे! कधी निवृत्त होतोय याची आतुरतेनं वाट पाहातोय. आजही मी स्वत: पूजा केल्याशिवाय घराबाहेर पडत नाही–' त्यानं पुन्हा एकदा मान पुसली, शिपायाला जायची खूण

केली आणि पुन्हा सांगू लागला, 'गुन्हेगारांबरोबर सतत वागून-बोलून आम्हीही त्याच टेंपरामेंटचे होऊन जातो! बघा ना, तुमच्यासारख्या आदर्शवादी तरुणाबरोबर कसं वागायचं हेच आम्हाला कळत नाही! देशामध्ये भरपूर अन्याय चालला नाही काय– असा तुमचा आरोप आहे! मी मान्य करतो. इथं क्रांती व्हावी असं तुम्हाला वाटतं– त्यात काय चूक आहे? म्हणतात ना– पंचवीस वर्षांत कम्युनिस्ट झाला नाही तर तो हार्टलेस असला पाहिजे– पंचवीस वर्षांनंतरही तो कम्युनिस्टच राहिला तर तो मूर्ख असला पाहिजे!' असं म्हणत कृष्णाजीही आपल्याबरोबर हसत आहे असं मानून आपल्या मांडीवर थाप मारत किती तरी वेळ तो हसत राहिला.

कृष्णप्पा मात्र न हसता त्याच्याकडे रोखून पाहात होता.

'तुम्हाला ही म्हण नवी नसणार! होय ना? व्हेरी फनी! व्हेरी-व्हेरी फनी!'

हसू थांबवून डोळ्यांतलं पाणी पुसत जोशी म्हणाला, 'गौडा– तुमचं तेच ना आडनाव? धारवाडकडे काही ब्राम्हणही या आडनावाचे आहेत. तुम्ही मागं एके काळी जैन होता– नामधारींप्रमाणे! महेश्वरय्यांनी सगळं सांगितलंय. व्हेरी इंटरेस्टिंग! व्हेरी-व्हेरी इंटरेस्टिंग! ह्याच प्रदेशाचं घ्या ना! निजाम-शाहीमध्ये सगळे पोलिस शुद्ध पशू होते इथले! म्हणून मी स्वत: आलोय. महेश्वरय्यांना सांगितलं– अण्णाजीचं महाराष्ट्रात दोन बायांबरोबर लफडं होतं म्हणे– त्या दोघींचे पत्ते दिले तरी पुरेसं आहे.'

एवढं बोलून जोशी गप्प बसला. त्यानं शिपायाला तेलुगू मधून पाणी आणायला सांगितलं. एक ग्लास कृष्णप्पापुढे धरत म्हणाला, 'घ्या– पाण्याला काय होतंय!–' आणि स्वत:ही ग्लासभर पाणी प्यायला.

नंतर तो पुढं म्हणाला, 'या तपासणीचा मीच प्रमुख आहे. तुमच्याकडून तेवढं मिळालं तरी आम्हाला पुरेसं आहे, आम्ही तुम्हाला लगेच सोडून देऊ म्हणून महेश्वरय्यांना सांगितलंय मी! व्हेरी इंटरेस्टिंग माणूस हं! असा माणूस तुम्हाला भेटला– काय नशीबवान आहात तुम्ही! कसा तो– तुम्ही त्याला अण्णाजी म्हणता ना? तुम्हाला भेटला म्हणायचा! मी तर माझ्या मुलाला नेहमी सांगत असतो– काहीही कर, पण पोलिसांच्या तावडीत कधी सापडू नकोस!–'

कृष्णप्पा सौम्यपणे, पण ठाम शब्दात म्हणाला, 'खरोखरच मला काहीही ठाऊक नाही–'

'ऑल राईट!' म्हणत जोशी उठला आणि जाता-जाता म्हणाला, 'तुम्हाला जेव्हा सांगायचं असेल तेव्हा मला निरोप पाठवा. आजवर इथून तोंड न उघडता कुणीही बाहेर पडलं नाही! मी वस्तुस्थिती सांगतोय तुम्हाला! उगाच घाबरवण्यासाठी सांगत नाही–'

एवढं बोलत शर्ट ओढून नीट करत तो निघून गेला.

शिपायानं त्याला पुन्हा एरोप्लेन करायच्या जागी आणलं. तिथं जाड चेहऱ्याचा

इन्स्पेक्टर एका कैद्यावर तो प्रयोग करत होता. फाटकी शर्ट-पँट घातलेल्या माणसाचे हात बांधून त्याला वर खेचताच तो किंचाळू लागला. नंतर तो बोलू लागला. त्याच्या बोलण्याची टिपणं काढून झाल्यावर त्याला हवालदाराबरोबर आत पाठवलं.

हे दृश्य पाहाण्यासाठीच कृष्णप्पाला उभं करण्यात आलं होतं. त्यानंतर त्याला बरंच फिरवण्यात आलं– जिना चढून वर नेण्यात आलं. पुन्हा पायऱ्या उतरून खाली आणण्यात आलं. शेवटी एका मोठ्या हॉलमधून त्याला घेऊन जाताना साध्या कपड्यातील माणसं टेबल-खुर्च्यांवर बसून काहीतरी लिहित होती. इतर कुठल्याही सर्वसामान्य ऑफिससारखं तेही ऑफिस होतं. कपाळावर भस्म लावलेला एकजण डोक्यावर पांढरी टोपी घालून टेबलाच्या मधोमध काहीतरी कागदावर लिहित होता. शाईचे डाग पडलेला टेबल-क्लॉथ, एका भांड्यात आंबूस वास येणारी शिजवलेली खळ, त्यात बुडालेली जाड काडी, भिंतीवरचे बोस-नेहरूंचे फोटो, बिडी ओढत उभे असलेले शिपाई, विड्या भिंतीवर चिरडून विझवल्यामुळे भिंतीवर पडलेले काळे डाग, कोपऱ्यातल्या वाळूच्या ढिगाऱ्यावरचा पाण्याचा उघडा माठ, सगळेच परस्परांशी बोलत असल्यामुळे ऐकू येणारा गोंगाट, उघड्या कपाटांमध्ये अस्ताव्यस्त कोंबलेल्या पिवळ्या पडलेल्या फायली–

कृष्णप्पाला त्या घोड्याच्या पाग्यासारख्या लांबलचक हॉलमध्ये फिरवण्यात आलं. हे जिल्ह्याचं प्रमुख ठाणं असलं पाहिजे. जोशीही इथंच कुठं तरी असला पाहिजे. भोवतालच्या लहान-लहान खोल्यांपैकी एकीमध्ये त्याचा वरिष्ठ अधिकारी– त्याच्याही वरचा अधिकारी– त्या अधिकाऱ्याच्याही वरचा अधिकारी असला पाहिजे. त्या खोल्यांमध्ये डोक्यावर गरगरणारे पंखे असतील. याच इमारतीतल्या एका हॉलमध्ये त्या तीन अधिकाऱ्यांनी आपली चौकशी केली होती. समोरचे क्षौर केलेले गृहस्थ 'बिचारे' दिसताहेत!

याच इमारतीतल्या कुठल्या तरी कोपऱ्यात ते अंगण आहे! ती एरोप्लेनची जागा– ती अंधारी कोठडीही! इथल्या 'बिचाऱ्या' कर्मचाऱ्यांच्या कानांवर तिकडचं किंचाळणं अजिबात येत नसणार. पण तिथं वदवून घेतलेला कबुली जबाब सगळी वाक्यं हे कारकून अक्षरही न वगळता लिहून काढत असावेत– न्यायालयात मांडण्यासाठी–

□ इथंच कुठं तरी ते अंगण आहे– ती अंधारी खोली नेमकी कुठं असेल? इथून पळून जाण्यासाठी करायचं पहिलं काम म्हणजे या इमारतीचा नकाशा तयार करणं. नकाशा तयार केला तर पळून जाणं सोयीचं होईल म्हणूनच पहिल्यांदा डोळ्यांवर पट्टी बांधली होती. आज जोशीची भेट झाली ते अंगण– नंतर ते अंगण– तिथून जिना चढला– उतरला– त्यानंतर ह्या घोड्यांच्या पाग्यासारख्या लांबलचक हॉलमध्ये

आलो– कृष्णप्पाच्या डोक्यात गोंधळ उडाला. असं चालायचं नाही. पुढच्या खेपेला सारं नीट लक्षात ठेवायला पाहिजे–

पाग्यातून जाताना छोटासा आकाशाचा तुकडा दिसला. त्या आकाशाला घेरून राहिलेल्या काळ्या दगडी इमारती दिसल्या. या दगडांमुळेच या गावातला उकाडा इतका असह्य होतोय! इतिहास काळात रामप्पा देवालय बांधण्यासाठी इकडूनच दगड नेला गेला असला पाहिजे–

इमारतीचं प्रवेशद्वार दिसल्यासारखं होऊन कृष्णप्पा चकित झाला. इतके क्षुद्र हॉल, विचित्र छळ करणारं अंगण, जीवनाच्या जंजाळात सुस्तपणे जगणारे बटबटीत डोळ्यांचे कारकून, राक्षसासारखा दिसणारा जाड चेहऱ्याचा इन्स्पेक्टर– सगळ्यांना सामावून घेणाऱ्या त्या महाकाय इमारतीचा दर्शनी भाग सुंदर होता. एवढ्या पराकोटीच्या उकाड्यातही हिरवंगार आणि ओलं कंच असलेलं विस्तीर्ण लॉन– कृत्रिमपणे कंबर वाकवून कमरेवर घागर घेतलेल्या एका स्त्री-शिल्पावर सतत उसळणारं पाणी– इमारतीपलीकडे रांगेत उभ्या राहून गिऱ्हाईकांची वाट पाहणाऱ्या सायकल-रिक्षा–कुठल्याही भीतीशिवाय घाई-घाईनं सोगे धरून वावरणारे रस्त्यावरचे शेतकरी–

भर दुपारची वेळ असल्याचं कृष्णप्पाच्या लक्षात आलं होतं. त्यानं स्वतःला बजावलं– एक, आताचं दुःख अपेक्षेपेक्षा सह्य आहे. दोन, त्या अंधाऱ्या कोठडीत वेळ-काळाचं भान नाहीसं व्हायची शक्यता असल्यामुळे आपण कुठं आहोत याचं भान ढळणार नाही याची काळजी घेणं अत्यावश्यक आहे–

पोटात अन्न-पाणी नसल्यामुळे हाता-पायांतली शक्ती वठून गेली होती. सोबत असलेला ठोक्याच्या चेहऱ्याचा शिपाई क्रूर वाटत होता. कृष्णप्पानं खुणेनंच त्याच्याकडे पाणी मागितलं. कोपऱ्यातल्या मटक्यातलं पाणी शिपायानं त्याला आणून दिलं. पाणी प्यायच्या निमित्तानं कृष्णप्पा इमारतीच्या प्रमुख दरवाज्याचं निरीक्षण करत राहिला. शिपाई घाई करत राहिला तरी तिकडं दुर्लक्ष करून–

तिथून परतत असताना मधल्या खोल्या रिकाम्या दिसल्या. आता आपण नेमके कुठं आहोत या विषयी त्याच्या मनात गोंधळ उडाला. असंच कुठून-कुठून गेल्यावर एका दारापुढे थांबताच हेच त्या अंधाऱ्या कोठडीचं दार याची त्याला ओळख पटली. शिपायानं दार उघडून त्याला आत सोडलं आणि दरवाजा लावला.

□

ढेकणं अंगावरून वावरू लागली तेव्हा त्याला आश्चर्य वाटलं नाही. अंग चोळत तो सिमेंटच्या चौथऱ्यावर बसला. या ढेकणांमुळे शरीराला जाग राहाते हा नवा शोध त्याला लागला. हवेची सवय झाल्यामुळे कदाचित– त्याचं अंगही तेवढं

घामेजलं नव्हतं. बसल्या-बसल्या डोळा लागला. कुणीतरी अचानक उठवेल या भितीनं तो दचकला. मिळालेल्या वेळात शरीरासाठी आवश्यक असलेली विश्रांती मिळवण्यासाठी त्यानं मन एकाग्र करून डोळे मिटले आणि डोकं भिंतीला टेकलं. ढेकणं चावतच राहाणार– हे अपरिहार्य आहे हे पटवून घेण्याचा प्रयत्न करत असतानाच त्याला झोप लागली.

जाग आली तेव्हा हा तोच दिवस आहे की दुसरा दिवस हे न कळून तो कासाविस झाला.

दोन्ही नाकपुड्यांवर लखलखणारे मुगवट, केसांचा लहानसा अंबाडा, त्यावर चाफ्याची फुलं माळलेली; 'अरे-अरे! सोवळ्यात आहे मी!– घे–' म्हणत लांबून कडबोळी टाकणाऱ्या रुक्मिणीअम्मांची तीव्र आठवण झाली. त्यांच्याबरोबर घडलेली एक तरी हसू न आणणारी घटना आठवायचा तो प्रयत्न करू लागला. एक तशी घटना आठवलीही–

कृष्णाप्पा आईच्या पोटात असतानाच त्याचे वडील वारले होते. लहान असताना त्याला वाटायचं– आपले वडीलही इतरांसारखे म्हातारे होऊन मरण पावले असावेत. पण महेश्वरय्या गुरं राखायच्या कामापासून कायमची सुटका करून त्याला शिक्षणासाठी शहरात घेऊन निघाले, त्या दिवशी गावाबाहेरच्या वडाच्या झाडाखाली बसून आईनं त्यांना वडलांच्या मृत्यूची सगळी हकिकत सविस्तरपणे सांगितली होती.

स्वभावानं अप्पा हट्टी होते. त्यांची आणि त्यांच्या भाऊबंधांची शेताच्या वाटण्यांवरून भांडणं व्हायची. बाकी वाटण्या झाल्यानंतरही एका पोफळीच्या बागेवरून थोरल्या चुलत भावाबरोबर त्यांचं नेहमी भांडण होई. या पुट्टण्णागौडालाही खुमखुमी होती. गवताच्या गंजीला आग लाव– उभ्या पिकांत गुरं सोड– यासारख्या त्याच्या कुरापती चालूच होत्या. अप्पांनीही हे कोर्ट– ते कोर्ट करत अखेर त्या बागेवर आपला हक्क प्रस्थापित केलाच. हे घडलं त्याच्या दुसऱ्या दिवशीचीच गोष्ट. अप्पा घरी परतलेच नाहीत. गुरं राखायला गेलेल्या एका मुलानं ती भयंकर बातमी घरी आणली. सगळे धावले. एका वेळूच्या बेटात अप्पांच्या देहाचे तुकडे सापडले! पुढं पोलिस-केस झाली– पुट्टण्णागौडाला फाशीही झाली. त्यानंतरच कृष्णाप्पाची आई आपल्या भावाच्या घरी राहायला आली.

ही सारी हकिकत ऐकल्यानंतर कृष्णाप्पाला आपली मामी राग आला की, आपल्याला 'बापाला खाणारा शनी' म्हणून का रागावते याचा उलगडा झाला होता.

या घटनेचा आपल्या मनावर परिणाम होणार नाही यासाठी कृष्णाप्पानं बरीच काळजी घेतली होती. वडलांचा खून झाल्याचं त्यानं नंतरच्या आयुष्यात कुणालाही सांगितलं नव्हतं. महेश्वरय्यांनीही त्याला कधी त्याविषयी विचारलं नव्हतं. तरीही जन्मल्यापासून घेरून टाकणारा अंधार आपल्या जीवनाचा नाश करू पाहात आहे

आणि आपण त्यावर मात केली पाहिजे असं कृष्णप्पाला आत कुठंतरी नेहमीच वाटत आलं आहे.

आपल्या वडिलांना जिवानिशी ठार करावं इतका द्वेष त्या चुलत भावाच्या मनात का जन्मला? कदाचित इतकाच द्वेष आपणही इतरांच्या मनात निर्माण करत असू. सभोवताली पाहिलं तर वाटतं, आपण ज्या गोष्टींना क्षुद्र समजतो त्या तिथं एकत्रित झालेल्या दिसतात. आजवर पाहिलेलं असलं सगळं इथं– या जमिनीवरच्या धुळीत– या उकाड्यात– या ढेकणांमध्ये– या वाऱ्याची झुळूकही न येणाऱ्या अंधारात एकत्र आल्यासारखं वाटतं. मी यावर मात करू शकेन?–

कृष्णप्पा हिरड्या आवळून उभा राहिला.

अण्णाजीनं सांगितलं होतं, 'क्षुद्रतेला जिंकायचं ते तुझ्या मनात नव्हे– बाहेरच्या जगात! त्याचं मूळ तिथं आहे–'

त्यानं सांगितलं ते कदाचित खरंही असेल– पण आता तरी मन बाह्य जगापासून नाश होऊ न देता त्यावर मात करण्याचा उपाय शोधणं आवश्यक आहे. कदाचित आपल्याला इथंच अशाच अवस्थेत मरावं लागेल. अशावेळी अखेरच्या घटकेपर्यंत मनाला हे दु:स्वप्न व्यापून टाकणार नाही अशा प्रकारे जपलं पाहिजे–

महेश्वरय्या वरचेवर सांगत असतात– अष्टावधानी असलं पाहिजे. कशातही अडकून पडता कामा नये– चैतन्यशीलता गमावता कामा नये– आतही असलं पाहिजे आणि बाहेरही असलं पाहिजे– फळही खाता आलं पाहिजे, चर्वणही करता आलं पाहिजे. हलकं अंग– बलिष्ठ पंख– टोकदार नखं आकाशाकडे उचललेली बाकदार चोच– लांबवरचा धोकाही समजायला पाहिजे! जोडीदारासाठी वाट पाहात ताटकळणं नाही– आपल्यापुरताच अंतराळात एकटाच झेप घेऊन तरंगत– तरंगत–

छे:! अशा विचारात गढून गेल्यावर काळाचं भान नाहीसं होतं. या भिंतीपलीकडे आणखी एक खोली असली पाहिजे– रस्ता नाही. त्या अंगणात ऐकू येत होतं तसं या भिंतीपलीकडून काहीही ऐकू येत नाही. त्या जाड चेहऱ्याच्या इन्स्पेक्टरला आपला पूर्णपणे विसर पडला असावा. त्यावेळची त्याची क्रूर वागणूक आठवून आताचं हे विसरणं पाहून त्याला आश्चर्य वाटलं. तो, जोशी, आणखी एक तिसरा– सगळे मिळून आता आपल्याला विसरून आणखी कुणाला तरी पकडून छळत असावेत. आपल्या केसमध्ये तथ्य नाही– याची सुटका करावी असं त्यांनी ठरवलं असेल– आणि प्रत्यक्षात मात्र इथं डांबून ठेवलेलंच विसरून गेले असतील! या विचाराची त्याला भिती वाटली. पाठोपाठ आणखी एकदा शिक्षा करण्यासाठी कोठडीबाहेर काढतील अशी आशाही वाटली.

कितीही काळजी घेतली तरी कुठल्याही कोपऱ्यातून वर चढून मानेपाशी, खाकेत, जांघेत शिरून ढेकणं चावू लागली. ही अंधारी खोली म्हणजे एक भलं मोठं

पोटच! पोटात आपण हळूहळू पचले जात आहोत असा त्याला भास झाला. मनात असा विचार आल्याची त्याची त्यालाच लाज वाटली. विचित्र छळ करणाऱ्या यंत्राची कल्पना करत तो बसून राहिला. थकवा जाणवत होता. उपवास सुरू करून किती दिवस झाले कोण जाणे! तीन की चार? घशाला कोरड पडली होती. अंधारात चाचपडत जाऊन भांड्याच्या तळाशी राहिलेलं घोटभर पाणी ओतून घसा ओला केला.

स्वत:च्या न कळत त्यानं बोटांत समय-मताच्या सृष्टीक्रमानुसार धुळीत एक चक्र काढलं. समोर स्वत: महेश्वरय्या बसून सविस्तरपणे सांगताहेत असा त्याला भास होत होता. हा बहुधा मागं झाला होता तसा बुद्धीभ्रम आहे– मी देवावर विश्वास ठेवत नाही– असं घोकतच त्यानं चक्र रेखलं.

आधी पूर्वेकडे तोंड असलेला त्रिकोन– मध्यबिंदू– त्यावर पश्चिमेकडे तोंड असलेला आणखी एक त्रिकोन– महेश्वरय्यांचे डोळे एकाग्र होऊन चकाकत होते– रुंद कपाळावरचं कुंकू– पाठीवर रूळणारे लांब केस– लाल काठाचं धोतर– उघड्या छातीवर रुद्राक्षमाळा! वेळप्रसंगी हृदयातच पूजा मांडायची असं महेश्वरय्यांनी सांगितलं होतं. तशा पूजेसाठी कृष्णप्पा तयार होत असताना महेश्वरय्यांनी चिंतामणी-ग्रहाचं वर्णन केलं होतं, 'त्याला आठ धातूमय प्राकार, अकरा रत्नमय प्राकार, सहा तत्त्वमय प्राकार– असे एकूण पंचवीस प्राकार असतात. एकापेक्षा दुसरा उंच– कुठल्याही प्राकारात प्रवेश करणं कठीण–'

अशाच एका व्यूहात आपण आहोत असं त्याला अर्धवट गुंगीत जाणवत होतं. त्याला आपल्या विचाराचं हसू आलं. मूलाधार कंदामध्ये मदनागार रूपाचा त्रिकोन आहे– तिथं ऊर्ध्वमुखी स्वयंभू लिंग आहे– त्याला साडेतीन वेटोळे घालून कुंडलिनी शक्ती अस्फुट– मधुर ध्वनी करत आहे– हसताना– पोटातून उकळ्या फुटताना असाच आवाज आपल्यामधूनही उमटत आहे– परमशिव कामेश्वर आणि पार्वती कामेश्वरी यांना सम-भावानं पूजण्यासाठी तो सिद्ध झाला. हे भगवती, तुझ्याशी एकरूप झाल्याशिवाय त्या परमशिवाला काहीही करणं शक्य नाही–

'समये' म्हणत कृष्णप्पानं देवीचं स्वरूप डोळ्यांसमोर आणलं. मुकुटापासून क्रमा-क्रमानं वर्णन करणारे महेश्वरय्यांनी तोंडपाठ करवलेले श्लोक तो मोठ्यानं म्हणू लागला.

'–चमकणारा मुकुट– पारिजात पुष्पाच्या सुगंधानं भरलेले केस चेहऱ्यावरच्या तेजाला उतू जाऊन वाहाण्यासाठी असलेल्या मार्गासारखा भांग– भुंग्यांप्रमाणे मत्त मदनाला भस्मसात करणारे डोळे– मुखकमल– मदनाच्या धनुष्यासारख्या भुवया– शृंगार, विस्मय, भय, हास्य आदींची चमक दर्शवणारे डोळे– पातळ नाकाच्या पाळ्यांवरील तेजस्वी मुगवट– अधर– जिव्हेवरचा तांबूल– कंठनाळ– कंठनाळावरच्या

तीन रेखा– चार हात– तळवे– स्तन गंगेतल्या स्थिर भोवऱ्याप्रमाणे असलेली, शिवाच्या दृष्टीनं तपस्येमुळे प्राप्त होणाऱ्या सिद्धीच्या बिळाच्या मार्गासारखी असलेली नाभी– स्तनभारानं श्रांत झालेली, हलकेच मोडेल की काय असं वाटणारी कंबर– त्या कंबरेच्या रक्षणासाठी असलेली त्रिवळी– रुंद नितंब– पावलं–

सारं आठवत श्लोक म्हणताना तो उन्मत होऊन बसून राहिला. ही ढेकणं– ही अंधारी कोठडी– ही धूळ– सारं निकृष्ट वाटून आपण त्यावर मात करत आहे असं त्याला वाटलं. आपल्या तोंडून निघणारा आवाज सर्पाकार कुंडलिनीचा आहे असं स्वतःला बजावत त्यानं मन एकाग्र करायचा प्रयत्न केला. 'नाही! हा बुद्धीभ्रम नाही' असं तो स्वतःला बजावत राहिला. अखेर कंटाळा आला आणि तो निःश्वास टाकून उठून उभा राहिला.

श्रीचक्रामध्ये तीन रेखांमुळे चोवीस मर्मस्थानं असतात तर दोन रेखांमुळे चोवीस संधी-स्थानं असतात! याशिवाय सृष्टीक्रम आणि संहार-क्रम हे दोन प्रकार आहेत. संहार-क्रमामध्ये वामाचारी कौलमतवाल्यांची आराधना येते. आपला समय-मत असेल तर त्या जाड चेहऱ्याच्या इन्स्पेक्टरचा कौल-मत असणार. संभोग, यक्षिणी-सिद्धी, परस्त्री-गमन, मुलांच्या जिभा कापून केलेलं महासंमोहन तंत्र यासारख्या वाममार्गानं देवीची आराधना करणारा तो तेलुगू प्रदेशातला प्रसिद्ध कापालिक असला पाहिजे.

विचार करता-करता कृष्णप्पाला पुन्हा हसू आलं. लवकरच दमणूक जाणवून तो सिमेंटच्या चौथऱ्यावर डोळे मिटून बसला. घामानं भिजलेलं अंगावरचं धोतर आणि झब्बा धुळीनं माखून गलिच्छ झाला होता. ते काढून फेकून द्यावंसं तीव्रपणे वाटलं पण फेकून न देता ते उशाशी घेऊन तो आडवा झाला. आपण अंत नसलेल्या अंतराळात तरंगत असल्याचा त्याला भास होत राहिला.

□

आणखी किती वेळ गेला कोण जाणे. एका शिपायानं आत येऊन त्याला ओढायला सुरुवात केली. कृष्णप्पानं जागं होऊन आपण कुठं आहोत ते आठवून पाहिलं. शिपाई ओढत असलेल्या दिशेला तो चालू लागला. तो चिरक्या आवाजाचा शिपाई उर्दूमध्ये शिव्या घालत असल्याचं त्याच्या लक्षात आलं.

खोलीबाहेर अंधार होता. हवाही सुखावह होती. यथेच्छ हवा शोषून घेत कृष्णप्पा निघाला. अंगणात मात्र दिवे असल्यामुळे उजेड होता. एरोप्लेनचा दोर अधांतरी लोंबकळत होता. तिथल्या खुर्चीवर जाड चेहऱ्याचा इन्स्पेक्टर बसून रम पित होता. त्याच्या पायाशी केसांमध्ये गजरे माळलेल्या दोन बाया बसल्या होत्या. त्यांच्याही हातात ग्लास होते. दोघींच्याही अंगावरच्या साड्या दिव्याच्या उजेडात

लकाकत होत्या. ओठ लालभडक रंगवलेले होते, कानात चमकदार डूल होते आणि हातातल्या प्रसिद्ध हैद्राबादी बांगड्याही लखलखत होत्या. इन्स्पेक्टर उर्दूमध्ये काहीतरी बोलून खदा-खदा हसला तशा त्या दोघीही एकमेकींना चिमटे काढत खुसू-खुसू हसल्या.

शिपायानं आपल्याला एका खुर्चीवर नेऊन बसवलं तेव्हा कृष्णप्पाला आश्चर्य वाटलं. जाड चेहऱ्याचा इन्स्पेक्टर खुर्चीवर निवांतपणे पाय पसरून बसलेला असल्यामुळे कृष्णप्पाला तो मानवी वाटला. डोक्यावरची टोपी काढल्यामुळे त्याचं बारीक केस ठेवलेलं डोकं चपटं असल्याचं लक्षात आलं. तान्हं बाळ असताना डोक्याभोवती पोकळ कापडी चुंबळ करून त्याचं डोकं ठेवून झोपवतात. आपलं डोकं गोल आहे त्यामागचं हेच कारण आईनं सांगितलं होतं–

'पिणार?'

हा कापालीक असेल काय? या प्रश्नामुळे आपला चेहरा सौम्य झाल्याचं इन्स्पेक्टरच्याही लक्षात आलं असावं–

'तू पत्ते दिले नाहीस तर तुझे हाल काय होतील ठाऊक आहे? तो जोशी– माझ्या कॉन्फिडेन्शियल रिपोर्टात अकार्यक्षम म्हणून शेरा मारेल हरामखोर!–

इन्स्पेक्टर बऱ्या मूडमध्ये असल्यामुळे कदाचित त्याला आपलं बोलणं पटेल म्हणून तो गंभीरपणे म्हणाला, 'खरोखरच सांगतो– मला काहीही माहीत नाही!–'

'तर मग त्याला शोधत एवढ्या लांब का आलास? तो तुझ्या बहिणीचा नवरा होता की यार होता?' पायाशी बसलेल्या बाईला पायानं लोटत तो पुढं म्हणाला, '–त्याला बायांचं फार वेड होतं म्हणे! तुमच्याकडेही गुरूसाठी माल पुरवावा लागतो काय इथल्यासारखा? तू केलीस की नाही भडवेगिरी त्याच्यासाठी? बघ– माझ्यासाठी कशा दोन-दोन आणल्या आहेत! फर्स्टक्लास माल आहे! घे– घे यातली एक घे आणि मला पत्ते दे! नाहीतर माझ्या प्रमोशनला कोलदांडा बसलाच म्हणून समज! तुला माझं दुःख कसं समजणार? दहा मुलं आहेत मला! त्यात चोवीस तास ड्यूटी! जोश्यानं बोलावलं की हजर व्हायला पाहिजे! जोश्यानं मंत्र्याला शब्द दिलाय ना कम्युनिस्टांना निर्नाम करीन म्हणून! तो मंत्री मोठा देवभक्त आहे. दर आठवड्याला तिरुपतीला जाऊन येतो. त्याच्यामुळे आपण सगळेच अडकलोय– हं–'

त्यानं पायापाशी बसलेल्या बाईचा पदर ओढला. पोलक्याला हात घालायला लागला तेव्हा तिनं त्याला अडवलं. तो हेलपाटत उठून उभा राहिला. कृष्णप्पा डोळे विस्फारून पाहात होता– तिकडं लक्ष जाताच तो म्हणाला, 'अरेच्चा! हा भिक्कार माणूस रुबाब दाखवतोय? काढा याचे कपडे–'

कृष्णप्पाच्या विरोधाला न जुमानता दोन शिपायांनी त्याचे कपडे काढले.

'–काहीही करून आज तुझ्याकडून बातमी काढ म्हणून जोश्याची ऑर्डर आहे!

मी– तुला ठाऊक नाय–' म्हणत तो झोकांड्या खात उठला, हातातली काठी त्याच्या गुप्तांगाला ढोसत त्या बायकांना म्हणाला, 'काय? फोडू काय?'

चिरक्या आवाजाचा शिपाई धावला, त्यानं इन्स्पेक्टरच्या पेल्यात आणखी रम ओतली आणि त्याचा दंड धरून त्याला खुर्चीवर नेऊन बसवलं. इन्स्पेक्टर धापा टाकत म्हणाला, '–अे त्याच्या तोंडात लघवी कर जा–'

चिरक्या आवाजाचा शिपाई गप्प राहिला. एक बाई इन्स्पेक्टरच्या मांडीवर बसून त्याच्या कानात काहीतरी सांगू लागली. इन्स्पेक्टरनं 'अे' म्हणत कुणाला तरी हाक मारली. आतून एक भरलेल्या अंगाचा शिपाई बाहेर आला. इन्स्पेक्टरनं खिदळत त्याला काहीतरी सांगितलं. आलेल्या तरुणानं आपले कपडे उतरवले. नंतर त्यानं अंग चोरून बसलेल्या दुसऱ्या बाईचेही कपडे उतरवले. कृष्णप्पानं डोळे मिटून घेतले.

इन्स्पेक्टरनं चिरक्या आवाजाच्या शिपायाला पुन्हा हाक मारून लघवी करायला सांगितली. कृष्णप्पानं डोळे उघडले तेव्हा तर्रर होऊन त्या दोघांचे चाळे पाहाणारा इन्स्पेक्टर खिदळत होता आणि मधूनच पुन्हा शिपायाला हाक मारत होता.

अखेर दोन शिपायांनी जबरदस्तीनं काठीचं टोक कृष्णप्पाच्या तोंडात कोंबलं. चिरक्या आवाजाचा शिपाई तोंडातल्या तोंडात शिव्या पुटपुटत खाकी चड्डीची बटणं सोडत आला. दोन्ही शिपायांनी कृष्णप्पाला घट्ट पकडून ठेवलं– कृष्णप्पानं श्वास रोखला–

'झाली?' इन्स्पेक्टरनं विचारलं.

'हं–' म्हणत चिरक्या आवाजाचा शिपाई बटणं लावत उठला.

कृष्णप्पा आश्चर्यचकित झाला होता. चिरक्या आवाजाच्या शिपायानं लघवी करायचं फक्त नाटक केलं होतं.

इन्स्पेक्टर रम पिण्यात पुन्हा गढून गेला. कृष्णप्पाच्या डोळ्यांपुढचं दृश्य अस्पष्ट होत गेलं.

त्यानं डोळे उघडले तेव्हा संपूर्ण अंगणभर काहीतरी मृदू पसरू पाहात होतं. इन्स्पेक्टरची रिकामी खुर्ची त्याच जागी होती. थ्री एक्स रमची बाटली आणि ग्लास जमिनीवर घरंगळले होते. दिवे नसले तरी स्वप्नातलं दृश्य दिसावं तसं ते धूसर दिसत होतं. आकाशातले तारे अस्पष्ट होत चालले होते. अस्फुट किलबिलाट– काहीतरी पक्व होत असल्याची जाणीव– कृष्णप्पानं दीर्घ श्वास ओढून घेतला. एक मोठं सुख सामोरं येत असल्याची आश्वासक वर्दी देणारा सुगंध त्याच्या अनुभवाला आला. अंगणाच्या एका कोपऱ्यात फुललेली झेंडूची फुलं त्याला दिसली. अंगणातल्या प्रत्येक तणाकडे पाहात तो त्या सुलक्षणी घटकेची वाट पाहू लागला–

आकाश लाल झालं. सूर्याची किरणं अंगणात प्रवेश करत असलेली त्यानं

पाहिली. कुणीतरी त्याच्या अंगावर धोतर पांघरलं असावं. कदाचित त्याच चिरक्या आवाजाच्या शिपायानं–

आकाश उजळून टाकत प्रकाश उमटत होता–

आदि-अंत नसलेला हा क्षण–

आपण बहुधा मेलेले असणार. आता पुन्हा त्या अंधाऱ्या कोठडीत गेल्यावर वेळेचं भान निघून जाईल–

□

कुठल्याही पूर्वसूचनेशिवाय अचानक दरवाजा उघडला. चिरक्या आवाजाच्या शिपायानं कृष्णप्पाला कपडे दिले. ते घातल्यावर कृष्णप्पाला बाहेर घेऊन आला.

ऑफिसमध्ये महेश्वरय्या त्याची वाट पाहात बसले होते. अवाक्षर न करता त्यांनी त्याला बाहेरच्या मोटारीत नेऊन बसवलं. मोटार एका हॉटेलच्या दारापाशी उभी राहिली. त्यांनी त्याला तिथल्या एका खोलीत नेलं– स्वतः त्याला आंघोळ घातली– नवं धोतर नेसवलं– शर्ट चढवला– संत्र्याचा रस पाजला.

कृष्णप्पा झोपून उठला तेव्हा संध्याकाळ झाली होती. महेश्वरय्यांनी खोलीतच दोघांचंही जेवण मागवलं. काचेच्या खिडकीपाशी बसून गावातल्या क्षुद्र, रंग विटलेल्या इमारती आणि रस्ते पाहात कृष्णप्पानं केवळ दहीभात खाल्ला. महेश्वरय्या भावना न दाखवू देता शांतपणे कृष्णप्पाच्या सुटकेची हकिकत सांगू लागले–

जोशीकडून काही होत नाही हे लक्षात येताच महेश्वरय्या वरंगळमध्ये स्थायिक झालेल्या एका प्रसिद्ध तेलुगू कवीच्या घरी गेले. पार्वती-महेश्वर विवाहावर महाकाव्य रचून अत्यंत प्रसिद्ध पावलेला हा कवी मूळचा कीर्तीवंत विद्वान वैदिक कुटुंबातला होता. अष्टावधानी हे त्याचं आडनाव केवळ आडनाव नव्हतं. हा कवीही देवीचा भक्त-उपासक-रसिक! महेश्वरय्यांच्या दृष्टीनं त्याहीपेक्षा अधिक महत्त्वाची गोष्ट म्हणजे प्रत्यक्ष गृहमंत्री या कवीचा वेडा चाहता होता. अवधानीनं– अष्टावधानी याच नावानं ओळखला जात होता– आपलं 'पार्वती-परिणय' हे महाकाव्य याच गृहमंत्र्याला अर्पण केलं होतं. गृहमंत्र्यानंही ह्या काव्याला अत्युच्च पुरस्कार मिळवून दिले होते.

अवधानीच्या रात्रीच्या रसिक-सभेत, महेश्वरय्या एक मोठी व्हिस्कीची बाटली घेऊन दाखल झाले, तेव्हा अवधानी घरगुती बैठकीत आपल्या नव्या कविता सुश्राव्यपणे गात-वाचत होते. रसिक श्रोते त्यात रंगून जाऊन माना डोलावत होते. स्वतःची कर्नाटकातील अवधानी-प्रेमी अशी ओळख करून देत त्यांनी व्हिस्कीची मोठी बाटली कविवर्यांना दिली तेव्हा कविवर्यांनी विचारलं, 'म्हणजे कर्नाटकात माझ्या कवितेबरोबर सुरा-पानाचीही कीर्ती पसरली आहे म्हणायची!'

महेश्वरय्या बराच वेळ कन्नड कवी सर्वज्ञ आणि तेलुगू कवी वेमन यांच्याविषयी बोलत राहिले. रात्र चढू लागली तसा अवधानी अधिक उत्साहित होत गेला. आपलं तेलुगू तोकडं पडतंय असं वाटताच महेश्वरय्या संस्कृतमध्ये बोलू लागले. इतर अवधानी-भक्त त्या दोघांचं संस्कृत संभाषण पुलकित होऊन ऐकू लागले. रंग चढू लागला तेव्हा त्यांच्यापैकी एक मोठा व्यापारी रसिक व्यंकटरमणय्या मोटारीतून जाऊन आणखी एक मोठी दारूची बाटली घेऊन आला. त्या साऱ्या रसिकांच्या दृष्टीनं ती केवळ अद्वितीय रात्र होती.

बऱ्याच वेळानं अवधानीनं महेश्वरय्यांच्या येण्यामागील कारणाची चौकशी केली. त्यांनी निरपराध कृष्णप्पाची हकिकत थोडक्यात, पण प्रभावीपणे त्यांच्या कानावर घातली. सारं ऐकल्यावर अवधानी लगोलग गृहमंत्र्याला फोन करण्यासाठी उठून उभा राहिला. व्यंकटरमणय्यानं लगोलग त्यांना आपल्या गाडीतून बंगल्यावर नेलं आणि गृहमंत्र्याला लाइटनिंग कॉल बुक केला.

फोन लागल्यावर आधी पाच मिनिटं निवांत गप्पा झाल्या. गृहमंत्र्यांनी 'आता काय लिहिताय?' म्हणून विचारलं असावं– कारण त्यानंतर अवधानी आपली अलीकडची कविता सुरात त्यांना ऐकवू लागला आणि व्यंकटरमणय्या अत्यंत अभिमानानं पायांच्या चवड्यावर उभं राहून ते ऐकू लागला.

महेश्वरय्या मात्र घाबरले– या काव्यानंदामध्ये मुख्य कामाचा अवधानीला विसर तर पडणार नाही ना?–

कविता म्हणून दाखवल्यानंतर पुढच्या एक-दोन वाक्यातच त्यानं 'नाव कृष्णप्पागौडा'– म्हटल्याचं ऐकू आलं तेव्हा महेश्वरय्यांचा जीव भांड्यात पडला. एखादी साधी गोष्ट सांगावी अशा स्वरात त्यानं सारं मंत्र्यांच्या कानावर घातलं आणि आपण गृहमंत्र्याचे परम-अभिमानी व्यंकटरमणय्या यांच्या घरातून बोलत असल्याचंही सांगितलं तेव्हा व्यंकटरमणय्याचा चेहरा आनंदानं फुलून गेला. नंतर रिसिव्हर, ठेवत अवधानीनं सांगितलं, 'दहा मिनिटांतच तुमचं काम होईल.'

व्यंकटरमणय्यानं शेल्फातली स्कॉचची बाटली बाहेर काढली तेव्हा मध्यरात्र उलटून गेली होती.

जी रात्र आपल्याला भयानक वाटत होती त्याच रात्री दुसरीकडे त्याच संदर्भात घडत असलेल्या घटनेविषयी ऐकताना कृष्णप्पा चकित होऊन गेला होता.

दहा मिनिटात खरोखरच फोन आला– जोशी फोनवर भेटत नाही, सकाळी आपण स्वत: व्यंकटरमणय्यांच्या घरी फोन करू आणि स्वत: मंत्रीमहोदय अवधानींच्या घरी फोन करतील अशी गृहमंत्र्याच्या पी.ए.नं ग्वाही दिली.

अवधानी आणि महेश्वरय्या रात्री व्यंकटरमणय्याच्या बंगल्यावरच झोपले. उजाडलं तरी फोन आला नाही. व्यंकटरमणय्या आपली कामाची वेळ होताच कामावर निघून

गेला. अवधानीची उठायची वेळ दुपारनंतर. महेश्वरय्या देवीचं स्मरण करत बसून राहिले.

अखेर एकदाचा फोन आला आणि कृष्णप्पाची सुटका झाली.

'हे बघ कृष्णप्पा, राजाच्या नजरेला पडणार नाही अशा प्रकारे जगावं– पण ते तुझ्या स्वभावात बसत नाही! नशीब तुझं! आता मात्र नस्ती भानगडच नको! आज संध्याकाळीच आपण निघून जाऊया–'

□□□

तीन

'**ना**गेश!– अरे नागेश!–'

बाहेर पेपर वाचत बसलेला नागेश गडबडीनं आत आला. आपल्या हाकेसरशी खूश होऊन तत्परतेनं येणाऱ्या नागेशला बघून कृष्णप्पाला बरं वाटलं. हॉस्टेलमध्ये असताना किशोरकुमार अशीच सेवा करायचा. इंजिनियर झालाय तो! बदलीच्या कामासाठी नुकताच येऊन गेलाय–

नागेश समोर येऊन उभा राहिला तेव्हा आपण याला का बोलावलं याचा कृष्णप्पाला विसर पडला होता. नागेशनंच विचारलं, 'पेपर वाचायचा? आज तशी महत्त्वाची काही बातमी नाही–'

'या देशात बातमी तरी काय असणार म्हणा!–' कृष्णप्पा खिडकीबाहेर बघत म्हणाला.

आपल्या बोलण्यावर कृष्णप्पागौडांनी काहीतरी प्रतिक्रिया दाखवली यामुळे आनंदित झालेल्या नागेशला पुढं काय बोलावं ते समजलं नाही. बोलण्याचं महत्त्व विशेष नाही याची जाणीव असलेले लोक राजकारणात आज फार दुर्मिळ आहेत हे ठाऊक असल्यामुळेच त्याचा नागेशवर विशेष जीव होता.

'सीता बँकेत गेली?'

'हं. वीरण्णगौडांनी त्यांच्यासाठी गाडी पाठवली होती. गौरीही नर्सरीला गेली.'

'सकाळी-सकाळी कसला गोंधळ चालला होता?'

'तिला शाळेत जायचं नव्हतं–'

कृष्णप्पाच्या चेहऱ्यावर मृदू भाव उमटले. तो म्हणाला, 'मलाही लहानपणी शाळेला जायचा असाच कंटाळा यायचा! शेवटी जोईस महाभारत वाचणार आहे– असं खोटंच सांगून मला घेऊन जायचे–'

खुर्चीवर बसत नागेशनं विचारलं, 'सांगता ना? लिहून घेतो–'

'लिहून घेशील रे! पण आज मला सांगावंसंच वाटत नाही. पाय आणखी उंच उचलता येईल असं वाटलं होतं. प्रयत्न करून पाहिला. पाय खरोखरच उचलला जातो की तो माझा भ्रम आहे हे तुला विचारावं म्हणून हाक मारली. बघ–' म्हणत कृष्णप्पानं मन एकाग्र करून पाय उचलायचा प्रयत्न केला, 'कालच्यापेक्षा जास्त उचलला जातोय ना?'

खोटं बोललेलं कृष्णप्पाला आवडत नाही हे ठाऊक असल्यामुळे नागेश म्हणाला, 'मला तसं वाटत नाही. हात काय म्हणतो?'

'हात?–' म्हणत कृष्णप्पानं नागेशनं दिलेल्या रबरी बॉलवरची पकड आणखी घट्ट करायचा प्रयत्न केला. सगळा जीव बोटांमध्ये आणत त्यानं हिरड्या आवळल्या. नरम बॉलभोवती बोटं आवळली गेली. आवळण्याची इच्छा संपूर्ण देहातून बोटांमध्ये उतरली. पकड घट्ट बसल्याचा आनंद वाटला. नागेशच्या डोळ्यांमध्येही चमक पाहून कृष्णप्पाला आनंद झाला. बॉलचा मृदू विरोध अनुभवत तो म्हणाला, 'लहानपणी मी भोवरा फार छान फिरवायचो, ठाऊक आहे?'

त्याला वरंगळहून परतल्यावर चिखलानं हात माखून शेतात रोपं लावत असल्याची आठवण झाली. गावी जाण्याआधी तो महेश्वरय्यांबरोबर गौरी देशपांडेलाही भेटायला गेला होता.

परीक्षा जवळ आल्यामुळे अभ्यासात गढून गेलेल्या गौरीनं बाहेर येऊन त्याचं स्वागत केलं. नीट न विंचरल्यामुळे विस्कटलेले केस– वाचनात गढून गेल्यामुळे कोमेजलेला चेहरा– ती एकप्रकारे निःसहाय सुंदर दिसली.

नरकातून परतलेला कृष्णप्पा अवाक्षर न बोलता तिच्या सुंदर चेहऱ्याकडे पाहात राहिला. वरंगळच्या अनुभवातून गेल्यामुळे आपण तिच्यावर ओझं होऊ या विचारानं त्याचं मन जडशीळ झालं.

'हे महेश्वरय्या. गावी जाण्याआधी तुम्हाला एकदा भेटून जावं म्हणून आलोय–'

अनुसूयाबाईंनी कॉफी आणून दिली. त्याच्या खालावलेल्या प्रकृतीचीही त्यांनी चौकशी केली. महेश्वरय्यांनीच कृष्णप्पाला अवघड वाटणार नाही अशा प्रकारे घडलेली सारी हकिकत सांगितली. ती ऐकत असताना गौरी पाणावलेल्या डोळ्यांनी आपल्याकडेच पाहात बसली होती ना!–

परीक्षा संपल्यावर गावी येऊन जा म्हणून त्यानं तिला औपचारिकपणे सांगितलं होतं. का आपण तिला त्या वेळी आग्रहानं सांगू शकलो नाही? गौरी आपल्या त्या औपचारिक निमंत्रणामुळे निराश झाल्यासारखी वाटली का? त्यावेळच्या असल्या बारीक-सारीक गोष्टी कृष्णप्पाला आता छळत होत्या. आपलं जीवन कूस पालटत असताना, सर्व शक्यतांकडे मी संपूर्ण जागरूकपणे लक्ष दिलं नाही काय? त्यावेळी

मला जे म्हणायचं होतं ते मी कुठल्या कारणामुळे म्हणू शकलो नाही? तू मला हवीस– असं म्हणताना अहंकार आडवा आला काय? की वरंगळच्या पोलिस ठाण्यातल्या नरकातून आल्यानंतर आपण स्वत:लाच प्रेत समजू लागलो?

होय! त्यावेळी आपला देह मलीन झाला आहे ही भावना पराकोटीची तीव्र होती. शुभ्र सुकोमल कांतीच्या विस्कटलेल्या केसांच्या गौरीकडे पाहाताना ती तीव्रता फारच टोचत होती–

गौरी काहीच बोलत नसलेली पाहून त्यानं विचारलं होतं, 'तुम्ही यानंतर काय करायचं ठरवलंय?'

त्या औपचारिक आणि रूक्ष प्रश्नाचं गौरीला वाईट वाटलं असावं. ती काहीच बोलली नाही.

'नागेश, आपण ज्याच्यावर पराकोटीचं प्रेम करतो, ते मिळवायचं धैर्य करत नाही. मिळाल्यावर त्या गोष्टीचं फारसं अप्रूप राहाणार नाही अशी भीती मनात असते काय?

हा प्रश्न नागेशच्या आवाक्याबाहेरचा होता. तरीही कृष्णप्पाच्या मनात काय विचार चालला असेल याचा अंदाज करत तो म्हणाला, 'दिल्लीच्या पत्त्यावर मी गौरी देशपांडेंना येऊन जाण्यासाठी लिहिलंय–'

कृष्णप्पा कातर झाला. नागेशकडे पाहून त्यानं दीर्घ नि:श्वास टाकला. ती येण्याआधी आणखी हात-पाय हलू लागतील अशी त्याला आशा वाटली. तसं झालं तर पुन्हा गावाकडे जाता येईल. तिथल्या चिखलात उतरून रोपं लावता येतील– पुन्हा गुरं राखताना बसत होतो त्या अश्वत्थ झाडाखाली बसेन– समोरच्या पेरूच्या झाडावर पंचरंगी पोपट उतरण्याची वाट पाहात राहीन–

'महेश्वरय्या आले असते तर बरं झालं असतं–'

'पण पत्र लिहायचं तर त्यांचा पत्ता कुठं आहे?'

'ते असेच अचानक समोर येऊन उभे ठाकतात! अलीकडे त्यांना रेसनं झपाटलंय! बेंगळूरचा सिझन उद्यापासून सुरू होतोय ना? आले तर येतीलही!–' एवढं म्हणत कृष्णप्पा कूस बदलण्याची इच्छा करत पडून राहिला. कधी येईल निदान कुशीवर वळण्याइतकी शक्ती? कदाचित त्या आधी आणखी एक स्ट्रोक येऊन मरणही येईल. कुठंतरी रक्ताची एक गुठळी अडकली आहे– कदाचित ती आपोआप जागेवरून हलेल– कदाचित कायमची तिथंच स्थिर होईल. प्रत्येक क्षण प्रतिज्ञापूर्वक जगणं एवढंच आता आपल्या हातात राहिलं आहे. देह कसा आपोआप या अवस्थेत येऊन पोहोचला आहे– न सांगता-सवरता! सावधगिरीचा इशाराही न देता–

कृष्णप्पाच्या जीवनातलं कोण पूर्ववत राहिलंय हे त्याला समजेनासं झालं होतं. बाह्य-स्वरूपावरून कुणाविषयीही काहीही सांगता येत नाही– उदाहरणार्थ, उमा–

अण्णाजीच्या मृत्यूचा तिच्यावर जो आघात झाला तो केवळ कृष्णप्पालाच ठाऊक होता. कुणापुढेही व्यक्त करता येणार नाही असा आघात झाल्यावर प्रकृतीचं निमित्त करून ती माहेरी निघून गेली. त्यावेळी ती गरोदर होती. आता अण्णाजीचा मुलगा मोठा झालाय! मानेपर्यंत केस ठेवून रुबाबात मोटार-सायकलवरून फिरताना कृष्णप्पानंही त्याला अनेकदा पाहिलं होतं. त्याच्या पाठीवरही उमाला दोन मुलं झाली. तिचं गुपित कृष्णप्पानं आजही दडवून ठेवलं होतं. आत्मचरित्र लिहितानाही त्यानं ते नागेशला सांगितलं नव्हतं.

राजकारणाचा कंटाळा येऊन मन संसारात रमत असताना, अण्णाजीला ठार करण्यात आलं असावं असं कृष्णप्पाला राहून-राहून वाटतं होतं. त्याची निवडही जाणिवपूर्वक करण्यात आली होती की काय कोण जाणे! पण तो मरूनच गेल्यामुळे तो आपल्या प्रश्नांच्या भोवताली घुटमळत असल्यासारखं कृष्णप्पाला वाटत होतं. कृष्णप्पाला तीव्रपणे जाणवत होतं– आपण पाहिलेला तो एकमेव द्रष्टा होता. कितीही क्षुद्रतेत तो रुतला असला तरी त्याची बुद्धी मात्र प्रखरपणे तळपत होती. त्याची वर्तणूक बघताना कृष्णप्पाला प्रामाणिकपणाचा प्रश्न छळत असला तरी आता मात्र त्याला वाटत होतं– आपल्याला जे वाटलं त्यासाठी कष्ट घेत अण्णाजी मेला. आणि उमा? जे सामोरं आलं त्याचा स्वीकार करून ती जगतेय असं दिसतं. डोंगरावरचा बैरागी? त्याच्याविषयी मात्र कृष्णप्पाला आजही काही समजत नाही. त्याचं अंतरंग तेजस्वीपणे धगधगत असलं तरी तो जून निरस भाजीसारखाच म्हणायचा?

लोकांनी मात्र त्या बैराग्याला अजूनही सोडलेलं नाही. तो राहायचा तिथं एक देऊळ बांधलंय. तो स्वप्नात येऊन प्रश्नांची उत्तरं देतो असा विश्वास लोकांमध्ये पसरला आहे. त्यामुळे कितीतरी लोक त्याच्या दर्शनासाठी जातात. तो मात्र अजूनही कुणाशी बोलत नाही. दररोज सकाळी रस्त्यावर येऊन भगवद्‌गीता म्हणायचा त्याचा प्रघात आजही कायम आहे. आपलं अन्न आजही तो स्वत:च शिजवून खातो–

पण हे सगळं पूर्वीइतकं साधं आणि सरळही राहिलं नाही. तो जाईल त्या रस्त्यावर तोरणं उभारलेली असतात. त्याच्या भगवद्‌गीता म्हणायच्या जागेवर प्लॅटफॉर्म उभारून तिथं माईकची व्यवस्था करण्यात आलेली असते. आता बैराग्याला सिद्धेश्वर हे नावही देण्यात आलं आहे. यातलं काहीही बैरागी मागतही नाही आणि नाकारतही नाही. काहीही न मागता इच्छा पूर्ण झाल्याचा आनंद त्याच्या चेहऱ्यावर दिसतो ना? शिवाय त्याची सुधारलेली प्रकृती पाहाता लोक त्याला केवळ पौष्टिक पदार्थांचीच भिक्षा वाढत असावेत हेही लक्षात येतं.

बैराग्याला उत्तर देता येईल असं आपण काहीही विचारू शकलो नाही हे आठवलं की अनेकदा कृष्णप्पा आपल्या त्या वेळच्या मन:स्थितीविषयी गोंधळात पडत होता. त्यावेळी आपलं मन विचलित होतं हे खरं– पण त्यामागची काय कारणं असावीत हे पाहायला गेलं की आता सुचतात ती कारणं पोकळ असावीत असं त्याला वाटत होतं. एका दृष्टीनं त्याला बैरागी स्वत:ला मोजण्याचा मापदंड वाटत होता. त्याचवेळी साप गुहेत गेला होता तो प्रसंग सामोरा आला तेव्हा बैरागी तो सहन करू शकला नाही हे आठवून त्याच्या कूर्मरूपाच्या तपश्चर्येविषयी कृष्णप्पाच्या मनात खोलवर शंकाही निर्माण होत होती. जीवनातल्या सगळ्या शक्यतांना तीक्ष्णपणे प्रतिसाद देत जगू पाहाणाऱ्या कृष्णप्पाला आपल्या आदर्शाची बरोबरी करणारं या जगात काहीही नाही– असंच आजही वाटतं.

आपल्या अंतर्यामी ही भेग कुठं आणि केव्हा दिसली होती? मरण्याआधी हे जाणून घेतलंच पाहिजे! खरं तर आता तेवढंच करायचं राहिलंय– या विचारांनी कृष्णप्पा प्राणशक्ती जागृत करायला उद्युक्त झाला.

'नागेश, माझ्या आईला बोलवण्यासाठी कुणाला तरी पाठवायला पाहिजे रे–'

'मी जाऊन येऊ काय?'

'नको. तू इथं असणं आवश्यक आहे. तुझ्या मित्रांपैकी कुणाला तरी पाठवून दे.'

□

घरापुढे कार उभी राहिली. त्यातून वीरण्णा उतरला. खादी सिल्कचा क्लोज कॉलरचा कोट आणि पँट घातलेला वीरण्णा सुमारे साठ वर्षांचा असावा. बेंगळूरमधल्या दोन हॉटेलांचा आणि तीन थिएटरांचा मालक वीरण्णा. त्याचे वडील एक लहान काँट्रॅक्टर होते. वीरण्णा आपल्या अक्कल हुषारीनं कोट्याधीश झाला होता. तिरुपतीच्या व्यंकटेशाचा परम-भक्त असलेला वीरण्णा देश-विदेशात त्याची देवळं उभारण्यात पुढाकार घेत होता. सोशॅलिस्ट पुढारी आणि श्रीमंत वर्गाचा कडवा विरोधी म्हणून प्रसिद्धी पावलेल्या कृष्णप्पाला तो खेळवत असलेला पाहून सगळे चकित होऊन गेले होते. मी-मी म्हणणारे मंत्री वीरण्णाच्या कृपेसाठी हात पसरत असताना, कुणापुढेही हात न पसरणाऱ्या गर्विष्ठ कृष्णप्पापुढे वीरण्णा अत्यंत विनम्रपणे वागत होता.

कृष्णप्पाला पहिला स्ट्रोक आला तेव्हा तो गांधी-बाजाराजवळ एका जुन्या घरात राहात होता. रेंट-कंट्रोलकडून मिळवलेलं घर ते! शंभर रुपये भाड्याचं. घराबाहेर संडास. कृष्णप्पाच्या दृष्टीनं ते गैरसोयीचं असल्यामुळे वीरण्णानं सदाशिवनगरमध्ये घेऊन ठेवलेल्या फ्लॅट्सपैकी एका फ्लॅटमध्ये त्याला राहाण्याची विनंती केली.

कृष्णप्पाच्या बायकोनं– सीतेनंही तिथून आपली बँक जवळ पडते म्हणून वाद घातला. जेव्हा कृष्णप्पानं आपल्याला मिळणाऱ्या एम.एल.ए.साठी असलेल्या मानधनामध्ये शंभर रुपयांपेक्षा जास्त भाडं परवडणं अशक्य असल्याचं सांगितलं, तेव्हा वीरण्णानं हात जोडून सांगितलं, 'तसं असेल तर शंभर रुपयेच द्या. मला पुरेत–'

'अरे, पण त्या घराचं भाडं सातशे रुपये तरी असेल ना वीरण्णा?'

'एवढे पैसे घेऊन मी तरी काय करू? मी काही तुम्हाला फुकट राहायला देत नाही ना!–'

अशा प्रकारे कृष्णप्पा मनाविरुद्धच सदाशिवनगरमधल्या जागेत आला होता. सीतेची रोजची कटकट चुकेल– हेही त्या मागचं कारण होतं. घराजवळच इंग्लिश नर्सरी असल्यामुळेही सीता आनंदात होती.

कृष्णप्पाला स्ट्रोक आला तेव्हा तो देशातला केवढा मोठा माणूस आहे हे सगळ्यांना समजलं होतं. स्वत: राज्यपाल त्याला भेटायला हॉस्पिटलमध्ये आले होते. ज्यांच्यावर कृष्णप्पा सतत कडवट टीका करायचा त्या मुख्यमंत्र्यांनीही मुंबईहून एका स्पेशालीस्टला बोलावून घेतलं होतं. देशातले सगळे व्ही.आय.पी. हॉस्पिटलमध्ये जाऊन त्याला भेटून आले होते. कशाचीही अपेक्षा नसलेला कृष्णप्पा सारं पाहून चकित झाला होता.

कुठल्याही फळाची अपेक्षा न करता वीरण्णा आपली सेवा करत आहे असं कृष्णप्पा समजू लागला. आपण त्याच्यासाठी काहीही करू शकणार नाही. शिवाय आपलं भांडण आहे हे व्यवस्थेशी! कोणा एका व्यक्तीशी नाही. वीरण्णा त्याच व्यवस्थेचा भाग होता ना!–

आपण अशाप्रकारे तर्क-वितर्क मांडून वीरण्णाचा स्वीकार करत आहोत याचा अधून-मधून त्याला मन:स्ताप होत होता. वीरण्णा दाखवत असलेला विनय म्हणजे धूर्तपणाचा प्रकार आहे अशी शंकाही अधून-मधून त्याच्या मनात येत होती. वीरण्णाचा क्षौर केलेला देखणा चेहरा, कानांवरचे केस, नाकावर एकमेकांमध्ये मिसळलेल्या राठ भुवया, गरगरीत मान, जवळ-जवळ पावलं टाकत त्याचं भोवताली वावरणं, 'अम्मा-अम्मा' म्हणत सीतेच्या हातात बाजारातून आणलेली भाजीची टोपली देऊन कौतुक मिळवणं– कधी-कधी कृष्णप्पाला या सगळ्याचा वैताग येई. आपल्या क्रांतीकारी व्यक्तिमत्त्वाकडे आकृष्ट झालेले तरूण जवळपास वावरत असताना तिथं वीरण्णा अति-नम्रपणे वावरू लागला की त्याला संकोचल्यासारखं होई.

'कसे आहात?' म्हणत वीरण्णा नम्रपणे आत आला आणि 'दिवसेंदिवस तुमची प्रकृती सुधारते आहे! आपल्या देशाचं हे भाग्यच म्हणावं लागेल–' म्हणत एक खुर्ची ओढून तो त्यावर बसला.

भेटायला येणारे सगळे आपल्या प्रकृतीविषयी खोटं बोलतात हे ठाऊक असल्यामुळे यावर कृष्णप्पानं काही बोलण्याचा प्रश्नच नव्हता.

'–इकडून निघालो होतो. सहज भेटून जाऊ या म्हणून आलो. आज दुपारी दिल्लीहून एक स्पेशालीस्ट येणार आहेत. त्यांना घेऊन येईन तुमची प्रकृती दाखवायला– एक्स्पर्ट ओपिनियनसाठी. सीतम्मांना त्रास होतो ना? उद्यापासून एक नर्स येईल. आता निघू मी?–'

वीरण्णा निघाला. बाहेर गेल्यावर काहीतरी आठवण झाल्यासारखा पुन्हा आत येऊन म्हणाला, 'विसरलोच बघा! तुमच्यासाठी एक मोटार अत्यावश्यक आहे. सीतम्मांना घरचं आवरून बँकेत जायचं असतं. असेंब्ली सुरू झाल्यावर तुम्हालाही एक गाडी हवीच. टॅक्सीसाठी प्रचंड खर्च होईल. तशी माझी गाडी आहेच म्हणा! पण तुमच्या वेळेला गाडी हातात हवी ना! तुम्ही असं करा– या फॉर्मवर सही करा– तुमच्यासाठी एक फियाट लगोलग मंजूर व्हायला पाहिजे. एम.एल.ए. असल्यामुळे तो तुमचा हक्क आहे!–'

सही करण्यासाठी कृष्णप्पा पलंगावरचा देह सावरून बसायचा प्रयत्न करू लागला.

'नको वीरण्णा! गाडी घेण्याइतके पैसे माझ्यापाशी कुठं आहेत?'

'पैसे!! नेहमी पैशांविषयीच का विचार करता? ते सारं तुम्ही माझ्यावर सोडा बघू!'

'ते शक्य नाही– मला गाडी घ्यायची नाही–'

'बरं! नको तर नको! पैसे कर्जाऊ नको असतील तर राहू द्या. तुमची गाडी मी विकत घेईन. नाही तरी माझा मुलगाही दररोज फियाट पाहिजे म्हणून वाद घालतोयच. तुम्ही मदत केल्यामुळे ती तुम्हालाही हवी तेव्हा वापरता येईल–'

नागेश उठून बाहेर गेला. आपल्याला बोलणं सोयीचं व्हावं म्हणून!

वीरण्णाच्या उपकारापुढे आपण नरम होतो हे त्याच्या लक्षात आलंय–

कृष्णप्पा नकारार्थी मान हालवत असलेला पाहून वीरण्णा म्हणाला, 'तुम्हाला नको तर राहू द्या. माझ्यावर उपकार करा–'

लक्षावधीची माया केलेल्या वीरण्णाच्या दृष्टीनं दहा-पंधरा हजार जास्त देऊन नवी फियाट घेणं अशक्य नाही. एवढ्यासाठी तो आपल्यापुढे हात पसरेल काय? एवढी उपकाराची भाषा करेल काय?–

कृष्णप्पानं मंद हसत फॉर्मवर सही केली.

वीरण्णा निघून गेल्यावर नागेश आत आला. त्याला कृष्णप्पा म्हणाला, 'हेही एक प्रकारचं करप्शनच आहे, नागेश! मोटारीच्या व्यवहारामध्ये वीरण्णा काही हजारांचा फायदा करून घेणार आहे! माझ्यासाठी घेतोय म्हणतोय. ते खरं असलं तरी–'

'जाऊ द्या. त्याच्या दृष्टीनं एवढी गाडी म्हणजे काही फार मोठी गोष्ट नाही.

तुमच्यासाठी घेतोय तो! त्यांच्यासारख्यांचं हे कर्तव्यच आहे–'

नागेशच्या बोलण्यामुळे कृष्णप्पाचं समाधान झालं– त्यामुळे कडवट बोलणंही सोपं गेलं, 'अजून तू कच्चा आहेस, नागेश! दिवसेंदिवस मी नरम होतोय! आजारामुळे सडत चाललोय ना! दहा वर्षांपूर्वी असल्या माणसांची सावलीही माझ्या वाटेला यायची नाही!–'

अशा बोलण्यामुळे नागेशचं आपल्याविषयीचं मत चांगलं होतंय हे ठाऊक असल्यामुळे कृष्णप्पा पुढं स्वत:विषयीचा तिटकारा व्यक्त करत डोळे मिटत म्हणाला, 'मला व्हील-चेअरवर बसवशील? बाहेर कुणी असेल तर मदतीला बोलाव–'

□

बेंगळूरची ऑक्टोबरमधली हवा सुखद होती. सिमेंटच्या अंगणात अंगावर उन्ह घेत हाता-पायातून रक्त वाहात असल्याची कल्पना करत कृष्णप्पा बसून होता.

वरंगळहून आल्यानंतर मामाच्या ताब्यातली वडलांची जमीन सोडवून घेऊन एक छोटी झोपडी बांधून कृष्णप्पानं आईबरोबर घर थाटलं होतं. गोठ्यात दोन दुभती जनावरं होती. पहाटे उठून स्वत: कृष्णप्पा दूध काढत होता. आता जवळ-जवळ निर्जीव असलेली त्याची बोटं तेव्हा गाईच्या आचळांवरून लयबद्धपणे ओढली जात होती. सुरुवातीला सवय नसल्यामुळे लवकर हात भरून यायचे. पण लवकरच त्याची एवढी सवय झाली की कृष्णप्पा दोहायला बसला की कबरी-कावेरी मागचे पाय रूंद ठेवून लयबद्ध दोहनामुळे दीर्घ श्वासोश्वास करत उभी राहायची– सुरुवातीला मऊ असलेली तिची आचळं दूध भरताच तरतरीत होत–

आईनं तापवून दिलेलं दूध पिऊन कृष्णप्पा शेतावर जायचा. झरे आटून विहिरीत जेमतेम पाऊलभर पाणी असताना तो विहिरीत उतरायचा. त्यानं बादलीत चिखल गोळा करून दिला की शेषप्पा ती वर ओढून घ्यायचा. श्वास कोंडून गुदमरलेल्या झऱ्यांवरचा चिखल बाजूला सारत असताना एखादा झरा पाझरून बोटाला स्पर्श करू लागला की कृष्णप्पाचं सारं अंग रोमांचित होऊन जात होतं–

'अरे, कशाला या भूताची-कल्कुटाची पूजा करत बधीर होऊन बसलात? तो तर दगड आहे– हे तुम्ही का लक्षात घेत नाही? तुम्हाला छळणारं खरं भूत म्हणजे मठाचा एजंट नरसिंहभट्ट! तो तुमची सारी पिकं घेऊन जातो– शेतंही घेऊन जातो–' कृष्णप्पा आपल्या जवळपासच्या शेतकऱ्यांना सांगू लागला.

मग एकदा 'किट्टप्पा–' म्हणत जोईस केळीची पानं मागायचं निमित्त करून आले आणि त्याच्या ओसरीवर बसले. त्यानं दिलेलं दूध पित इकडच्या-तिकडच्या गप्पा मारत म्हणाले, 'काय रे किट्टप्पा, कल्कुट फक्त दगड आहे– त्याला फेकून द्या म्हणून सांगितलंस म्हणे! खरं?–'

जोईस आल्यावर आईही पान-सुपारी खात ओसरीवर येऊन बसली. जोईसांचं कृश शरीर, पांढरी दाढीची खुंटं, मोठाली शेंडी, त्यांचे सौम्य डोळे न्याहाळत कृष्णप्पा सावकाश म्हणाला, 'तुम्ही नरसिंह देवावर विश्वास ठेवता! तर मग तुम्ही तुमची शेतं कशी गमावलीत?'

'अरे, आम्ही घरात इन मिन दोन माणसं– मी आणि माझी बायको. थोडं पेन्शन मिळतं. तुझा मामा आणि गावातली चार माणसं, जोईस काहीतरी भविष्य सांगतो म्हणून काही तरी देत असतात. गावातलं एक ब्राह्मणाचं घर तरी राहू दे म्हणून गरजेपुरता लाकूडफाटा, तांदूळ, भाजी पाला, फळं आणून देतात. मला कशाला हवी शेती?'

'ते खरंय– नरसिंह देवाचा एजंट आहे भट्ट– त्यानंच तुमच्या जमिनी हिसकावून स्वत:साठी ठेवून घेतल्या ना?'

'मठाचा वाटा द्यायला जमलं नाही म्हणून जमीन काढून घेतली त्यानं! ते कसं चुकवता येईल बाबा?'

'येतं तर!–'

'अलीकडचे कायदे आम्हाला ठाऊक नाहीत–पण कोर्टाची पायरी चढून ज्याचं कल्याण झालंय असा माणूस मी तरी पाहिला नाही!'

'जाऊ दे– माझा प्रश्न आणि तुझी उलट-तपासणी यामध्ये मला तरी कसलाच संबंध दिसत नाही–'

'संबंध आहे!–'

'तर मग सांग समजावून! शिष्यादिच्छेत् पराजयम् म्हणतात ना–'

'सांगतो. कल्कुटाच्या भीतीनं हे मूर्ख शूद्र त्या नरसिंह भट्टाला घाबरतात. आपल्या ऐहिक जीवनात काही बदल होणार नाही– मग त्या कोंबडे-बकऱ्या खाणाऱ्या कल्कुटानंच आपला उद्धार करावा म्हणून विश्वास ठेवतात–'

'तुझी माणसंही भूताराधना टाकून निर्गुण-निराकार देवाचं अस्तित्व मानण्याच्या पातळीवर आली पाहिजेत हे मीही मानतो कृष्णा! आपापल्या कर्मानं त्यांनी वर आलं पाहिजे. शिवाय–'

'मला ते सांगायचं नाही. ऐका– नरसिंहभट्टला तोंड देऊन त्यांनी आपलं ऐहिक जीवन उर्जितावस्थेला नेलं तर ते कोंबडे-बकऱ्या खाणाऱ्या देवाच्या तावडीतून मुक्त होतील. नरसिंहभट्टाचा धिक्कार करून जगायचं म्हटलं तरी या कल्कुटावरचा विश्वास आडवा येतोय! त्यामुळे माझ्यापुढचा प्रश्न आहे– त्यांनी आधी कल्कुटाला उपटून फेकून देऊन, त्यातून आलेल्या धैर्यामुळे नरसिंहभट्टाच्या पोकळ पोटाचा बेंडबाजा उडवावा किंवा आधी नरसिंहभट्टाला भिरकावून भूताराधना करण्याच्या स्वत:च्या स्थितीला वरच्या पातळीवर आणावं.'

नरसिंहभट्टाचा एकेरी उल्लेख जोईसांना क्लेशदायक वाटल्याचं त्याच्या लक्षात आलं. नंतर जोईसांनी बराचवेळ नरसिंहभट्टाच्या स्वभावाची चर्चा केली आणि अखेर 'मठानंच धर्माचा मार्ग सोडल्यावर पुढं काय होणार!–' असे उद्‌गार काढत दीर्घ श्वास टाकले. मठाच्या स्वामींनी एक बाई ठेवून मठाची सगळी जबाबदारी आपल्या या मेहुण्यावर टाकली होती.

अण्णाजीनं आपल्या मनात रुजवलेले विचार आणि वरंगळच्या पोलिस-चौकीतले अनुभव मात्र जोईसांपुढे सांगून त्यांना आणखी कष्टी करणं कृष्णप्पाला अशक्य होतं. त्याच्या मनातली जोईस आणि त्यांच्या पत्नीविषयीची भावना तशीच होती. गावी परतल्यावर सुरुवातीला पडलेल्या कडाक्याच्या थंडीत धोतरावर केवळ उपरणं पांघरणाऱ्या जोईसांसाठी त्यानं लोकरीची शाल आणून देऊन रूक्मिणीअम्मांच्या डोळ्यांत पाणी उभं केलं होतं.

कृष्णप्पा शाकाहारी असल्यामुळे जोईसांचा अधिक लाडका होता. 'आजही जगात नीट पाऊस-पाणी होतं ते केवळ मोजकेच का होईना, ब्राह्मण तिन्हीत्रिकाळ स्नान-संध्या करत असल्यामुळेच!' हे जोईसांचं लाडकं मतही तो त्यांच्यावरच्या प्रेमापोटीच सहन करत होता. आपल्या जप-जाप्यामुळे कृष्णप्पा यशस्वी होत आहे असाही त्यांचा विश्वास असल्याचं कृष्णप्पाला ठाऊक होतं आणि ते तो सहन करत होता. जप-जाप्यामुळे आपण या अवस्थेपर्यंत पोहोचूनही पूर्वजन्माच्या पुण्याईमुळे ब्राह्मण्य मिळालेल्या नरसिंहभट्टाचा अनादर करतो हे जोईसांना मान्य आहे हेही त्याला ठाऊक होतं.

वसुलीचा काळ आला की नरसिंहभट्ट, त्याचा अमिन आणि शानभोग गावकऱ्यांच्या दृष्टीनं दुःस्वप्नच होत. त्या वर्षी एक घटना घडली. मठाला द्यायचा सारा दिला नाही म्हणून नरसिंहभट्ट जानव्यासकट बीरेगौडाच्या घरात शिरला. बीरेगौडाचा मुलगा तापानं तळमळत होता. त्याच्या बायकोनं आजारी मुलाला पाजण्यासाठी चुलीवर काशाच्या भांड्यामध्ये दूध तापत ठेवलं होतं. घरात बीरेगौडानं सुपारीचं पीक लपवून ठेवलं आहे या संशयानं घरात शिरलेल्या भट्टाचा रिकामं घर पाहून तिळपापड झाला. सुपारी आणखी कुठंतरी दडवली असावी या रागानं त्यानं दात-ओठ खात घरातलं सगळं सामान घराबाहेर फेकायला शिपायांना सांगितलं. बीरेगौडाच्या बायकोनं पाय धरले तरी न ऐकता त्यानं चुलीवरचं दुधाचं भांडं अंगणात फेकून दिलं.

या घटनेमुळे गावातली माणसं अवाक् होऊन गेली होती. कानात भारी खडे, कपाळावर विभूती, धोतर, काळा कोट, हातात काठी, पुढं दात आलेले, काळाकभिन्न भट्ट बीरेगौडाला यमासारखा दिसला. त्यातच संध्याकाळी त्याचा आजारी मुलगाही मरण पावला. वरंगळमधल्या अनुभवाची मुळं इतर ठिकाणीही रुजत असल्याचा

अनुभव घेतच कृष्णप्पा बीरेगौडाच्या मुलाला पुरायला गेला. तिथं जमलेल्या दुःखी शेतकऱ्यांना त्यानं सांगितलं, 'नरसिंहभट्ट दरवर्षी अधिकाधिक शेतसारा मागत आहे. धान्य मापण्यासाठी तो जे माप आणतो, ते दरवर्षी मोठं होत चाललंय! तुम्ही फक्त एकच हट्ट धरा– म्हणावं, आम्ही गेल्या वर्षीच्या मापानंच धान्य देऊ! तो तुम्हाला त्रास द्यायला येईल. घरी बायकांना सांगून शेणाचं पाणी करून त्यात जुना झाडू बुडवून ठेवा. तो जबरदस्तीनं घरात शिरला की शेणाच्या झाडूनं फटके मारा– ब्राह्मण हैराण होऊन जाईल!–'

दुसऱ्याच दिवशी एका गरीब शेतकऱ्याच्या घरी भट्टाच्या शुभ्र शर्ट-धोतरावर हा प्रयोग करण्यात आला. ही बातमी संपूर्ण तालुक्यात पसरली. त्यातून अनेक उपकथानकंही जन्मली.

त्यानंतर भट्ट पोलिस-संरक्षणात शेतकऱ्यांना हुसकण्यासाठी आला. शेतकरीही संघटीत होऊन शेत नांगरायला गेले. कायद्यानुसार त्यांना अटक करण्यात आली.

ही बातमी संपूर्ण देशभर पसरली. देशभरातून अनेक समाजवादी नेते कृष्णप्पाच्या हुलियरमध्ये येऊन स्वतःला अटक करवून घेऊ लागले. देशभरात हुलियरची 'कर्नाटकाचं वरंगळ' म्हणून प्रसिद्धी झाली.

शेतकऱ्यांचा हा लढा पूर्णपणे यशस्वी झाला नसला तरी त्यानंतर मठाकडून होणारा अन्याय थोडा थंड झाला. मापाचा आकार वाढण्याचं बंद झालं– एवढंच नव्हे, तो आकार पाच वर्षांपूर्वी एवढा मागं गेला. या घटनेमुळे शेतकरीही संघटीत झाले. लोकांच्या आग्रहाला बळी पडून कृष्णप्पा निवडणुकीला उभा राहिला आणि निवडूनही आला. असेंब्लीमध्ये निवडून यायची ही त्याची तिसरी वेळ–

या परिसरातल्या शेतकऱ्यांच्या समस्या कमी होण्यास कृष्णप्पा कारणीभूत आहे याविषयी कुणाचंही दुमत नाही. आधी ब्राह्मण-विरोधी सरकारनं इनामं रद्द केली. पण वक्कलिग आणि लिंगायत जमीनदार सत्तेवर असल्यामुळे जमीन-मालकीवर नियंत्रण आणणारा कायदा आणण्यासाठी उग्र चळवळ उभी करावी लागली. कसेल त्याची जमीन ही घोषणा आता तत्त्वाच्या स्वरूपात का होईना, सरकारनं मान्य केली– तरी अजूनही सगळे कसणारे जमिनीचे मालक झालेले नाहीत हे कृष्णप्पालाही ठाऊक होतं. जे जमिनीचे मालक झाले आहेत, ते कसायला तयार नाहीत हेही तो पाहात होता.

संपत्ती ही माणसाचा स्वाभिमान वाढवण्याचं महत्त्वाचं कारण आहे हे अण्णाजींचं विधान कृष्णप्पाला पावलो-पावली जाणवत होतं. त्याच बरोबर आपण ज्यात पूर्णपणे बुडून गेला आहोत ती राजकीय चळवळही माणसाला क्षुल्लक लेखत असल्यामुळे आपली त्यातून सुटका करेल या विषयीही त्याच्या मनात शंका निर्माण होत होती.

अलीकडे तर तिन्ही त्रिकाळ लोकांमध्ये राहून त्यांची रडगाणी ऐकता-ऐकता तो थकून जात होता. एकटं राहाण्याची इच्छा त्याच्या मनात रूजू लागली होती. सतत चळवळीतच गुंतून राहिल्यामुळे प्रत्येक क्षणी कुठं-कुठं उमलत असलेले जीवनातले सुखाचे क्षण दिसत नाहीत याची त्याला भीती वाटू लागली होती. गांधी बाजारातल्या भाड्याच्या घरात राहात असताना संध्याकाळी एकटं राहायची संधी मिळाली की कंपाऊंडमध्ये बसून तो भोवताली उद्देशरहित फिरणाऱ्या परकर-पोलक्यातल्या चिमुरड्यांकडे बघत होता तेव्हा त्याच्या मनात असूया निर्माण होत होती. जीवनात पुढे येणाऱ्या विवंचना आणि मध्यम वर्गाच्या आई-वडिलांना वाटणारी भीती त्या मुलींना छळत असलेली दिसत नव्हती. वेण्यांमध्ये गजरे माळलेल्या, घोळके करून किलकिलत असलेल्यांचं झाडांखाली किंवा दिव्याच्या खांबांखाली वावरणं कृष्णप्पा अर्धाएक तास पाहात राहायचा. मुलं दिसली की लाजणाऱ्या मुली आणि मुलींना चिडवणारी मुलं– कॉलेजमध्ये आपल्यालाही मुली आफ्रिकन प्रिन्स म्हणायच्या ना! पण आपण मात्र आपल्याच ताठ्यात!–

गौरी देशपांडे फिलाडेल्फियामध्ये काय करत असेल? तिच्याशी पत्रव्यवहार होऊनही बरेच दिवस झालेत ना? अलीकडे तिलाही राजकारणात रस उत्पन्न झाला आहे म्हणे. तिचा मित्र मार्क्सवादी सोशॅलीस्ट आहे म्हणे. पार्लमेंटरी राजकारणानं काहीही साधत नाही असा गौरी अलीकडे वाद घालते. पूर्वी गौरी अशी नव्हती. तिचे आताचे विचार खरे आहेत की उसने आहेत ते कळत नाही. गौरीला लग्नाच्या दृष्टीनं कधीच विचारलं नाही याचं वाईट वाटतं. लूसिनाला विचारलं होतं– पण तिनं ते गंभीरपणे घेतलं नाही. तरीही ते दुःख आता एवढं तीव्र राहिलं नाही. आतल्या आत एक खाजगी व्यक्ती म्हणून आपण रिते असल्याचं त्याला वाईट वाटत होतं. गोपाल रेड्डी वारल्यानंतर एकटं राहाणं अशक्य वाटल्यामुळे आपण लग्न केलं काय? त्याच्या मित्रांनी पोटा-पाण्याच्या व्यवस्थेसाठी लग्न करायला सुचवलं होतं. त्यानंही तेवढ्यासाठीच लग्न करायचं ठरवलं होतं. स्त्री मधल्या उत्कटतेला घाबरून सीतेसारखीशी लग्न करायचं आणि नंतर पुन्हा त्याच उत्कटतेची अपेक्षा करायची– म्हणजे आपल्या व्यक्तिमत्त्वातही काहीतरी कमतरता असलीच पाहिजे ना? कदाचित अण्णाजी म्हणायचा तसा मी फ्यूडलही असेन. लग्नाची गरज नसल्यामुळेच कदाचित लूसिनाबरोबरचा तीव्र प्रणय आपल्याला शक्य झाला असावा. लग्नानंतर नोकरीण मिळाली– पण सखी नाही! कदाचित यामुळेच आपण गौरीलाही गमावलं असलं पाहिजे–

मुलं-मुली रस्त्यावरून दिसेनाशा झाल्या होत्या. शेजारच्या घरातली मुलं पाढे म्हणत होती. आत सीतेची काहीतरी बडबड चालली होती. एकटा नवरा तावडीत सापडल्यामुळे ती मनातला राग त्याच्या कानात ओतत होती.

आत जाऊन रोजची क्वॉर्टर व्हिस्की ग्लासमध्ये घेऊन कृष्णप्पा टेबलापाशी

बसला. आज घडलेलं उद्या लक्षात राहात नाही– दिवसांमागून दिवस जाताहेत– असेंब्लीमधली जहाल भाषणं– आज अमक्याविरुद्ध तर उद्या तमक्याविरुद्ध घोषणा– उजाडलं की अमूक पाहिजे-तमूक पाहिजे म्हणत येणारी माणसं– याचं समर्थन– त्याला विरोध– मध्ये कृष्णप्पा गंधकासारखा उगाळला जातोय–

त्यातच कृष्णप्पाला एक गर्भ-श्रीमंत मित्र होता. कोलार भागातून येऊन इथं स्थायिक झालेला गोपाल रेड्डी श्रीमंत असला तरी मार्क्सवादी होता. शुभ्र तलम धोतर– झुळझुळीत झब्बा– कारमधून वावरणारा गोपाल रेड्डी आपल्याच समाजाच्या विनाशाची स्वप्न पाहात होता. हे पाहून कृष्णप्पा तर त्याच्यावर मोहित होऊन गेला होता. एकदा जेलमधल्या वास्तव्यात तो गोपाल रेड्डीचा उत्साह आणि कष्ट करण्याची इच्छा पाहून चकित झाला होता. पैसा, संपत्ती, अधिकार या विषयी पराकोटीची किळस बाळगणाऱ्या गोपाल रेड्डीला सिनेमा-संगीत, साहित्य– सगळ्यामध्ये उत्कृष्ट जे असेल त्यामध्ये भरपूर रस होता. कलकत्त्यात अली अकबर खाँसाहेबांची संगीत-सभा असल्याचं वृत्तपत्रात वाचून कृष्णप्पासह कलकत्त्याला विमानानं जाण्याइतकी पराकोटीची रसिकता! मुंबईमधल्या 'ताज' मध्ये राहावं, तितक्याच सुखात झोपडीत किंवा जेलमध्ये तो राहात होता. अलिप्त राहून जीवनाचा उपभोग घेणं त्याला जमत होतं. शिंदीची दारू आणि मिरचीच्या भज्यांचा तो स्कॉच-चीजच्याच चवीनं आस्वाद घ्यायचा. अपार ऐश्वर्य जीवनाला वर-वरची चमक आणते हा कृष्णप्पाचा अभिप्राय गोपाल रेड्डीच्या सहवासात बदलला होता. ऐश्वर्य असेल तिथे जीवनाची गुण-लक्षणेही असतात असा त्याला अनुभव आला होता.

कृष्णप्पाच्या निवडणुकीच्या वेळीही तो स्वत: हुलियूरला येऊन राहिला होता. कुठल्याही शेतकऱ्याच्या झोपडीत सकाळी केळीच्या पानावर वाढलेल्या पेजेबरोबर बाळकैरीचं लोणचं लावून अत्यंत चवीनं जेवण्याचं कौशल्य त्याच्याकडे होतं. गवताची चटई, कागदाची टोपी, इरलं, फणसाचे कडबू, वेताची काठी– चार लोक ज्याला निकृष्ट मानतात त्याकडे तो निर्लीप्त कौतुकानं पाहायचा– जणू त्यानं भोगलेला स्त्री देह त्याच्यासाठी गात असावा–

गोपाळ रेड्डीच्या गावी गेल्यावर कृष्णप्पाला त्याच्या मर्यादाही दिसल्या. गावामध्ये तो धनी आणि त्याचा बाप टायरण्ट. तिथले तरूण ताठ मानेनं चालू शकत नव्हते. राजवाड्यासारख्या त्या घरामध्ये लहान मुलांच्या रडण्याचा आवाज ऐकू येत नव्हता– बायकांचं हसणंही ऐकू येत नव्हतं. जिथं गोपाल रेड्डीचे वडील असतील, तिथं सगळं स्तब्ध असायचं. गोपाल रेड्डी त्याला जेमतेम एक दिवस आपल्या घरी ठेवून घेऊ शकला! आपल्या श्रीमंतीची किळस आलेल्या कृष्णप्पाविषयीचा त्याचा आदर आणखी वाढला. अशा श्रीमंतांचं रक्षण करण्यासाठी वरंगळच्या पोलिस

चौकीसारख्या चौक्या आहेत हे गोपाल रेड्डीला ठाऊक नसेल असं कसं म्हणता येईल?

गोपाल रेड्डीच्या व्यापक अभिमानाच्या प्रभावात कृष्णप्पा ढिला पडला, आनंदित झाला, प्यायला शिकला, मुलींबरोबर झोपलाही. शरीरातून आपोआप स्रवणाऱ्या घामाप्रमाणे व्यक्त होणाऱ्या व्यवस्थेविरुद्धच्या रागाचं, आधीची तीव्रता आणि मर्यादा गमावून समग्रपणे व्यवस्थेकडे पाहाणाऱ्या विचारांमध्ये रूपांतर झालं. गोपाल रेड्डी नेहमी कृष्णप्पाच्या पीडादायक आर्ततेला आपल्या तीक्ष्ण विचारांची जोड देऊ लागला. अशा प्रकारे दोन्हीकडून सामर्थ्य मिळत असल्यामुळे कृष्णप्पाला बाई-बाटली-संगीतसभा-विमानप्रवास यातलं काहीही नैतिकदृष्ट्या छळत नव्हतं. क्षुल्लक विषयांपासून अबाधित राहणं, पैशासाठी न भांडणं, निष्ठूरपणे बोलणं, स्त्रीदेह-जेवण-व्हिस्की यांनी देह शांत करणं, घाई न करता हवं ते घेणं– सगळं एकत्रितपणे एकाचवेळी मिळाल्यामुळे त्यावेळी कृष्णप्पा हवेत तरंगत होता– आपण अत्युच्च शिखरावर आहोत अशा भावनेत होता– काल रात्री कुठल्या बाईबरोबर झोपलो होतो याचा दुसरे दिवशी त्याला विसर पडायचा. त्यातही एक आश्चर्य म्हणजे चित्याचं सौष्ठव असलेल्या लूसिनाला विसरणं मात्र त्याला शक्य झालं नव्हतं. अधून-मधून वरंगळच्या ठाण्यातले दिवस आठवायचे– पण जीवन मलूल करणारे क्षुल्लक विषय अपार ऐश्वर्य आणि औदार्यात बुडवून टाकायचं कौशल्य रेड्डीला आत्मसात होतं ना! धनसंपत्तीपासून अबाधित असं त्याच्या भविष्यकाळातलं जीवन वास्तवात असं बिनधास्त असतं हेही तो पाहात होता!

एकदा महेश्वरय्या आले. त्या दोघांना एकत्र पाहून ते थोडे अस्वस्थ वाटले. स्त्रीच्या बाबतीत लंपट असलेले महेश्वरय्या आपण भोगत असलेल्या सुखावर टीका करणार नाहीत– मग ही अस्वस्थता का? त्यांना याविषयी थोडं छेडल्यावर ते म्हणाले, 'कृष्णप्पा, हे फार काळ टिकत नाही रे! तुला पुन्हा अश्वत्थाच्या झाडाखाली गुरं वळायची आहेत का?–'

होय. महेश्वरय्या म्हणाले तसं खरोखरच ते राहिलं नाही. गोपाल रेड्डी कॅन्सरनं वारला. त्यानंतर बरेच दिवस बधीर होऊन राहिलेल्या कृष्णप्पानं, मित्रांच्या आग्रहाखातर सीतेशी लग्न केलं.

आज विचार केला तर कृष्णप्पाला गोपाल रेड्डीची मैत्री हा भ्रम वाटत होता. आपल्यापेक्षा जास्त वाचन असलेला ज्ञानी तो! चांगला खेळाडू आणि शास्त्रीय संगीतात सूक्ष्म अभिरूची असलेला रसिक. पैसे देऊन जवळ घेतलेल्या स्त्रीलाही विसर पाडणारा कुशल कलाकार! त्याच्या श्रीमंतीमुळे आपला आ वासणार नाही हे ठाऊक असल्यामुळे त्याला आपली मैत्री हवीशी वाटली असावी. आपल्या सान्निध्यात त्याला स्वतःची संपत्ती यःकश्चित लेखून, फुंकून टाकण्याचा आनंद

मिळाला असावा. मित्र असला तरी तो आपल्याकडे एक प्रकारच्या आराधना भावनेनं बघत होता. आपली आढ्यता सैल होण्यासाठी त्यावेळी आपल्यालाही असे बंध हवे होते. महेश्वरय्या अण्णाजी आणि गौरी प्रमाणे यालाही माझ्यामधलं काहीतरी तीव्र असं जाणवलं होतं. त्या धगधगत्या अग्नीनं त्यानंही आपला देह शेकला होता. आपल्या आवळत असलेल्या तीव्रतेच्या बाधेनं त्याला आपल्या संगतीत गायला लावलं होतं. त्यामुळे कृष्णप्पाच्या अंतर्जीवनात उसळत असलेली चिंचेच्या फुलाची विशिष्ट चव– असह्य उत्कट चव– कमी होत गेली. गोपाल रेड्डी मरण पावला तेव्हा त्याला अनाथ झाल्यासारखं वाटलं.

'नागेश–'

त्याला उन्हात बसवून आत गेलेला नागेश बाहेर आला.

'आत जाऊ या. उन्ह वाढलंय–'

नागेशनं आधार देऊन त्याला आत नेलं.

'ड्रॉवरमध्ये पर्स आहे–'

नागेशने दिलेल्या पर्समधले पाचशे रुपये काढून त्यानं ते नागेशच्या हातात दिले. नागेश काहीही न समजल्यामुळे प्रश्नार्थक मुद्रेनं पाहू लागला.

'तुझ्याकडे कपड्यांचा एवढाच जोड दिसतोय. कपडे शिवायला टाक–'

'नको. तुमच्या पर्समध्ये एवढेच पैसे आहेत.'

'हे बघ नागेश, उजवा हात अजून थोडा चालतोय. दुसरा स्ट्रोक येण्याआधी–' म्हणत तो हसला. नागेश खिन्न झाला. ते बघून तो म्हणाला, 'अरे वेड्या, तुला कळत नाही! माझी बायको आहे ना? अतिशय कंजूष आहे ती! माझ्या पगारातले पैसे गोळा करून तिनं बँकेत दहा हजार रुपये ठेवले आहेत. आता मुकाट्यानं पैसे घे–'

कृष्णप्पाला नागेशची पार्श्वभूमी ठाऊक होती. गरीब ब्राह्मण कुटुंब. वडील सतत आर्थिक अडचणींनी घेरलेले कारकून. थोरला भाऊ इंजिनियर. त्याची बायको कंजूष असल्यामुळे त्याच्याकडून होणारी मदत यथा-तथाच. सहा अविवाहित बहिणी. अशा परिस्थितीत अर्धवट शिक्षण सोडून मोर्चे, घोषणा, चळवळी म्हणत वेळ काढणाऱ्या मुलाला बघून कष्टी होणारी आई. नागेशचं राहाणं पार्टीच्या ऑफिसमध्ये आणि जेवण इथं-तिथं चालायचं. सिगारेटसाठी चार पैसे खिशात असले की त्याची गरज संपलीच. भविष्यकाळात येणाऱ्या समता- युगात आपलंही जीवन सुधारेल असं स्वप्न तो पाहात होता. समाज-सुधारणा करणं त्याच्या अंगवळणी पडलं होतं. एच.एम.टी मध्ये नोकरी लावून देऊ का म्हणून विचारलं की तो नको म्हणत होता. एवढंच नव्हे, आपण असं विचारलं याचा त्याला रागही

येत होता. इतरांसारखं नोकरी करत जगणं म्हणजे बुरसटलेपणा आहे असा त्याचा अभिप्राय होता. फारसा प्रतिभावंत नव्हे– पण कृष्णप्पाच्या व्यक्तिमत्त्वाच्या प्रभावानं दिपून गेलेल्या युवकांपैकी तोही एक होता. आपल्या राजकीय वैचारिक जीवनक्रमामध्ये अशा युवकांना आपण अडकवलं याचा कृष्णप्पाला अलीकडे पश्चाताप वाटत होता. या युवकांचं वय वाढत चालल्याचं पाहून त्याला भीतीही वाटत होती.

'नागेश, तुला सांगतो–' कृष्णप्पा जोईसांची हकिकत आठवून सांगू लागला. नागेश नोटबुकात त्याची टिपणं काढू लागला.

हुलियूरमध्ये नरसिंहभट्टाला शेणाच्या झाडूनं मारायला सुरुवात झाली तेव्हा त्याला दररोज जानवं बदलावं लागे. ब्राह्मणाला असा त्रास दिल्यामुळे कष्टी होणाऱ्या जोईसांना 'तुमच्या जानव्यांना आता जास्तीचं गिऱ्हाईक मिळतंय ना? मग तुम्ही का एवढं वाईट वाटून घेता?' म्हणावंसं वाटलं तरी तो स्वत:ला आवरायचा. त्यावेळी कृष्णप्पाची आईही घाबरी झाली होती.

कृष्णप्पानं जोईसांना विचारलं, 'मी तुम्हाला मुलासारखा आहे असं तुम्ही म्हणता. खरं की नाही?'

'हे काय विचारणं रे? त्या शिवाय का मी तुला शहाणपण सांगायला आलो असतो?'

'मग मला सांगा, मरू घातलेल्या मुलाचं तापत असलेलं दूध फेकून देणं चुकीचं आहे की अशा ब्राह्मणाला झाडूनं मारणं चुकीचं आहे?'

'दोन्हीही चुकीचंच आहे. त्यानं केलेल्या पापासाठी तो नरकात जाईलच. पण ब्राह्मण-जन्म आहे ना! त्याला झाडूनं मारायला लावून तू कशाला पापी होतोस?'

कृष्णप्पाच्या आईनंही चुना लावलेली तंबाखूची चिमूट दाढेखाली सारत जोईसांच्या बोलण्याला दुजोरा दिला. यांच्याशी बोलणं अशक्य आहे असं कृष्णप्पाला वाटलं. पाठोपाठ वाटलं उपनिषदे वाचलेला हा ब्राह्मण एवढा कसा मूर्ख! या विचारानं त्याला दु:ख झालं. तो तळमळून म्हणाला, 'तुम्ही केवळ जातीवरून भट्टाची बाजू घेता हे बघून वाईट वाटतंय मला!–'

कृष्णप्पाचं तळमळून बोलणं ऐकून जोईस आश्चर्यचकित झाले, ते म्हणाले, 'अरे, या मायावी संसारात असेपर्यंत जात-पातही खरीच असते, नाही का?'

'म्हणजे मी पाप केल्यामुळे शुद्र म्हणून जन्मलो असं तुम्हाला म्हणायचं आहे? तरीही मी तुम्हाला आणि दोड्डव्वाला मुलासारखा का वाटतो? कृष्णप्पा रुक्मिणीअम्मांना दोड्डव्वा– थोरली आई– म्हणत असे.

'भट्टांसारख्यांच्या कर्तृत्वानं आमच्या पूर्वजांचं पुण्य पाण्यात गेलं म्हणून हे दिवस आले! तुला मी म्हणून काय उपयोग म्हणा! प्रत्यक्ष आदि-शंकराचार्य

कालाडीहून बद्री-केदारला चालले होते. वाटेत त्यांना दिव्य प्रभा दिसली. ती पाहून त्या ठिकाणी त्यांनी नरसिंह देवाची स्थापना केली. अशा मठाची आज काय गत झाली! वैदिक धर्म तर पशु-पक्ष्यांचीही हिंसा करू नये म्हणून सांगतो–'

बोलता-बोलता जोईसांचे डोळे पाणावले. त्यांच्या रूद्राक्ष माळेखालचा केवळ हाडांचा सांगाडा पाहाताना कृष्णप्पाचं मनही वितळलं.

'काही अंतरावरून पाहिलं तर हिंसेइतकीच प्रति-हिंसाही गलिच्छ दिसते. पण झाडूनं मारताना त्यांच्या मनात केवढं सामर्थ्य एकवटतं हे तुम्हाला दिसत नाही! हे सगळे किड्यांप्रमाणे सगळं सहन करत होते म्हणूनच मठही सडत चाललाय! तुमच्या या भट्टासारखेच लहान किडे खाणारे मोठे किडे होऊन बसतात!–'

काहीही न बोलता जोईस उठून उभे राहिले. कृष्णप्पानं विनोद करत त्यांना खुलवण्याचा प्रयत्न केला, 'अजूनही आमच्या लोकांच्या मनात ब्राह्मणाविषयी आदर आहेच. ते झाडूनं मारतात– पण लगोलग मनातल्या मनात कल्कुटाला दंड देण्याचंही कबूल करतात.'

'तू पक्का धार्मिक आहेस हे मला ठाऊक आहे बाबा! कुठं तू कुठं भट्ट! पण–' पुढं काय बोलायचं ते न सुचून जोईस निघून गेले.

ह्या घटनेचा कृष्णप्पाला कधीही विसर पडू शकला नाही. आपल्या आजारासाठी आजही गावकरी कल्कुटाला नवस बोलताहेत हे समजल्यामुळे कदाचित आज त्याला सारं तीव्रपणे आठवत असावं.

नागेश म्हणाला, 'आणखी लाथा हाणायला पाहिजेत या ब्राह्मणांना!'

कृष्णप्पाला हसू आलं, नागेशला आश्चर्य वाटलं. तो प्रश्नार्थक मुद्रेनं पाहू लागला.

'डुकरं-बकऱ्या पचवणाऱ्या आमच्या गौडांनी गोडं सार आणि भात खाणाऱ्या तुमच्यासारख्या गरिबांना लाथा मारायच्या? त्या दृश्याचीच कल्पना करून हसू आलं. आमच्या जातीतले जमिनदार सज्जन आहेत अशी तुझी समजूत आहे काय?'

□

'अरे नागेश, या वेळेचा इलस्ट्रेटेड विकली पाहिलास का?–' कृष्णप्पा उत्साहानं विचारत होता.

संध्याकाळी कृष्णप्पाला भेटण्यासाठी आलेल्या त्याच्या पक्ष्यातल्या वीस एम.एल.एं.चं बोलणं ऐकत बाहेरच्या व्हरांड्यात बसलेल्या नागेशनं आत येऊन विचारलं, 'का? काय आहे त्यात?'

'बघ–' म्हणत कृष्णप्पानं दुमडलेला विकली त्याच्या हातात दिला. कृष्णप्पाचा गमतीनं खुललेला चेहरा पाहून नागेशनं विकलीवरून नजर फिरवली.

तिथं कौपिनधारी बैराग्याचा एक मोठा फोटो छापला होता. त्या फोटोखाली लिहिलं होतं– सर्पसिद्धेश्वरानंद! बैराग्याची दाढी आणि जटा बऱ्याच वाढल्या होत्या. त्या फोटोत तो हसत होता तर दुसऱ्या फोटोत तो एका झाडाच्या फांदीवर बसून माकडासारखं अंग खाजवत होता. दात पडलेलं तोंड वासलं होतं. एकंदरीत सगळा अवतार परमसुखी दिसत होता!

'अरे, मी आमच्या जिल्ह्यातल्या बैराग्याविषयी सांगत होतो ना? तोच हा डोंगरावरच्या गुहेतला बैरागी! मोठ्यानं वाच बघू–'

तिखट-मीठ लावून लिहिलेला तो लेख असल्याचा संशय वाटत असला तरी त्या लेखानं कृष्णप्पाला आकृष्ट केलं होतं. केवळ गीता-पठणासाठी मौन मोडणाऱ्या त्या बैराग्याच्या लोकप्रियतेची ती कथा होती. भक्तांच्या स्वप्नात तो बोलतो अशी श्रद्धा पसरल्यावर तिथे अनेक भक्त जमू लागले. अचानक एक दिवस बैरागी गुहेत शिरला. दोन-तीन दिवस तो गुहेतच राहिला. गर्दीतल्या एकानं गुहेत डोकावून पाहिलं. तेव्हा सापासारखा 'फुस्स–' आवाज ऐकू आला. हे महात्मा सर्पमुद्रेत तपस्या करत आहेत असं त्यानं इतरांना सांगितलं. भक्त दररोज गुहेच्या तोंडाशी नैवेद्य सारून वाट पाहात राहायचे. त्यातलं थोडंसं खाऊन उरलेलं बैरागी बाहेर लोटून द्यायचा. तो प्रसाद भक्त मंडळी कण-कणभर वाटून घ्यायची. काही दिवसांनी बैरागी अन्न स्वीकारत नाही असं भक्तांच्या लक्षात आलं. ते आत डोकावू लागले. काही दिसलं नाही– पण जोरानं 'फुस्स–' असा आवाज आला. आत डोकावणाऱ्यांवर रागावून बाहेर लोटावं तसं! आता महात्मा स्वतः सर्पच झाले आहेत असं सगळ्या भक्तांना वाटलं. त्यांनी गुहेच्या तोंडाशी दूध ठेवायला सुरुवात केली.

असे तीन पंधरवडे गेले. नंतर एक दिवस तेजस्वी बैरागी गुहेबाहेर आले. आता त्यांनी गीता वाचणं बंद केलं होतं. काही बोलतही नव्हते. मध्येच मोठ्यानं हसायचे किंवा झाडावर चढून बसायचे.

आता सर्पसिद्धेश्वरानंद महाराजांच्या दर्शनासाठी संपूर्ण देशातून हजारोंच्या संख्येनं भक्त जमायला सुरुवात झाली होती. अनेक चमत्कारांच्या कथा सांगितल्या जात होत्या. मध्येच केव्हातरी महाराज पुन्हा गुहेत जाऊन बसायचे. त्यांना कुणीही सर्परूपात पाहू नये– तसं पाहिलं तर मृत्यू ठरलेला असा भक्तांचा विश्वास होता. काही दिवस गेले की ते आपण होऊन बाहेर येत होते. पुन्हा झाडावर चढून बसत होते.

'काय वाटलं तुला हे वाचून?' कृष्णप्पानं कुतूहलानं विचारलं.

'अंधश्रद्धा! आणखी काय!'

'हा बैरागी एक तर वेडा असेल नाहीतर द्रष्टा असेल अशी शंका तुझ्या मनात येत नाही?'

‘असल्या भाकड कथांवर विश्वास ठेवल्यामुळेच आपल्या देशाची ही गत झाली आहे–’

‘खरंय–’

‘आपल्याला गरज आहे ती अन्नाची! अध्यात्माची नव्हे–’

कृष्णप्पा गप्प राहिल्याचं पाहून नागेशनं थट्टा करायचं धैर्य केलं. ‘अंथरूणावर पडल्यापासून तुम्हीही या दांभिकावर विश्वास ठेवायला लागला की काय?’

‘अण्णाजी हेच म्हणायचा–’ विचारमग्न कृष्णप्पा सावकाश म्हणाला, ‘हे बघ नागेश, समज– एखाद्याला देव आहे हे खरोखरच ठाऊक आहे– मी विश्वासाविषयी बोलत नाही– खरोखरच ठाऊक आहे असं समज! तसं ठाऊक असणं शक्य असेल तर तशा व्यक्तीनं ‘धार्मिक’ असणं– रिलिजीयस असणं ही मोठी गोष्ट आहे की नाही? बँकेत पैसे ठेवल्यासारखं हे! व्याजाची गॅरंटी! देव आहे की नाही या आशंकेमध्ये ‘देव आहे’ असा निर्धार करायचा आहे ना! हे खरं शौर्यच म्हटलं पाहिजे! राजकारणात आपल्या चळवळीमुळे प्रगती होते– प्रगतीमुळे सगळं चांगलंच होतं असं समजून गरीबांसाठी क्रांती करायची– तसाच हा प्रकार! या मार्गानं खूपजण चालतात. पण मी वरंगळहून आलो त्यावेळी, राजकारणात उडी घेण्याआधी आम्ही करतोय त्या प्रगतीनं सारं काही चांगलंच होईल असं छातीठोकपणे सांगणं मला शक्य नव्हतं. आजूबाजूची क्षुद्रता आणि दुःखं पाहिलं की त्याविरुद्ध न झगडता राहाणंही मला शक्य नव्हतं. दैनंदिन जीवनातही चमक यावी ही माझी आशा मात्र सफल झाली नाही. त्यावेळी लाथा खाणारा बीरेगौडा माझ्या प्रयत्नांचा परिणाम म्हणून इतरांना लाथा घालत आहे! पण असं म्हणताना समाजाच्या चलन-वलनालाच काही अर्थ नाही, असा अर्थ निघाला तर तेही फारच सोपं करून सांगणं होईल. काहीही करू न शकणारा मूर्ख आणि काहीही करावं लागू नये म्हणून व्यवस्थेचा सांभाळ करणारा क्रूरात्माही हेच बोलतो ना?– म्हणजे– मला म्हणायचंय ते असं नागेश–’

काहीही आकलन न होता नागेश कृष्णप्पाकडे पाहात होता. त्यानं लिहून घेण्यासाठी पेन्सिल उचललेली पाहून कृष्णप्पानं त्याला थांबवलं, ‘गैरसमज होण्याची संधी न देता मला जे काही सांगायचं आहे, ते सांगायला जमत नाही आहे मला! जन्मल्यावर कर्मामध्ये अडकायलाच पाहिजे– भांडायला पाहिजे– जीवनाला क्षुद्र लेखणाऱ्या अंधाराला मागं लोटतच राहिलं पाहिजे. म्हणजे आपल्या कृतीचा परिणाम असा होईल किंवा तसा होईल याची भीती न बाळगता–’ वाक्यही न संपवता कृष्णप्पानं नागेशला बाहेर बसलेल्यांना आत बोलवायला सांगितलं.

आज-काल चाललेल्या पक्षांतराच्या गडबड-गोंधळात आपण कुठल्या पक्षाकडे वळावं याविषयी चर्चा करायला त्याच्या पक्षाचे एम.एल.ए. तिथं आले होते. सत्तापक्षातली फूट आपल्या दृष्टीनं असंबद्ध आहे असं त्यातल्या काही जणांचं

म्हणणं होतं. आपण आपल्या क्रांतीच्याच मार्गानं पुढं गेलं पाहिजे असं ते म्हणत होते. काहीजण म्हणत होते– आपण सत्तापक्षातल्या फुटीचा फायदा करून घेऊन दुसऱ्या मंत्री-मंडळाला पाठिंबा दिला पाहिजे. आणि त्याचवेळी एका टाईमबाऊंड मिनिमम प्रोग्रॅमशी बद्ध राहिलं पाहिजे. त्यातही काहीजण आताच्या मुख्यमंत्र्यांना पाठिंबा द्यावा असं म्हणत होते तर काहीजण त्यांच्या प्रतिस्पर्ध्याला पाठिंबा द्यावा असा वाद घालतच होते. या घोळक्याला वाटत होतं, त्यांचा मुख्यमंत्र्यांशी परस्पर व्यवहार ठरला आहे. कृष्णप्पावरील आपल्या प्रभावाचा उपयोग करून वीरण्णा त्या घोळक्याला पाठिंबा मिळेल असं करत होता. राजकारणात अर्थ नाही म्हणून गप्प बसणारे पण आदर्शवादी युवक– तर काही जनमतासाठी राबणारे खविस! क्रांतीच्या स्फोटातूनच बदल होणं शक्य आहे असा काही जणांचा वाद– सत्तेवर येऊनच लोकांना क्रांतीच्या मार्गानं पुढं नेता येईल असा काहीजणांचा प्रतिवाद!–

यापैकी कुठल्याही वाद-विवादात उतरण्याची कृष्णप्पाची आज ताकद नसली तरी त्यांच्याशी चर्चा करण्याइतका तो निश्चित समर्थ होता.

□

सहकाऱ्यांमध्ये कितीही वेगवेगळी मतं असली तरी ते आपला शब्द खाली पडू देणार नाहीत याविषयी कृष्णप्पाच्या मनात समाधान होतं. जीवन-मरणाच्या उंबरठ्यावरही आपलं वर्चस्व कोमेजलं नाही याचं त्याला समाधान होतं. दिल्लीच्या डॉक्टरांनी तपासणी करून एक्स्टेन्सिव्ह डॅमेज झालेलं नाही– आता फिजीओथेरपी महत्त्वाची आहे असं सांगितलं होतं.

एकंदरीत कृष्णप्पा आनंदात असताना, गौरी देशपांडेचा टेलीग्राम आला होता. परवा संध्याकाळी विमानानं येत असल्याचं तिनं कळवलं होतं. ती सहा महिन्यांपूर्वीच दिल्लीला आली होती. तिला भेटून कितीतरी वर्षं झाली होती! आता ती कशी दिसते कोण जाणे! दिल्लीला आल्या-आल्या ती आपल्याला भेटायला येईल अशी कृष्णप्पाला आशा होती– पण आली नाही. त्या अर्थी ती आपल्या बाबतीत थंड झाली असावी असा त्याचा अंदाज होता. आता ती येतेय. थोडी निवांतपणे येतेय असं दिसतं. अंथरूण धरल्यानंतर आत्मरतीनं गंभीर रूप धारण केल्यामुळे आपण असा विचार करत नाही ना? कृष्णप्पाला स्वतःची किळस आली.

सीतेनं आणून ठेवलेल्या पॅनमध्ये सकाळचे विधी उरकत असतानाच महेश्वरय्या आले. बाहेर ते नागेशपाशी आपल्या प्रकृतीची चौकशी करत असल्याचं आणि त्यांना नागेश त्याविषयी सांगत असल्याचं ऐकू आलं. मनातलं दाखवून द्यायचा त्यांचा स्वभाव नसल्यामुळे ते काहीच बोलले नाहीत. कृष्णप्पा मनात चुटपुटला– सत्तरीच्या घरात असताना त्यांना आपल्याकडून हे दुःख व्हायला नको होतं.

गरम पाण्यानं सीता त्याचं अंग पुसत होती. उद्यापासून या साऱ्या कामासाठी नर्स येईल. बँकेला जाण्याच्या घाईत, कटकट करत ती करत असलेली सेवा, कृष्णप्पाला मुळीच आवडत नव्हती. त्यात आज तर तिच्या चेहऱ्यावर राग स्पष्ट दिसत होता. त्यामागचं कारणही कृष्णप्पाला ठाऊक होतं. त्याच्या अत्यंत आवडत्या माणसांपैकी कुणी घरी आलं की हिचा पारा चढतो यात नवं काहीच नव्हतं.

कृष्णप्पाची पाठ पुसत ती म्हणाली, 'घोड्याचं शेपूट पकडून आली वाटतं पीडा! याचं थोबाड बघून वर्ष झालं–'

कृष्णप्पा संतापला. आपण काय करतोय हे समजण्याआधी त्यानं उजव्या हाताची बुक्की तिला मारली. प्रत्यक्ष मारापेक्षा ती जोरानं 'अय्यो–' म्हणून ओरडली. कृष्णप्पाला सगळ्याचीच किळस येऊन मरून जावंसं वाटलं. सीतेचीही बडबड सुरू झाली, 'लग्नाच्या बायकोवर हात टाकून क्रांती करणार म्हणे हे!'

कृष्णप्पालाही तसंच वाटल्यामुळे तो गप्प बसला. अजून तिनंच कपडे चढवायचे राहिले होते. महिनाभर वाढलेल्या करड्या दाढीतून बोटं फिरवत तो मुकाट्यानं बसून राहिला. स्ट्रोक येऊन गेल्यानंतर वाढलेली दाढी ही– ही दाढी फक्त नागेशला आवडते– आपण लेनिन व्हावं अशी अपेक्षा असलेल्या नागेशला! या विचारात स्वतःला गुंतवून तो नाक ओढत बसलेल्या सीतेला विसरायचा प्रयत्न करू लागला.

सीतेनं त्याला धोतर नेसवलं, शर्ट चढवला, केस विंचरण्यासाठी हातात कंगवा दिला, व्हील चेअरवरून त्याच्या खोलीत त्याला सोडून स्वतः स्वयंपाक घरात निघून गेली. स्वयंपाकघरात छोटी गौरी कसलासा हट्ट करू लागली– तिच्या पाठीवर दणादण धपाटे बसले.

काही न बोलता महेश्वरय्या आत येऊन बसले. किती वयस्कर दिसताहेत हे! त्यांच्या बसण्या-उठण्यात पूर्वीचा ताठपणा नव्हता. डोळ्यांखालचं कातडं सैल होऊन लोंबत होतं. अंगावरच्या कपड्यांचा आधीचा शुभ्रपणा आणि नेटकेपणा गायब झाला होता. कपाळावर कुंकूही नव्हतं.

'कुठं उतरलात?'

'तुझ्या जुन्या घरी– गांधी बझारमधल्या– गेलो होतो. तिथं तुम्ही घर सोडल्याचं समजलं. वाटेत एका हॉटेलात बॅग ठेवली– अंघोळ केली आणि आलो–'

'तिथं येणारं कुणीही इथं येत नाही! शेतकऱ्यांना इथं येण्यासाठी बस सोयीची नाही. बड्या लोकांची वस्ती ना ही! इथं आले तरी लांबच उभे राहातात. तिथल्यासारखे जमिनीवर बसून मनमोकळ्या गप्पा मारत नाहीत–' कृष्णप्पा खंतावत म्हणाला.

कृष्णप्पाला मध्येच आवरत महेश्वरय्या म्हणाले, 'तुला आता एवढी तरी सोय नको काय?'

पुन्हा दोघंही गप्प बसले. गौरी मोठ्यानं रडत बाहेर आली. तिथं महेश्वरय्यांना

पाहाताच रडू थांबवून ती वडलांच्या शेजारी उभी राहिली आणि हुंदका दिला. महेश्वरय्यांनी हातातल्या पिशवीतलं मोठं चॉकलेटचं पुडकं तिच्या हाती दिलं. त्यातली दोन चॉकलेटस् काढून त्यावरची चांदी काढून ते तिच्या तोंडात ठेवत बजावलं, 'बाकीची आईकडे नेऊन दे हं!'

महेश्वरय्या काहीतरी विचारण्यासाठी धडपडत आहेत हे कृष्णप्पाच्या लक्षात आलं होतं. एखाद्या वस्तूकडे ते टक लावून पाहू लागले की, त्यांना काहीतरी बोलायचं आहे हे कृष्णप्पाच्या लक्षात येत होतं. आपण त्यांच्यावर दडपण आणू नये म्हणून कृष्णप्पानं सकाळचा ताजा पेपर डोळ्यांसमोर धरला. त्याच्या हाता-पायाचा व्यायामही त्यांच्या एकाग्रतेवर दडपण आणतो हे त्याला ठाऊक होतं. साऱ्या अंगाचा कान करून बसलेल्या पक्ष्याकडे बोट दाखवून महेश्वरय्या म्हणाले होते, '– असं असलं पाहिजे आपण! जग सतत आपल्यासमोर असतं– पण आपण त्यातलं काहीच बघत नाही रे! बघणं म्हणजे तिथं प्रवेश आला– पकडणं आलं– गप्पकन पकडणं आलं–'

डोळ्यांपुढच्या पेपरवर नजर फिरवत महेश्वरय्यांचं बोलणं आठवत तो बसला असतानाच 'नमस्कार कृष्णप्पगौडा–' म्हणत एकजण आत घुसले. चिकमंगळूरमधल्या कॉफीच्या मळ्याचे ते मालक होते–

'काय हे कृष्णप्पगौडा! काय ही तुमची अवस्था! कसे दणदणीत होता तुम्ही! असं कसं झालं?'

कृष्णप्पा हिरमुसून बसून राहिला.

'इकडं एक स्पेशालीस्ट माझ्या ओळखीचे आहेत. घेऊन येईन त्यांना–'

पंचलिंगय्यांच्या उत्साहाला आवर घालत कृष्णप्पा म्हणाला, 'नको. सगळ्या तपासण्या करून घेतल्या आहेत. कसे काय इकडे वळलात?'

'उडुपीचं मेडिकल कॉलेज आहे ना? ते चालवणारे– त्यांना तुमच्याविषयी भयंकर आदर आहे! डोनेशन काय, पाहिजे तेवढं देईन मी! तरीही तुमचा एक शब्द पाहिजे माझ्या मुलाला सीट मिळायला! सगळे म्हणतात– कृष्णप्पगौडा कधीच शब्द टाकत नाहीत. तुमच्या शब्दाला केवढी किंमत आहे म्हणून सांगू!– एक बातमी ऐकून फार आनंद झाला– पण इकडं येऊन पाहिलं तर तुम्ही अंथरुणावर खिळलेले!

कृष्णप्पानं प्रश्नार्थक मुद्रेनं त्याच्याकडे पाहिलं. पंचलिंगय्या हसले. मागं उभ्या असलेल्या मुलाकडे हात दाखवत ते म्हणाले, 'हाच! पहिल्या फटक्याला पास झालाय! परीक्षेच्या वेळी आजारी होता– नाहीतर फर्स्टक्लास नक्कीच मिळवला असता. पैसा काय मढ्यावर घालायचाय? एकुलता एक मुलगा माझा! फॉरेनला जायची फार इच्छा आहे त्याची! मेडिकल-मेडिकल म्हणून फार तळमळतोय. पैसा

तरी नुसता ठेवून काय करायचं? तुमच्यासारख्यांच्या कामासाठी– शिक्षण देणाऱ्या संस्थांना द्यायचं ठरवलंय मी! तुम्हाला ठाऊक नाही? सारं बेंगळूरच बोलतंय! काल गोल्फ-क्लासमध्येही तोच विषय होता. तुम्हालाच ठाऊक नाही हे आश्चर्य! तुम्ही मुख्यमंत्री होणार म्हणून बातमी आहे! आनंदाची बातमी! पण त्यानंतर तुमच्याशी अशा गप्पा होणं शक्य नाही. काहीतरी बोलत होता तुम्ही– आता तुम्ही होय म्हणू नका आणि नाहीही म्हणू नका. मी येईन संध्याकाळी पुन्हा. तुम्ही आपण होऊन सांगणं योग्य नाही– चीप होतं ते! ठाऊक आहे मला. पण त्यासाठी वेगळा मार्ग आहे. मी वीरण्णाशी बोलेन. संध्याकाळी बोलू या. फार चांगले डॉक्टर आहेत ते! संध्याकाळी घेऊन येईन त्यांना'– म्हणत हात जोडत पंचलिंगय्या मुलाबरोबर खोलीबाहेर पडले.

कृष्णप्पा दुःखानं म्हणाले, 'पाहिलंत ना! हे असलेच येणार माझ्याकडे!'

महेश्वरय्या म्हणाले, 'अलीकडे मला मन एका जागी स्थिर करायलाच जमेनासं झालंय. ढिल्या कासोट्यावाल्यासारखं उगाच इकडं-तिकडं भरकटत राहातं–' आणि ते हसले.

काही क्षण मौन राहून ते पुन्हा म्हणाले, 'तुला पुन्हा त्या अश्वत्थ वृक्षाखाली बसावंसं वाटतं काय? समोरच्या झाडावर पेरू खाण्यासाठी येणाऱ्या पक्ष्याची वाट बघत बसण्यासाठी तू कासाविस होतोस– मी काय सांगणार होतो? मी असाच विचार करत होतो– तुला स्ट्रोक आला तेव्हा मला काहीतरी वाटायला पाहिजे होतं की नाही? आता बघ ना! मनाला घोड्यांचं वेड लागलंय! सतत कसला तरी उद्रेक हवासा वाटतो. प्यायला बसलो की दिवस- दिवसभर पितच राहातो. नाही तर असा भटकायला लागतो. बघ– आताच बघ– माझं मन कसं अस्थिर होतंय!– विचार करून काहीतरी सांगायला सुरुवात करणार होतो– त्याचवेळी ते चार अंगठ्यावाले हजर झाले. ते काही नाही– तू चांगला होशील असं दिसतंय मला! तेच सांगणार होतो–'

शेवटचं वाक्य सांगताना त्यांचा आवाज निर्जीव होता.

'हे तुम्ही माझ्या समाधानासाठी सांगत नाही ना?'

ते गंभीरपणे म्हणाले, 'नाही!' थोड्या वेळानं ते उसन्या उत्साहानं म्हणाले, 'घोड्याच्या व्यवहाराचं मात्र माझं काही खरं नाही! काही म्हणजे काही खरं नाही! एकंदरीत सांगायचं म्हणजे बुद्धी पातळ होऊन गेलीय! आता घडलेलं पुढच्या क्षणी विसरून जातं–'

'तुम्ही इथंच येऊन राहा–'

'तुझ्या बायकोला त्रास होईल रे–'

'तुम्ही या!' कृष्णप्पानं ठामपणे सांगितलं.

'बरं. आज माझ्या नशिबाची परीक्षा बघतो आणि उद्या रात्री येतो–'

कृष्णप्पाच्या मनात अपार उत्साह संचारला. त्यानं हाक मारली, 'नागेश–'

नागेश नरम असलेला पाहून त्यानं विचारलं, 'काय झालं?'

'काही नाही–'

'सांग रे–' त्यानं आग्रह केला.

'काही नाही– माझी थोरली बहीण क्लार्क होती ना? तिची नोकरी गेली–'

'एवढा कसला विचार करतोयस? वीरण्णांना सांगून त्यांच्या थिएटरमध्ये मिळवून देईन.'

'तुमच्याकडे असलं काम घेऊन येणं मला पटत नाही–'

'व्वा! तुला एकट्याला तरी असं वाटतं म्हणायचं! गौरी देशपांडे उद्या रात्री येणार आहे ना?'

'होय.'

'तिला कुठं उतरवायचं? इथं उतरवता येईल– पण सीता गोंधळ घालेल. हॉटेलमध्ये तिला एकटीला कसं उतरवायचं? कुठं उतरवायचं तिला?'

'वीरण्णांचं गेस्ट हाऊस आहे ना!–'

'पाहिलंस? कसा हळूहळू वीरण्णाच्या सापळ्यात सापडत चाललोय मी!–'

'तुम्हाला कोण अडवून ठेवू शकेल?'

'मला ठाऊक नाही– ही सगळी माझ्या अवनतीची लक्षणं आहेत!''

नर्स आली. वीरण्णानं स्निग्ध नजरेच्या त्या मुलीची नर्स म्हणून नेमणूक केली होती. आवाज न करता ती कॅनव्हॉसचे बूट घालून वावरू लागली. कृष्णप्पाचा डावा हात आणि डावा पाय तिनं विविध प्रकारानं चोळले, दुखणार नाही अशा प्रकारे खालून वर– वरून खाली हलकेच ताडन केलं. व्हील-चेअरवरून फिरवत बेताचं बोलून त्याचं मन प्रसन्न होईल असं केलं. कृष्णप्पाला गोपाल रेड्डीच्या मैत्रीच्या वेळी संपूर्ण वर्षभर साथ देणाऱ्या लूसिनाची आठवण येत होती– पुन्हा-पुन्हा–

त्यावेळी लूसिना दिल्लीला नर्सचं शिक्षण घेत होती. तिची कथा दारूण होती. ती एका मध्यम घरातली मुलगी होती. एका व्यापाऱ्याच्या तरुण मुलानं तिला लग्नाच्या भूलथापा देऊन कलकत्त्याहून दिल्लीला आणलं. तिथं तिला आपल्या मित्रांबरोबर वाटून घेण्याचा त्यानं प्रयत्न केला. तिनं काही दिवस सहन केलं– पण जेव्हा सगळ्याचा अतिरेक झाला तेव्हा तिनं स्वत:ची एका रात्री सुटका करून घेतली. कुठं जायचं ते न कळून तिनं पार्लमेंट सदस्यांच्या निवासस्थानापैकी एका दारावर थाप मारली. तो दरवाजा कृष्णप्पा– गोपाल रेड्डीचा होता. घाबरलेल्या लूसिनाची त्या दोघांनी समजूत काढली आणि तिला तिथल्या एका खोलीत झोपायला सांगितलं. रात्रभर ती या दोघांच्या भीतीनं जागीच राहिली. उजाडल्यावर

मात्र ती त्यांना शोधत डायनिंग हॉलमध्ये आली आणि कृतज्ञतेनं रडली. रेड्डीनं तिला नर्सिंग कॉलेजमध्ये घातलं. पुढं तिचा कृष्णप्पावर जीव जडला. कृष्णप्पालाही ती आवडली होती. ती रेड्डीच्या ऋणात असताना आपण तिचा लोभ धरणं योग्य नव्हे या विचारानं तो तिच्यापासून लांबच होता. एका सुट्टीत त्याला कळवून ती बेंगळूरला आली. रेड्डीच्या घरात राहात असलेल्या कृष्णप्पाचा दरवाजा वाजवून एका रात्री ती त्याच्या कुशीत शिरली.

त्यानं विचारलं, 'तू हे का करतेस?'

'माझा तुझ्यावर जीव जडलाय! एवढंही समजत नाही तुला?'

'म्हणजे– तू माझ्याशी लग्न करशील?'

'पुढच्या शिक्षणासाठी मला इंग्लडला जायचंय, पण तू आग्रह केला, तर करेन!'

कृष्णप्पाला हसू आलं.

'मी इतर मुलींबरोबर झोपतो हे तुला ठाऊक आहे ना?'

'पण काल रात्री आली होती– तिच्याबरोबर का झोपलास?'

'तू माडीवर झोपली होतीस ना? तुला ठाऊक नसेल असं मला वाटलं होतं–!' आजवर कुठलीही मुलगी त्याच्याशी एवढ्या सलगीनं बोलली नव्हती.

'मी काही बावळट नाही! मी इथं असेपर्यंत यानंतर तू कुणालाही जवळ बोलवायचं नाही! मीही नर्सिंग कोर्स सुरू केल्यानंतर– एकदा तुझ्यावर मन बसल्यानंतर आणखी कुणाहीजवळ गेले नाही– ठाऊक आहे?'

आपल्या सानिध्यात तिलाही आनंदच मिळतो हे ठाऊक असल्यामुळे त्याच्या मनात पाप-भावना निर्माण झाली नाही. लूसिना भेटण्याआधी स्त्री जवळ जाण्याआधी तो भरपूर पित होता आणि दुसरे दिवशी रात्रीच्या व्यभिचाराचा विसर पडावा म्हणून रेड्डीबरोबर कुठल्यातरी अमूर्त विषयांवर चर्चा करत राहात होता. लूसिनानं मात्र त्याला केवळ सुखाचाच अनुभव दिला होता. समागमाच्या वेळीही स्वभावातलं गांभीर्य कायम ठेवण्याची आपली पूर्वीची धडपड किती विनोदी होती हे त्याला नंतर कळालं होतं. तिचे लहान पण घट्ट स्तन, थोडे जाड ओठ, गोरीपान त्वचा, नितंबावरचा तीळ, प्रशांत डोळे, संपूर्ण पाठ झाकून टाकणारे काळेभोर लांबसडक केस– वरंगळमधल्या कोठडीत ध्यान करत असलेल्या देवीच्या वर्णनाशी तो ताडून पाहात होता. ते संस्कृत श्लोक तिला सावकाश ऐकवले की तिलाही गंमत वाटत होती. समागम म्हणजे घाईचं विसर्जन असं मानणाऱ्या कृष्णप्पाला तिनं देहाच्या प्रत्येक भागात असलेले उद्रेक शांतवण्याची स्थळं असल्याचं दाखवून दिलं. संभोग मैथुन झालं– हवा तसा विस्तार होऊ शकेल असं रागदारी रसपूर्ण गाणं झालं–

पण पाठोपाठ आपण हिच्याशिवाय राहू शकणार नाही असा मोह निर्माण झाला. त्यामुळे त्याच्या आनंदाची तीव्रताही ओसरू लागली. ती आपल्या वडलांचा

एवढा का तिरस्कार करते या विषयीचं त्याचं कुतूहल वाढू लागलं– तसा तिचा चिडखोरपणाही वाढू लागलाय हे त्याच्या लक्षात येऊ लागलं. एकदा तिनं सांगितलं– तिच्या वडलांना तिच्याविषयी मोह वाटत होता– त्याच कारणासाठी तिची आई तिचा द्वेष करत होती. त्यामुळे घर तिच्यासाठी नरक होऊ लागलं होतं. पण बापाचे आणि तिचे नेमके संबंध कसे होते– तो तिच्याबरोबर झोपला होता काय? पण हे विचारायचं कसं?

या संदर्भातली त्याची अप्रत्यक्ष चौकशी पाहून एकदा लूसिना निराश होऊन म्हणाली, 'तू इतरांपेक्षा वेगळा असशील अशी माझी अपेक्षा होती!–'

'वेगळा म्हणजे?'

'तुला केवळ हा क्षण पुरेसा नाही! माझा भूतकाळ घेऊन तुला काय करायचंय?'

'मला तुझ्याशी लग्न करायचंय म्हणून–'

'मला लग्नाविषयी द्वेष आहे!–'

'गौरीही हेच म्हणायची!–' चिंताक्रांत होऊन कृष्णप्पा म्हणाला.

मनात बरेच विचार येऊन तिनं विचारलं, 'ती आणखी कशी होती?'

तिच्या बोलण्यातला आशय नेमकेपणानं टिपत तो म्हणाला, 'तूही तिच्यासारखीच आहेस! पण ती गंभीर असायची. तू मात्र एकदम नाचरी आहेस!–'

'म्हणजे हे सगळं करतानाही राजकारण करणारी मुलगी तुला हवी?'

'तुला नाही समजत ते!–'

लूसिनानं या कलेत एवढं प्राविण्य कसं मिळवलं असेल? हा प्रश्न मनात उठताच कृष्णप्पाला असुया वाटत होती.

'बघ! लग्नाचा विषय काढताच तू कसा थंड झालास!–' म्हणत लूसिना शॉवर घेण्यासाठी बाथरूममध्ये शिरली. पाठोपाठ तोही शिरला– तिच्या असहाय्य परिस्थितीचा आपण दुरूपयोग करून घेतोय या संशयाला दूर लोटण्यासाठी पुन्हा तिची आराधना करू लागला– स्त्री-पुरुष संबंधामध्ये समतोल शक्यच नाही काय? त्याला या संदर्भातलं अण्णाजीचं विवरण आठवू लागलं–

आपल्या एवढ्या निकट असलेल्या कृष्णप्पाच्या डोक्यात वेगळाच विषय असल्याचं लक्षात येताच लूसिना संतापानं फणफणायची– या प्रेमापेक्षाही आपल्याकडे जास्तीचं काहीतरी आहे हे तिला दाखवून द्यायचा मार्ग न सापडल्यामुळे कृष्णप्पा हतबल व्हायचा–

त्या काळात आपण आता खरे अण्णाजीच्या जवळचे झालो– या विचारानं कृष्णप्पाला खुशी वाटत होती. पण लूसिना जितक्या आनंदात त्याच्या देहाला खेळवत होती, तितक्याच आनंदात एक दिवस इंग्लंडला निघून गेली. वर्षभरानंतर तिनं आपलं लग्न झाल्याचं कळवलं. त्याच पत्रात आपले संबंध ठाऊक असूनही लग्न

करायला तयार झालेल्या डॉक्टर एडी रिनोच्या उदार विचार-सरणीचा गौरवही केला होता.

आज हे सगळं चकित होऊन आठवताना कृष्णप्पा शुद्ध पतीव्रता असलेली सीता किती रूक्ष आहे हे आठवून व्याकूळ होत होता. लग्न झालं असतं तर कदाचित लूसिनाही अशीच झाली असती का? कोण जाणे! आज ते कसं सांगता येईल?

नर्सकडे पाहात त्यानं हसत चौकशी केली, 'नाव काय मी विसरलो–'

'ज्योती–' ती मंद हसत म्हणाली.

'लग्न झालंय? सॉरी हं! माझ्या प्रश्नाचा तुम्हाला राग आला नसेल–' स्त्रीशी अशाप्रकारे सभ्यपणे बोलण्याची कला त्यानं गोपाल रेड्डीकडून आत्मसात केली होती. सभ्यपणामुळे तीव्रता कमी होते हे कृष्णप्पाचं मत गोपाल रेड्डीनं वेळोवेळी हसण्यावारी उडवून लावलं होतं.

'नाही. पण करायचं आहे. माझा बॉय-फ्रेंड इंजिनियर आहे. गेली दोन वर्षं नोकरीसाठी त्याची धडपड चालली आहे. पाच वर्षं आम्ही वाट पाहातोय. नोकरी मिळाल्याशिवाय लग्न करायचं नाही म्हणतोय तो–'

'स्त्री किती प्रकारे या देहात शक्ती-संचार करू शकते!' मनोमन याचं आश्चर्य करत त्यानं मसाजसाठी देह पुढं केला.

'त्याच्या नोकरीसाठी मी प्रयत्न करू?'

मसाज करणाऱ्या ज्योतीचा खुललेला चेहरा पाहून कृष्णप्पाच्या मनात तीव्र वात्सल्य निर्माण झालं.

'वीरण्णा नावाचे एक मोठे कॉंट्रॅक्टर आहेत. त्यांनीच तुम्हाला इथं नेमलं आहे. त्यांच्यापाशी मी तुमच्या बॉय-फ्रेंडला नोकरी मिळवून देण्यासंबंधी बोलेन. चालेल ना?'

ज्योतीचे डोळे पाण्यानं भिजले.

'त्याचा आत्मविश्वासच निघून गेलाय नोकरी नसल्यामुळे! दरमहा तीनशे रुपये मिळाले तरी आम्हाला पुरतील–'

कृष्णप्पानं तिचं बोलणं थांबवलं. मनातल्या मनात त्यानं आशीर्वाद दिला, 'तुझ्या सानिध्यात त्याचा देह फुलून येऊ दे!' या संदर्भात आणखी एखाद्या पुरुषानं सुखी व्हावं असं आपल्या मनात अवचितपणे आलेलं पाहून तो चकित झाला. या क्षणापर्यंत आपल्या मनातली ती असूया आत दडली असावी अशी त्याची समजूत होती. उलट समोर उभ्या असलेल्या स्त्रीला दुसऱ्याकडून आनंद मिळो अशी भावना मनात निर्माण झाल्यामुळे त्याला आनंद झाला.

□

त्या रात्री आल्या-आल्या महेश्वरय्या 'जेवण नको' म्हणत तोंडावरून पांघरूण घेऊन झोपले. कृष्णप्पानं नागेशला व्हील-चेअर त्यांच्या खोलीत न्यायला सांगितली. त्याप्रमाणे नेऊन नागेश बाहेर गेल्यावर कृष्णप्पानं महेश्वरय्यांना उठवलं.

महेश्वरय्या प्यायले होते. त्यांचे डोळे लालबुंद झाले होते. चेहरा उतरून गेला होता. त्यांचे हात कापत असल्याचं सकाळीच त्याच्या लक्षात आलं होतं.

'काय झालं? काय झालंय तुम्हाला?' स्वत:ला विचारावं त्या स्वरात त्यानं त्यांना विचारलं. त्यांच्याशी सहानुभूती किंवा दयेच्या स्वरात बोलणं कृष्णप्पाला शक्यच नव्हतं. त्यांच्याविषयी आपल्या मनात अशा भावना असल्याचं समजलं तर महेश्वरय्यांना दु:ख होईल हे कृष्णप्पाला चांगलंच ठाऊक होतं. त्यामुळे ते खुजे होतील असं त्याला मुळीच वाटलं नसतं. आपल्यासारखं नेहमी घट्ट-दृढ असल्याचं दाखवायची त्यांना गरज नाही हे तो जाणून होता. डी.व्ही. गुंडप्पांच्या 'मंकु तिम्मन कग्ग' या काव्यामधल्या मंकु तिम्माच्या 'डोंगरातळीचं गवत हो–' असं सांगणाऱ्या ओळी त्यांना अतिशय आवडतात हे कृष्णप्पाला ठाऊक होतं. कुणाच्याही नजरेला न पडता – कुठलाही ठळक रंग नसलेल्या पक्ष्यासारखं गात राहावं असा त्यांचा दृष्टिकोनही तो जाणत होता. यक्षगानातल्या विदूषकासारखं वेडंवाकडं वाकत, कोलांट्या खाऊन सगळ्यांना हसवत, मस्तवाल माणसाकडे आश्चर्यानं पाहात आपलं अंतरंग जपलं पाहिजे हा त्यांच्या जीवनकलेचा तत्त्वविचार! वरंगळच्या ठाण्यावरच्या जाड चेहऱ्याच्या इन्स्पेक्टरनं कृष्णप्पाला अडकवून ठेवण्यासाठी नाना प्रयत्न केले तेव्हा त्याच्यापुढेही बावळट मुद्रेनं हात जोडून उभं राहून त्याचा अहंकार फसवून त्यांनी कृष्णप्पाला सोडवलं होतं. तिथल्या अनुभवानं बधीर होऊन गेलेल्या कृष्णप्पाला हसवण्यासाठी ते आपला ठाण्यातला अभिनय त्याला करून दाखवत होते– अगदी यक्षगानातल्या विदूषकाच्या थाटात! कृष्णप्पाच्या आत्माभिमानाला नष्ट करण्याचा प्रयत्न म्हणजेच फार पूर्वीपासून चालत आलेल्या क्रौर्याचा प्रकार आहे हे महेश्वरय्यांचं मत. त्यांच्या प्रयत्नांमुळेच कृष्णप्पा आपल्या जीवनाच्या सूक्ष्म मुळांना झालेल्या आघातापासून सावरला होता.

एकदा गोपाल रेड्डीनं महेश्वरय्यांनी करून दाखवलेला त्या प्रसंगाचा अभिनय पाहिला तेव्हा तो म्हणाला होता, 'हे यक्षगानातले कोडंगी बघ! तू म्हणतोस तसा आतला दिवा कसा तेवत ठेवतात! तसं पाहिलं तर आमच्या गावातल्या शेतकऱ्यांमध्येही हा गुण आहे. ते माझ्या वडलांच्या नजरेला पडणार नाही असे राहातात– नजरेला पडलेच तर आपण क्षुद्र आहोत असं नाटक करतात!–'

हे विधान मात्र कृष्णप्पा मान्य करत नव्हता. त्याच्या मनोधैर्याशी ते विसंगत होतं.

महेश्वरय्या हार मानणार नाहीत असं कृष्णप्पाला वाटलं होतं. आजारपणामुळे

महेश्वरय्यांची वाट पाहात राहाणं ही एक त्याला समस्याच झाली होती.

महेश्वरय्या उठून बसले आणि विचार करत म्हणाले, 'नको. तुला त्रास होईल त्याचा–'

महेश्वरय्या असहाय्य झाल्याचं कृष्णप्पाच्या लक्षात आलं होतं. त्यांना मदतीची गरज असली तरी ते सांगणार नाहीत! स्वत:चा अपमान झाल्यासारखं वाटून त्याला राग आला.

'माझा अपमान करताय तुम्ही!'

महेश्वरय्या मान हलवत कळवळून सांगू लागले–

अलीकडे त्यांचा जुगाराचा नाद इतका वाढला होता की, जुगाराचा उद्रेक नसेल तर जगणं अशक्य वाटावं. देवीची पूजा करण्यासाठी डोळे मिटून मन एकाग्र करण्याचा प्रयत्न केला– पण त्यांच्या डोळ्यांपुढे पळणारा घोडाच दिसू लागला. त्यांची सगळी संपत्ती यात नष्ट होऊन गेली होती. जीवन कष्टमय झालं. त्यांनी आपल्या मित्रांकडून दहा हजार रुपये गोळा केले होते. गमावलं ते सारं मिळवण्याची खात्री वाटून ते त्यांनी पुन्हा घोड्यावर लावले होते– आता ते सगळेच पैसे गमावून ते परतले होते.

'एवढंच? मी देतो तुम्हाला दहा हजार रुपये!–'

महेश्वरय्यांसाठी आपण एवढं करू शकतो याचा कृष्णप्पाला आनंद झाला होता. त्याच्यावर महेश्वरय्यांनी आजवर किती पैसा ओतला त्याला हिशेबच नव्हता. आजवर त्यांनी त्याला आपल्यावर एक पैसाही खर्च करायची संधी दिली नव्हती.

'तू देशील हे मला ठाऊक होतं. पण त्या पैशानं मी जुगार खेळणार ना!'

'खेळा ना! तुम्ही कदाचित जिंकूही शकाल!–

महेश्वरय्यांच्या डोळ्यांमध्ये आनंद उमटला. तरीही ते म्हणाले, 'कदाचित हरेनही!'

'हरा! काही हरकत नाही!–' कृष्णप्पा हसत म्हणाला.

'नाही. धारवाडजवळच्या खेड्यात माझी थोडी जमीन आहे. एक झोपडीही आहे. तिथं उरलेलं आयुष्य काढायचं– जुगार सोडून द्यायचा असं ठरवलं होतं–'

'उद्या हरला की तसंच करा!–'

महेश्वरय्यांच्या चेहऱ्यावरचा उत्साह पाहून कृष्णप्पाला आनंद झाला. दोघंही पूर्वीसारखे परस्परांकडे पाहून प्रसन्नपणे हसले. तो क्षण संपल्यावर ते पुन्हा चिंताक्रांत होऊन म्हणाले, 'पण यात तुला त्रास आहे–'

'असू दे– नागेश–' म्हणत कृष्णप्पा स्वत:च व्हील-चेअरनं बायकोपाशी गेला. दरवाजा बंद करायला सांगून नंतर तो म्हणाला,

'सीता, बँकेत तुझ्या नावानं दहा हजार रुपये आहेत ना? उद्या मला ते पाहिजेत!'

बायकोला नावानं हाक मारून बोलायची त्याची नेहमीची पद्धत नसल्यामुळे तिनं आश्चर्यानं विचारलं, 'का?'

'महेश्वरय्यांना द्यायचे आहेत.'

'तुम्ही सोशॅलीस्ट! आणि तुम्ही घोड्याच्या शेपटीला बांधायला–'

कृष्णप्पा गरजला, 'अवाक्षर बोलू नकोस– आणून दे!'

'नाही! देण्यासाठी ते पैसे नाहीत! –'

कृष्णप्पानं हात उगारताच ती लांब सरली.

'आहेत! दे–' तिला हात ओढून तिला बजावण्याची दुर्दम्य इच्छा त्याच्या मनात असली तरी शरीरानं साथ दिली नाही. त्याच्या डोळ्यांमध्ये पाणी भरून ओठ दुमडले गेले.

सीताही नरम स्वरात म्हणाली, 'जय महल एक्स्टेन्शनमध्ये माझ्या नावानं एक प्लॉट मंजूर झालाय. तो विकत घेण्यासाठी ते पैसे मी ठेवलेत–'

कृष्णप्पाच्या डोळ्यातलं पाणी ओघळलं. उजव्या हातानं ते पुसत त्यानं विचारलं, 'कुठं?'

सीतेनं खाली मान घालून सांगितलं, 'वीरण्णांनी अर्ज करायला सांगितला होता– मंजूर झालाय–'

याच जय महल एक्स्टेन्शनविषयी कृष्णप्पानं असेंब्लीमध्ये बराच गदारोळ केला होता. ओपन मार्केटमध्ये चाळीस-पन्नास हजार रुपयांना जाणाऱ्या जमिनींची किंमत सात-आठ हजार ठरवून हे मंत्री ती जागा आपापल्या नातेवाईकांमध्ये वाटून घेतील म्हणून त्यानं आकांड-तांडव केलं होतं. आता मंत्री-मंडळानं आपल्या बायकोलाच त्यातली जागा देऊन आपलं तोंड बंद केलंय!–

आतून येणारा भावनेचा उमाळा आवरत तो म्हणाला, 'सीता, तू ही जागा घेऊ नकोस–'

'का? तुम्ही माझ्यासाठी काही करू नका– पण जमीन विकत घेणं हा माझा हक्क आहे! तुम्ही यात मध्ये पडू नका–'

'ही जमीन आपल्याला नको! मी तुला दुसरी जमीन मिळवून देतो–' कृष्णप्पा तिची समजूत काढत म्हणाला.

'द्याल! द्याल तर! उद्या तुमचं काही बरं-वाईट झालं तर मी आणि माझ्या लेकीनंही तोंडात माती घालायची काय?'

कृष्णप्पा डोळे मिटून किंचाळला, 'जा-जा! माझ्यासमोर उभी राहू नकोस–'

ती निघून गेली. त्यानं नागेशला बोलावलं. तो आल्यावर डोळे मिटूनच सांगितलं, 'असाच जा आणि वीरण्णाला सांग– दहा हजार रुपये हवे आहेत. रिक्षानं जाऊन ये. पैसे पर्समध्ये असतील–'

'...आहेत माझ्याकडे–' म्हणत नागेश निघून गेला. त्यानं पाऊणएक तासानं येऊन एक खाकी लखोटा कृष्णप्पाच्या हातात ठेवला. वीरण्णानं पाकीटासोबत एक चिठ्ठी पाठवली होती–' पंधरा हजार आहेत. आणखी हवे असतील तर उद्या सकाळी निरोप पाठवावा. आपला आज्ञाधारक वीरण्णा–'

कृष्णप्पा महेश्वरय्यांच्या खोलीत गेला. ते उठून ध्यान-मुद्रेत बसले होते. त्यांच्या हातात पुडकं देत त्यानं सांगितलं, 'पंधरा हजार आहेत. जास्त हवे असतील तर उद्या देईन–'

उत्तराची वाट न पाहाता तो नागेशच्या मदतीनं आपल्या खोलीत जाऊन झोपला.

कसं कोण जाणे, कृष्णप्पा सीतेशी भांडल्याचं छोट्या गौरीला नेहमीप्रमाणे समजलं आणि नेहमीप्रमाणे ती अबोल होऊन राहिली. समोर आलं ते हट्ट न करता तिनं खाल्लं. नंतर केसांचा गुंता सोडवून वेणी घालताना आईनं कितीही हिसके दिले तरी हूं का चूं न करता मुकाट्यानं बसून राहिली. ते पाहून कृष्णप्पाला वाईट वाटलं. दोन वेण्या घालून युनिफॉर्म चढवून शाळेला जाण्यासाठी तयार झालेल्या गौरीला जवळ बोलावलं.

ती आली नाही.

ही आपल्याला घाबरते काय? त्यानं पुन्हा एकदा तिला हाक मारली, 'गौरी!' ती जवळ येऊन उभी राहिली. त्यानं तिच्या पाठीवरून हात फिरवला. तिला समोर बोलावून त्यानं तिचा चेहरा निरखून पाहिला– आपले डोळे– पण आईचं ढोबळं नाक, आईनं संतापाच्या भरात गालगुच्चा घेतल्यामुळे ओढला जाऊन सुजलेला ओठ आता बरा होता. नाकात शेंबुडाची तार नव्हती. वयाच्या मानानं पोक्त आणि भावरहित असा तिचा चेहरा पाहून तो कासाविस झाला. हिला आपल्यापुरती लंगडी घालून खेळताना किंवा आईची बोलणी खाऊन सुसाट पळताना पाहून कितीतरी दिवस झाले!–

गौरी शाळेला गेली. त्यानंतर शुभ्र झब्बा चढवून आलेल्या वीरण्णानं अगदी सहज स्वरात विचारलं, 'आणखी हवेत?'

'नको–' कृष्णप्पानं सांगितलं. नंतर त्यानं त्या रात्री येणाऱ्या गौरी देशपांडेला विमानतळावरून उतरवून त्यांच्या गेस्टहाऊसवर उतरवण्याविषयी, ज्योतीच्या बॉय-फ्रेंडला आणि नागेशच्या थोरल्या बहिणीला नोकरी देण्याची व्यवस्था करायला सांगितलं. वीरण्णानंही यात काही महत्त्वाचं नाही अशा प्रकारे 'बरं–' म्हणून सांगितलं.

त्यानंतर वीरण्णानं पंचलिंगय्या येऊन गेल्याचा विषय काढला. कृष्णप्पासारख्यांनी असल्या कामात लक्ष घालायचं कारण नाही– आपण ते काम करू असं सांगून अखेर म्हणाला, 'तुम्ही लवकर बरे व्हा–'

हे नेहमीचंच बोलणं असलं तरी काहीतरी मनात येऊन त्यानं विचारलं, 'काय

बरं? तुमच्या मनात काहीतरी आहे–'

'उगाच तुमच्या डोक्याला ताप नको म्हणून बोललो नव्हतो– एकच सांगतो! तुम्ही मोठी जबाबदारी पेलण्याचा काळ जवळ येत आहे–'

'माझ्याही कानावर आलंय ते! पण आपण काही पक्षांतर करणाऱ्यांपैकी नाही ना?–'

'नका करू! तुम्हीच मंत्री-मंडळ तयार करा. नवा कूळ-कायदा आणायचाय ना? आणा! पाठिंबा देणारे देतील. समजा दिला नाही– राजीनामा दिला की संपलं! क्षमा करा– तुम्हाला ज्ञान पाजावं तसं बोलतोय मी–'

'वीरण्णा, एक सांगा– तुम्ही सीतेला जमिनीसाठी अर्ज करायला का लावलात?'

'वा! हे बरं सांगताय तुम्ही! त्या या देशाच्या नागरीक नाहीत?' तो हसत म्हणाला– पण कृष्णप्पाचा गंभीर चेहरा बघून तोही गंभीर होत म्हणाला, 'कृष्णप्पगौडा, तुम्ही बाहेरच्या जगात कितीही मोठे असलात तरी बायकांना तुमचा मोठेपणा समजतो तो असल्या काही गोष्टी मिळाल्यानंतरच! त्यांच्यावर रागावून काय फायदा? तुम्ही आकाशात केवढीही भरारी घ्या– पण त्यांच्यासाठी घरटं बांधायला पाहिजे! तोच धर्म आहे ना!'

'काहीही म्हणा– हीही एक प्रकारची लाचखोरीच!–'

'– देवा! तुम्ही बोललात– तुम्हाला शोभलं! घरचं-बाहेरचं बघत नोकरी करत– कष्ट करत वीतभर जागा विकत घेतली तर तुम्ही करप्शन म्हणता! मग काळा पैसा– दगड-माती म्हणत आमच्यासारख्यांनी केलेल्या बिझनेसला काय म्हणाल तुम्ही! प्रत्येकानं आपापल्या धर्माप्रमाणे वागावं हे योग्यच नाही काय?'

'नाही! तुम्ही करताय ते चुकीचं आहे असं माझं म्हणणं!–'

'चुकलं तर चुकलं! आता ते दुरुस्त कसं होणार? आम्ही सुधारू तेव्हाच ना? नाहीतर देश सुधारेल तेव्हा! आता पी.डब्लू.डी.च घ्या. ते सुधारल्याशिवाय मी सुधारणं कसं शक्य आहे? हे सगळं कोण सुधारणार? म्हणून म्हणतो– तुम्ही नेता व्हायला पाहिजे– मंत्रिमंडळ स्थापन करायला पाहिजे. थिएटरकडे काम आहे– निघायला पाहिजे. निघू?'

वीरण्णा निघून गेला. एवढा वेळ समोर नतमस्तक होऊन उभा असलेला वीरण्णा आपल्याला संपूर्णपणे शरण आल्यासारखा दिसत होता. पण आपल्या संतापाला– नकाराला– असहकाराला पूर्णपणे संधी देऊन त्याचंच कौतुक करून आपला अहंकार फुगवून शेवटी त्यानं स्वत:ला करायचं तेच केलं होतं. हे सगळं तो स्वत:साठीच करतोय असं म्हणणं कृष्णप्पालाही शक्य नव्हतं. या मुख्यमंत्र्यांकडून वीरण्णानं मोठ्या धरणाचं कॉन्ट्रॅक्ट मिळवलं होतं. यानं मिळवलं नसतं तर आणखी कुणीतरी मिळवलं असतं म्हणा!

वीरण्णाच्या कुवतीची नेमकी लांबी-रुंदी-खोली लक्षात न आल्यामुळे गोंधळून कृष्णप्पा बसला असता ज्योती आली. अतिशय हलकेपणे तिनं खोली आवरली, अंथरुणावरच्या सुरकुत्या साफ केल्या, सोबत आणलेली गुलाबाची फुलं तिनं नीट रचून ठेवली. नंतर तिनं कौशल्यानं कृष्णप्पाला अंथरुणावर निजवलं. मसाज करता-करता ती उत्साहानं नुकत्याच पाहिलेल्या सिनेमाची कथा सांगू लागली. सिनेमामधल्या नायक-नायिकेच्या विरहाची कथा सांगण्याच्या निमित्तानं तीही आपलं दुःख आणि आपली अपेक्षा प्रत्यक्षपणे व्यक्त करत होती. नोकरी मिळेपर्यंत आपल्या नायकासाठी न उमललेली कळी होऊन राहिल्याचं ती करत असलेलं समर्थन पाहून तो चकित झाला. बॉय-फ्रेंडला नोकरी मिळणार म्हणून ती खूष झाली होती. कदाचित आज रात्री ती त्याच्या सहवासात फुलून येईल!–

ती आपल्यातला उत्साह मृदू स्पर्शातून आपल्या जड दंडांमध्ये– हात-कंबर-मांड्या-पोटऱ्या-बरगड्या-बोटांमध्ये लयबद्धपणे उतरवत आहे आणि आपण सभोवतालचं आरोग्य शोषून घेत आहोत असं कृष्णप्पाला वाटलं.

कुंडीमध्ये इतर फुलांपेक्षा वर राहून मस्तीत फुलणाऱ्या एका गुलाबाच्या फुलानं त्याचं लक्ष वेधून घेतलं. ओलसरपणामुळे चकाकणारा काळपट लाल रंग– दृष्टी आत खेचून घेत फिरत, लहान होत, केंद्रात उमलणारी काठापाशी दुमडलेली पाकळी न् पाकळी– मृदू आणि घट्ट आव्हान आणि रहस्य– हा रंग– हे सौंदर्य– तुलनेनं खडबडीत पानं, टोकदार काटे असलेलं जाड देठ– ज्योतीचं बोलणं ऐकत असताना तो गुलाबाचं सौंदर्य निरखत होता. थंडगार ज्वाळेप्रमाणे असलेला गुलाब काही सांगत आहे– काही दडवून ठेवत आहे असं जाणवून कृष्णप्पाला त्याच्याकडे पाहाणं कष्टाचं वाटू लागलं. त्यानं मान वळवून ज्योतीकडे पाहिलं. कष्ट न घेता अत्यंत सहजपणे त्याचा मसाज करत ती त्याला मधून-मधून गप्पा मारून प्रसन्न ठेवत होती. 'अनायसेन मरणं' अशी आपण अपेक्षा केल्याचं त्याला आठवलं. आता जड देहामध्ये उत्साह भरावा– आपण झाडावर चढावं– विहिरीत उतरून चिखल भरावा– पोहायला जावं– शेतात रोपं लावावीत– फुलासारख्या कोंबड्यांच्या पिल्लांना तळहातावर घ्यावं– असं बरंच काही करावंसं वाटू लागलं. वीरण्णानं सांगितलेलं आपण कानावर न घेतल्यासारखं केलं. हे फक्त नाटक नव्हे. अधिकारावर येताच हा देह चैतन्यासारखा कारंजा होऊन उसळेल अशी आशा वाटली. ओच्यात दडवून आई आणत असलेल्या फणसाच्या कडबूंची आठवण झाली–

विषण्ण चेहऱ्यानं नागेश वावरत असल्याचं लक्षात येताच कृष्णप्पानं विचारलं, 'काय झालं रे?'

संध्याकाळी येते म्हणून सांगून ज्योती निघून गेली. नागेशनं उत्तर दिलं नाही. तो नजर चुकवून वावरत असलेला पाहून कृष्णप्पा वैतागला. त्यानं पुन्हा विचारलं

तेव्हा नागेशनं घाबरत खिशातून दहा पैशांचं 'ठिणगी' नावाचं किरकोळ वृत्तपत्र काढलं आणि त्याच्या हातात देत म्हणाला, 'कुत्रे लेकाचे! काहीतरी भुंकतात साले! तुम्ही मनाला लावून घेऊ नका–'

कृष्णप्पानं वाचलं. आजपर्यंत त्याच्यावर असा आरोप कुणी केला नव्हता. 'मुख्यमंत्री होण्यासाठी कृष्णप्पगौडा यांचा कट–' या शीर्षकाखाली असलेल्या बातमीत त्यांच्यावरील आरोपांची यादी दिली होती. बायकोच्या नावावर जय महल एक्स्टेन्शनमध्ये घेतलेला प्लॉट, वीरण्णाला मिळालेलं कोट्यावधी रुपयाचं धरणाचं कॉंट्रॅक्ट– त्यातील पैशाचा गैरव्यवहार या विरुद्ध कृष्णप्पा का आवाज उठवत नाही? प्रचंड धनवान गोपाल रेड्डी आणि पैशाची थैलीवाला वीरण्णा– अशी माणसं कृष्णप्पाचे जवळचे मित्र कसे? कृष्णप्पाच्या नावावर घेतलेली फियाट वीरण्णाच्या व्यभिचारी-पुत्राच्या रात्रीच्या उद्योगांसाठी दिली आहे– हे खरं आहे काय? कृष्णप्पाच्या कारकून पत्नी आता बँकेच्या अधिकारी होणार आहेत या बातमीत तथ्यांश आहे काय? विद्यमान मुख्यमंत्री क्रांती-नायक म्हणून प्रसिद्ध असलेल्या कृष्णप्पांना पुढं करून आपलं मंत्रिमंडळ वाचवण्याचा प्रयत्न करत आहेत. या नाटकाच्या पार्श्वभूमीवर वीरण्णा काय किंमतीवर एम.एल.ए. विकत घेत आहे? मुख्यमंत्र्यांच्या विरोधात असलेल्या डाव्या पंथियांना पाठिंबा देण्याच्या तयारीत असलेल्या कृष्णप्पगौडांच्या समूहाला वीरण्णा जास्त पैसे देऊन विकत घेत आहे हे खरं आहे काय? प्रगतीशील विचारवंत म्हणून प्रसिद्ध असलेले कृष्णप्पगौडा गुप्तपणे महेश्वरय्या नावाच्या शाक्तपंथीयाकरवी वामाचारी पूजा-पाठ करून मुख्यमंत्र्यांना वश करून घेऊ पाहात आहेत काय? बायकोला मारहाण करणं, संकटात सापडलेल्या स्त्रियांचा उपभोग घेणं, दारू पिणं, सात्विक संतापाचं नाटक करून लोकप्रियता मिळवणं आणि ती भ्रष्ट व्यवस्थेचं समर्थन करण्यासाठी वापरणं– ही सगळी क्रांतीकारकाची लक्षणं आहेत काय? एके काळी खरोखरच शेतकऱ्यांसाठी राबणारे, स्वत: शेतकरी कुटुंबात जन्मलेले कृष्णप्पा आता भ्रष्टाचाराच्या हातातली कठपुतळी कसे झाले आहेत?'

लेखातून अखेरीस तीव्र व्यथा व्यक्त होत होती. कृष्णप्पगौडांचा आजार हा शत्रू आणि जनतेच्या भावनांना आवाहन करण्याचं साधन झाल्याचं अखेरचं वाक्य मोठ्या अक्षरांत छापण्यात आलं होतं.

लेख वाचता-वाचता कृष्णप्पाचा चेहरा कळाहीन झालेला पाहून नागेशनं त्याला उत्साहित करायचा प्रयत्न केला, 'हे सगळं नागराजचं काम आहे–'

'नागराज मला विरोध करतो हे खरं! पण नाव न लिहिता विरोध करणाऱ्यांपैकी तो नाही.' कृष्णप्पा गंभीर होऊन म्हणाला.

'त्यानंच लिहिलंय! जे पांढरं असतं ते सारं दूध असं तुम्ही मानता–'

'त्याला यायला सांग. जाण्याआधी पॅड-पेन देऊन जा–'

नागराज कृष्णप्पाला आपल्या उग्र-निष्ठूर भूमिकेमुळे जुन्या दिवसांची आठवण करून देत होता. दोघांमधला फरक एवढाच, कृष्णप्पा मनाविरुद्ध– जीवन सफल करण्यासाठी दुसरा मार्ग न सापडल्यामुळे राजकारणात आला होता. नागराजला राजकारणाव्यतिरिक्त दुसरं काहीच दिसत नव्हतं. जीवन सफल होण्यासाठी क्रांतीशिवाय दुसरा मार्गच नाही असं तो मानत होता. एकापाठोपाठ एक चारमिनार ओढत सगळे आपल्यावर संतापानं तुटून पडतील असं तो करत होता. कृष्णप्पाचं त्याच चालीवरचं बोलणं सहन करणारे त्याचे सहयोगी नागराजनं तोंड उघडताच त्याच्यावर तुटून पडत होते.

नागराज एका श्रीमंत फौजदारी वकीलाचा मुलगा होता. दिल्लीच्या स्कूल ऑफ इकॉनॉमिक्समध्ये शिकत असताना तो मार्क्सवादी झाला होता. कम्युनिस्ट पक्षातल्या रशिया धार्जिण्या धोरणाला त्याचा विरोध होता. दुसरा मार्ग न दिसल्यामुळे त्यानं सोशॅलिस्ट पक्षात प्रवेश केला होता. तरीही सोशॅलिस्ट म्हटला की त्याला ॲलर्जी होती. आपण आतापुरते इथं आहोत हे तो न लपवता सांगत होता. तुमकूरच्या शेतकरी मतदार क्षेत्रातून तो प्रचंड बहुमतानं निवडून आल्यामुळे इतर सगळे त्याला सहन करत होते. हा कृष्णप्पाचा कायमचा प्रतिस्पर्धी आहे अशी सगळे वेळोवेळी कृष्णप्पाच्या कानात चुगली करत होते. आपल्या बरोबरीचं कुणीच नाही या थाटात वागण्याची कृष्णप्पाची पद्धत नागराजच्या सहनशक्तीपलीकडची होती. पक्षाच्या सभेत त्यानं कृष्णप्पाची 'फ्यूडल' म्हणून संभावना केली होती. राजकारणात कुठल्याही तडजोडीला तयार नसलेल्या नागराजला एकदा कृष्णप्पा म्हणाला होता, 'आकाश वाटून घेईपर्यंत भूमी वाटून घेण्यात काय अर्थ आहे– असं होतंय तुमच्या वादामध्ये!'

नागराजही कडवटपणे चिडवायचा, 'माओ म्हणतो ते अगदी खरंय! शत्रूपेक्षा पुनरुत्थानवादी जास्त धोकादायक असतात!–'

आज ना उद्या नागराज तडजोडीचा मार्ग पकडून काही तरी चुका करेल अशी कृष्णप्पा आशा बाळगून होता. पण पैसा, सुखसोयी, भिडस्तपणा यापासून पूर्णपणे अलिप्त होऊन नागराज आजवर जगला होता– एकटा पिशाच्चासारखा! आपल्या तत्त्वांना चिकटून आपलं व्यक्तित्व तीव्रपणे एकाच लक्ष्यावर रोखून– तापून लालबुंद झालेल्या लोखंडी सळईसारखा–! कृष्णप्पाला त्याच्याविषयी असूया वाटत होती– तसंच त्याची अपक्वता पाहून कृष्णप्पाचा गोंधळही उडत होता.

कृष्णप्पानं पुन्हा एकदा ती बातमी वाचली आणि त्यावर पॅड ठेवून तो नागराजाची वाट पाहू लागला.

बिन इस्त्रीचा झब्बा, विस्कटलेले केस आणि तारवटलेले डोळे अशा अवतारातला नागराज किंचित वाकून आत आला आणि खुर्ची ओढून कृष्णप्पाशेजारी बसला. कृष्णप्पानं नजरेनंच दार बंद करून निघून जायला नागेशला खुणावलं.

नागराजनंही औपचारिकपणे कृष्णप्पाच्या प्रकृतीची चौकशी केली नाही. खरोखरच हे आपलंच जुनं व्यंगचित्र! कृष्णप्पानं तो लेख नागराजच्या हातात ठेवला. नागराज म्हणाला, 'पाहिलाय!–'

'सगळे म्हणतात, तुम्ही लिहायला लावलाय म्हणून!'

'तुम्ही त्यावर विश्वास ठेवला नसेल तर ठीक आहे!–' नागराज सरळपणे म्हणाला.

त्या दिवशी रात्रीच्या मिटींगमध्येही शेवटपर्यंत गप्प राहून शेवटी हा म्हणाला होता, 'पार्लमेंटरी राजकारणाचं हेच तर रडगाणं! कुठल्याही ग्रुपमध्ये शिरून आपण सरकार केलं तरी काहीही साधणार नाही! या प्रांतावर राज्य करणाऱ्या वर्गाची साधनं वेगळ्या प्रकारे वापरणं या पार्लमेंट-राजकारणात शक्य नाही–'

त्यामुळे संतापलेले इतर सगळे 'तर मग तुम्ही काय करता?' म्हणत त्याच्यावर तुटून पडले होते.

'मी? ज्या दिवशी माझा पक्ष सरकार स्थापन करेल तेव्हा बाहेर राहाणार आहे. कदाचित असेंब्लीच्या सदस्यत्वाचा राजीनामाही देईन. त्या संदर्भातलं माझं धोरण अजून स्पष्ट झालेलं नाही–' त्यानं सांगितलं होतं.

'पार्लमेंटरी राजकारणाविषयी तुमचं धोरण असं असेल तर असा दबा धरून बसणं नैतिकदृष्ट्या योग्य नाही. तुम्ही स्वतःचीच फसवणूक करून घेता–' कृष्णप्पानं त्याला डिवचलं होतं.

'तुम्ही म्हणता ते खरं आहे. क्लासेसविषयीच्या गोंधळातून मी पूर्ण मुक्त झालो नाही–' नागराजनं सरळ सांगितलं तेव्हा इतर सगळे हसले होते– कृष्णप्पाला मात्र त्याचं बोलणं आत पोहोचलं होतं– त्याला ते पुन्हा पुन्हा आठवत होतं.

आताही ते आठवून कृष्णप्पा उद्वेगानं म्हणाला, 'नागराज, हे वाचल्यानंतर मी गोंधळून गेलोय. तुम्हालाही माझ्याबद्दल असंच वाटतं?'

'इथं व्यक्तिगत प्रश्न महत्त्वाचा नाही. या व्यवस्थेत कोण किती प्रामाणिक आहेत हे तुलनात्मकरित्या पाहिलं पाहिजे. ही व्यवस्था तुम्हाला जाळ्यात अडकवत आहे असं मलाही वाटतं. तुम्हाला एक इमेज आहे. त्या व्यवस्थेला स्वतःला वाचवण्यासाठी तुमच्या इमेजची गरज आहे.'

'मग मी काय करावं असं तुम्ही सुचवाल? तुमचे विचार मी मान्य करत नाही. पण तुमचा खरा-खुरा सल्ला मला हवा आहे.'

'आपल्या पक्षाचा राजकीय मार्ग आजपर्यंत नीट चालला असता तर तुम्हाला भेटावं असं वीरण्णांसारख्यांना वाटलं नसतं!–'

कृष्णप्पा संतापला, 'नागराज, वीरण्णानं मला मदत केलीय– करतोय हे खरं आहे– पण त्यासाठी मी हात पसरलेला नाही! तुम्ही श्रीमंत घरात जन्मलात.

माझ्यासारखे गरीब घरात जन्मून कष्टात वाढला असता तर माझ्याइतके प्रामाणिक राहिला असता काय, हे पाहिलं असतं मीही!–'

नागराज चिडला नाही!

'तुम्ही व्यक्तिगत पातळीवरून बोलताहात. तुमच्या विचारामध्ये तात्त्विक सुस्पष्टता नाही. मी तो प्रश्न काढलेलाच नाही. मी प्रामाणिक असतो तर इथं असतो काय?– तुम्हीच सांगा! देशाच्या प्रधानमंत्री डिक्टेटर होऊ पाहाताहेत. त्यांच्या गोटातले इथे सत्तेवर आले तर इथल्या नागरिकांना असलेले नागरी अधिकार नष्ट होऊन जातील. आजचे मुख्यमंत्री रिॲक्शनरी आहेत हे खरं! पण त्यांच्या पाठिंब्यानं आपण कमीत कमी टाईमबाऊंड कार्यक्रम ठरवून सरकार स्थापन केलं तर थोडं-फार तरी साध्य होईल. यात काहीच अर्थ नाही काय?'

'नाही. देशाची स्थिती आणखी बिघडली की लोकांचा पार्लमेंटरी सिस्टिमवरचा विश्वास उडून जाईल. ठिगळं लावायचं काम मला मुळीच पटत नाही!–'

काही क्षण गप्प बसून कृष्णप्पा म्हणाला, 'तुमचे विचार मला पटत नाहीत. राहत्या घरावर निखारा ठेवून शेकत बसायचं अपक्व धोरण तुमचं! पण व्यक्तिश: मला काही समस्या आहेत– त्या प्रामाणिकपणाशी संबंधित आहेत. त्यासाठी मी तुम्हाला बोलावून घेतलं आहे. मी कुणाच्यातरी सापळ्यात अडकलोय असं तुम्हाला वाटत असेल तर वाटू द्या. या पत्रात मी असेंब्लीचा राजिनामा लिहिला आहे– घ्या. तासभर तुम्ही थंडपणे विचार करा. त्यानंतरही तुम्हाला तसंच वाटलं तर हे पत्र स्पीकरला पाठवून द्या–' म्हणत त्यानं एक पाकीट पुढं केलं.

कुठलीही भावना न दर्शवता नागराज म्हणाला, 'व्यक्तिवादी असल्यामुळे तुम्ही नैतिकतेचा अनावश्यक बाऊ करता. एक प्रकारचा सिकली इंडल्जन्स. नैतिकतेचा प्रश्न आला तर– तर तुम्ही माझ्यापेक्षा थोर आहात! लोकांना तर तुम्ही माझ्यापेक्षा जवळचे आहात. त्यामुळे तुमचं व्यक्तिमत्त्व माझ्या दृष्टीनं महत्त्वाचं आहे. तुम्ही शुद्ध राहिला आहात की नाही या कारणासाठी राजीनामा देणं माझ्या दृष्टीनं इर्ररिलिव्हन्ट. बूर्ज्वा समाजात शुद्ध राहाणं कुठून शक्य होणार? आता पार्लमेंटचा मार्ग योग्य की अयोग्य या विषयीच्या विचारांमध्ये स्पष्टता हवी–' म्हणत त्यानं कृष्णप्पानं दिलेलं पत्र त्याच्या हाती परत केलं.

पुढंही तो तसाच निरसपणे म्हणाला, 'यात तुमचा अनुभव महत्त्वाचा आहे. तसा मी अजून कच्चा आहे. तुम्ही एका निर्णयापर्यंत येऊन पोहोचला की मला निरोप पाठवा. फॅसिस्टांना ताबडतोब थोपवण्यासाठी पार्लमेंटरी मार्ग खरोखर आवश्यक आहे असं तुम्हाला वाटतं काय? कदाचित माझी असहिष्णुता सुद्धा ॲडव्हेंचरस इंडलजन्स असावा. त्यामुळे तुमच्यासारख्या लोकांमध्ये वावरलेल्याच्या मार्गदर्शनाची आता नितांत गरज आहे.'

बोलता-बोलता नागराज गोंधळून गेलेला दिसला. तसाच काही वेळ उभा राहून तो 'निघतो' ही न म्हणता निघून गेला.

नागराजच्या बोलण्यामुळे कृष्णप्पा बराच अस्वस्थ झाला. जीवन-मरणाच्या रेषेवर असताना आपण निश्चय केला पाहिजे. आपलं मुख्यमंत्री होणं फॅसिस्टांच्या कटाचा बिमोड करण्यासाठी खरोखरच आवश्यक आहे काय? ही इच्छा आपल्या मनात आता का जन्मली? मरणाच्या दारी अधिकारातून चैतन्य मिळवण्याची इच्छा या मागे आहे काय? की वरंगळमध्ये अनुभवलेलं अधिकाराचं क्रूर स्वरूप नष्ट करायची अपेक्षा? वीरण्णाच्या वर्ग-हिताच्या मार्गानं फॅसिस्टांना विरोध करणं शक्य आहे काय? स्वतःला असे प्रश्न विचारत असताना आपण आपल्या वैयक्तिक हिताला वैचारिक कुमक तर मिळवून देत नाही ना?

नागराज, तू मूर्ख आहेस! महामूर्ख! तुला जीवनाची संकिर्णताच कळालेली नाही. आज रात्री ज्योती आणि तिच्या मित्राला आपल्या देहांच्या रहस्य-सुखाचा अनुभव घेऊ देत म्हणूनच मी वर्ग-हिताकडे दुर्लक्षं केलं–' असं जोरात किंचाळावंसं वाटलं. जेवणं-झोपणं-संभोग, देव किंवा भूत नावाच्या अव्यक्तापुढे लोटांगण घालायचं, कमरेखालचा तो भाग नरम पडल्यावर घोड्याची शेपटी ओढत उद्रेक अनुभवायचा– याशिवाय जीवन म्हणजे दुसरं काय आहे, मूर्खा?–

ज्योतीनं चोळलेला पाय उचलायचा प्रयत्न करताना कृष्णप्पाचा श्वास कोंडल्यासारखा झाला होता.

□

साडेपाच वाजले आहेत. सहा वाजता गौरी विमानातून उतरेल. नागेशनं तिचा पांढऱ्या साडीतला फोटो पाहिला आहे. ती आपला भावनावेग दाखवू न देता चौकशी करेल. 'आता कसे आहेत कृष्णप्पगौडा?' नागेशला ठाऊक आहे– वेळ न घालवता वीरण्णांच्या गाडीतून तिला थेट इथंच घेऊन येईल. त्यानंतर गेस्ट हाऊसवर घेऊन जाईल. येताना वाटेत तो तिला आपल्याविषयी विस्तारानं सांगेल. पहिला स्ट्रोक केव्हा आणि कसा आला, पुढं कितपत धोका आहे, किती जपणं आवश्यक आहे, मुख्यमंत्री होण्याची आलेली संधी, मी काही त्यासाठी हपापलो नाही– कदाचित तत्त्वासाठी स्वीकारेन सुद्धा– वगैरे-वगैरे. विमानतळापासून इथं यायला अर्धा तास तरी लागेल. विमान लेट असेल तर? अथवा तीच कपडे बदलण्यासाठी आधी गेस्टहाऊसवर जाऊया म्हणाली तर?–

बाहेर गाडी उभी राहिल्याचा आवाज आला. विमान लवकर आलं की काय? कुणीतरी येतंय– पण ही स्त्रीची पावलं नाहीत–

'नमस्कार–'

समोर पाहून कृष्णप्पा निराश झाला. वीरण्णाबरोबर नरसिंह भट्ट आणि रामेगौडा आले होते. आजारी मुलासाठी चुलीवर तापवत ठेवलेलं दूध उकिरड्यावर फेकणारा नरसिंह भट्ट आणि पहिल्या निवडणुकीत आपल्या विरुद्ध जमीन-मालकांच्या बाजूनं उभा असलेला रामेगौडा!–'

तिघंही वटा-वटा बडबडत राहिले. नरसिंह भट्ट म्हणाला, 'तुम्ही मोठे नेते!

देशासाठी परमेश्वरानं तुम्हाला लवकर बरं करावं. कुळकायद्याविषयीचं माझं ज्ञान अत्यल्प असल्यामुळे मी तेव्हा मूर्खपणा केला. 'बलाच पृथ्वी' हे तत्त्व आता पुरेसं नाही. कृष्णप्पगौडांच्या चळवळीमुळेच आता मठाच्या थोड्या जमिनीची मालकी मला मिळाली. अलीकडे मठाच्या स्वामींचं आणि माझं जेवढ्यास तेवढंच आहे–'

पुढच्या पिढीला पूजे-अर्चेत रस नसल्यामुळे भट्टानं मुलांच्या शिक्षणासाठी शिवमोग्यात घर केलं होतं. त्यातच त्याला डायबेटीस होता. दररोज इंजेक्शन घ्यावं लागत होतं. मठाच्या देखरेखीसाठी मठाच्या स्वामीनं आपल्या बहिणीच्या नवऱ्याला नेमलं होतं. एवढी वर्षं सेवा केली म्हणून केवळ दहा एकराचा मळा भट्टाला द्यायला काय हरकत होती? खरं तर त्यांनी भट्टाच्या मुलाला सगळा आश्रम द्यायला हवा होता. अत्यंत सुलक्षणी मुलगा पुढील स्वामी झाला असता! जाऊ दे– देऊ दे आपल्याच बहिणीच्या मुलाला! पण एवढी सेवा केल्याबद्दल काही तरी भट्टाला मिळायला नको काय? कृष्णप्पगौडांच्या चळवळीमुळे ते शक्य झालं होतं– रामेगौडाचंही तसंच झालं होतं. कुणी-कुणी त्याचे कान फुंकले होते. कृष्णप्पगौडा जिंकले तर तुमच्या हातात करवंटी येईल म्हणून घाबरवलं होतं–

'ते जाऊ दे! आता तुमचं काय काम होतं?' कृष्णप्पा खरोखरच थकून गेला होता.

वीरण्णानं खुलासा केला–

कृष्णप्पाच्या मतदान क्षेत्रात सगळ्या शेतकऱ्यांनी मिळून एक मोठा सन्मान-समारंभ ठरवला होता. सात दिवस समारंभ चालणार होता. दररोज रात्री यक्षगान आणि दिवसा शेतकऱ्यांच्या समस्यांवर भाषणं. पहिल्या दिवशी कृष्णप्पगौडांना एक लाख रुपयांची थैली अर्पण करण्यात येणार होती. शेतकऱ्यांकडून एक-दोन रुपये गोळा करून जमवलेले हे पैसे! पहिल्या दिवशी प्रमुख वक्ते मुख्यमंत्री. कृष्णप्पगौडांच्या लोकप्रियतेचा अंदाज असल्यामुळे मुख्यमंत्र्यांचा शत्रू चंद्रप्पाही सभेला येण्यास उत्सुक होता. एका दृष्टीनं देशातल्या गरीब शेतकऱ्यांची ही जत्रा होणार होती. दिल्लीहून कृष्णप्पगौडांच्या पक्षाचे नेतेही येणार होते. कृष्णप्पांना आश्चर्याचा सुखद धक्का द्यायचा म्हणून त्यांच्या चाहत्यांनी इतके दिवस सारी तयारी गुप्तपणे चालवली होती–

वीरण्णाच्या नम्र बोलण्यावर कानांतले हिरे आणि नव्यानं बसवलेले दात दाखवत रामेगौडा मान हलवत आपली भावना यथोचित व्यक्त करत होता. मध्येच कृष्णप्पा म्हणाला, 'वीरण्णा, गौरी देशपांडेचं विमान आलं काय? चौकशी करा जरा–'

वीरण्णा उठला. त्याचवेळी बाहेर गाडी उभी राहिल्याचा आवाज ऐकू आला. वीरण्णा 'तेच असतील– त्यांना गेस्ट हाऊसवर पाठवून द्या–' म्हणत पुन्हा बसला.

'मला त्यांच्याशी बोलायचं आहे–' म्हणत कृष्णप्पानं उजवा हात उचलून त्यांना निरोप दिला. भट्ट, वीरण्णा आणि गौडानं हात जोडून निरोप घेतला.

□

कृष्णप्पाचा स्वतःच्या डोळ्यांवर विश्वास बसला नाही. समोर गौरी उभी होती. जीन्स आणि तलम लखनवी झब्बा, पाठीवरचे मोकळे केस रूमालानं बांधलेले, केसांमध्ये मध्येच चमकणारा एखादा पांढरा केस– एवढं वगळलं तर जुनी गौरीच होती. सडपातळ शरीरयष्टी, तेच चमकदार डोळे–

'आता तुम्ही आफ्रिकन प्रिन्स दिसत नाही! दाढीमुळे तुम्ही आता आफ्रिकन गॉडसारखे दिसता! घरात राहून तुमचा रंगही उजळलाय!–'

काहीही न बोलता कृष्णप्पा व्हील चेअरवर बसून राहिला होता. त्याच्या डोळ्यांत पाणी भरलं होतं. ताठा निघून गेल्याचं या पाण्यामुळे गौरीला समजेल अशी त्याला फिकीर वाटली नाही. ती अमेरिकेला जायला निघाली तेव्हा 'तू मला हवीस– जाऊ नकोस' असं त्याला म्हणता आलं असतं हे स्पष्ट न होण्याइतकं चैतन्य त्याच्यात होतं. आता तो केवळ उजवा हात उचलू शकत होता. त्यानं तो उचलला.

गौरी त्याच्याजवळ उजव्या बाजूला उभी राहिली. त्याचं डोकं आपल्या पोटापाशी दाबून धरत तिनं त्याच्या कुरळ्या केसांमधून बोटं फिरवली. कृष्णप्पाच्या उजव्या हातानं तिला घट्ट धरून धरलं. तिचं पोट ओलं झालं. त्यानं विचारलं, 'दिल्लीला परतल्यावर का आली नाहीस?'

'मी यावंसं तुम्हाला वाटतं की नाही हे मला ठाऊक नव्हतं' ती गंभीरपणे म्हणाली. प्रसंगाचा गंभीरपणा कमी करण्यासाठी ती पुढं म्हणाली, 'तुमचा अहंकार कमी व्हायची वाट बघत होते–'

□

दोघंही हसले. गौरीनं खुर्चीवर बसून भोवताली नजर टाकली. तिची नजर गुलाबांवर खिळलेली पाहून त्याला तिच्या घराभोवतालची गुलाबाची बाग आठवली.

तीही गुलाब निरखणाऱ्या कृष्णप्पाच्या आठवणीत बुडून गेली होती. त्याच्या तोंडचे शब्द हिरावून घेतल्यासारखी ती म्हणाली, 'नंजप्पा वारले. आई दिल्लीत माझ्याबरोबरच राहाते.'

'नोकरी मनासारखी आहे?'

'आहे. रेंब्रावर मी लिहिलेल्या एका पुस्तकाची छपाई चालली आहे.' तीच जुनी लज्जा आणि गांभीर्य तिच्या आवाजात होतं. कृष्णप्पाचे डोळे आपल्याला संपूर्णपणे न्याहाळत असल्याचं बघून गौरी लहान मुलीसारखी लालबुंद झाली. त्याचं लक्ष दुसरीकडे वेधण्यासाठी ती सांगू लागली,

'अमेरिकेत मी एका सोशियालॉजिस्टशी लग्न केलं होतं. लग्न म्हणजे– आम्ही एकत्र राहात होतो. सभ्य माणूस होता. मार्क्सवादी. कँपसमध्ये मार्टीन ल्यूथर किंगच्या बाजूनं झालेल्या चळवळीमध्ये त्यानं भाग घेतला होता– मीही घेतला होता. अलीकडे मला राजकारणात बराच रस आहे– ठाऊक आहे? दिल्लीमध्ये आमचा एक ग्रुप आहे. प्रधानमंत्री हुकूमशहा होत आहेत अशी आम्हाला भीती आहे. इथं काही तरी करून तुम्ही त्या पुन्हा अधिकारावर येणार नाहीत असं केलं पाहिजे! येताना नागेशनी सगळं सांगितलं. सिच्युएशन खूपच एक्झायटींग आहे!– एडीविषयी सांगता-सांगता काहीतरी बोलत बसले– मी सिगारेट ओढली तर चालेल?' मनात उठलेले भावतरंग दडवण्यासाठी गौरी बरंच काही बोलली होती– त्याला मुद्दाम डिवचावं म्हणूनही बोलली होती.

गौरीनं सिगारेट-पॅक खोलून एक सिगारेट पेटवली आणि त्याला विचारलं, 'अजूनही ओढता?'

'नाही. पण दिलीत तर एखादी ओढेन.'

गौरी सिगारेट ओढेल असं कृष्णप्पाला कधीही वाटलं नव्हतं. 'इफ यू डोंट माईंड–' म्हणत गौरीनं आपली पेटवलेली सिगारेट कृष्णप्पाच्या ओठांत अडकवली. गौरीमधला आमूलाग्र बदल स्वीकारण्यासाठी तो धडपडत असतानाच तिनं विचारलं, 'अजूनही तुम्ही फ्यूडल आहात? आय होप नॉट! मी सिगारेट ओढतेय हे पाहून धक्का बसला?–' आणि मान मागं टाकत केस पाठीवर मोकळे सोडत ती हसली. गौरीची ही नवी स्टाईल! आपल्याला ही 'कृत्रिम' वाटली काय? असं वाटायला आपला स्वभावच कारणीभूत आहे काय?–

तो विचारमग्न होऊन पाहात असताना गौरीची खोडकर दृष्टी त्याला न्याहाळत होती. एकाएकी ती गंभीर होऊन म्हणाली, 'अमेरिकन पुरुषांविषयीचा माझा भ्रम अगदी लवकर नष्ट झाला. तुम्हाला फ्यूडल म्हटलं मी– बायकांच्या संदर्भात तेही फ्यूडलच! एडी मार्क्सवादी ना? तरी त्याच्याही न कळत तो फ्यूडलच राहिला होता. आताही तसे आम्ही परस्परांचे मित्रच आहोत–'

कृष्णप्पाचा चेहरा कोमेजल्याचं गौरीच्या लक्षात आलं. 'दुखावलं' म्हणून विचारावंसं वाटलं तरी ती गप्प बसली. आपण अमेरिकेत लग्न केल्याचं ऐकून कृष्णप्पा दुखावला हे पाहून तिला आनंद झाला. पण तो दाखवून न देता तिनं विचारलं, 'तुझी बायको– मुलगी कुठं आहे?'

क्षणभर तो काही बोलला नाही– नंतर खालच्या मानेनं सावकाश म्हणाला, 'मी केव्हाही मरून जाईन, गौरी! कशाला तुझ्यापुढे नाटक करू? बायको म्हणून एकजण आहे– पण मी तिच्यावर हात उगारतो–'

त्याचं दु:ख तिला समजलं असावं. ती गप्प राहिली. कृष्णप्पानं नागेशला हाक मारली. नागेश उत्साहानं आत येत म्हणाला, 'तुमचं जीवन चरित्र सत्काराच्या वेळी प्रकाशित करणार आहेत म्हणे! मी लिहायला सुरुवात केलीच आहे म्हणा! बिहारमध्ये झालेल्या ऑल इंडिया किसान मेळाव्यात तुम्ही अध्यक्ष झालात तेव्हा–'

कृष्णप्पानं हसत त्याला थोपवलं आणि म्हटलं, 'लिही बाबा! लिही! सीतेला बाहेर बोलाव बघू! गौरीलाही घेऊन ये–'

गौरीची चकित मुद्रा पाहून त्यानं खुलासा केला, 'माझ्या मुलीला मी तुमचं नाव ठेवलंय–'

थोड्या वेळात नागेश छोट्या गौरीला घेऊन बाहेर येऊन म्हणाला, 'सीतम्मांचं डोकं दुखतंय म्हणे. झोपल्यात त्या. तुम्ही मलेनाडमधल्या एका खेड्यात जन्मून ऑल इंडिया शेतकरी संघटनेचे नेते झालात! तुमच्या जीवन-चरित्रात यावर सर्वाधिक भर दिला पाहिजे असं मला वाटतं–'

नागेशच्या उत्साहामुळे कृष्णप्पाला संकोचल्यासारखं झालं होतं. हे सूक्ष्मपणे जाणून गौरीनं छोटीला जवळ घेऊन कुरवाळलं आणि म्हणाली, '–अगदी तुमचेच डोळे!'

आईच्या वागणुकीमुळे ती मूक झाल्याचं कृष्णप्पाच्या लक्षात आलं होतं. कुणी हात लावला की अंग चोरणारी छोटी आज परकीय– त्यातही पँट घातलेल्या बाईकडून कुरवाळून घेऊनही गप्प होती.

'स्वीट चाईल्ड!–' म्हणत गौरीनं आणखी एक सिगारेट पेटवली. तिनं लपवलं तरी ती उद्विग्न झाल्याचं कृष्णप्पाच्या लक्षात आलं. तो म्हणाला, 'तुम्ही आता गेस्ट हाऊसवर जा. तुम्हाला विश्रांतीची गरज आहे.'

आत सीता हुंदके देत आहे हे त्याला ठाऊक होतं. आपल्याला ऐकू येणारे हुंदके गौरीलाही ऐकू येत असतील? नागेशला? बिहारमधल्या शेतकऱ्यांनी आपल्याला मिरवत नेल्याचं दृश्य नजरेसमोर असल्यामुळे त्याचा अभिमानानं फुललेला चेहरा पाहून कृष्णप्पाला सगळंच असंबद्ध वाटू लागलं.

गौरीही 'बाय्–' म्हणत नागेशबरोबर निघाली. छोटीला थोपटत कृष्णप्पा बसून राहिला. जड झालेली डाव्या हाताची बोटं आणि पाय त्याच्या नकळत हालचाल

करण्यासाठी आतूर होऊन हालचाल करू लागले. सीतेच्या रडण्याचा जोर वाढला होता. त्याच्या मनात मरून जायची इच्छा जोरात उसळी मारून वर आली.

□

दुसरे दिवशी जळत्या पलित्यासारखा दिसणारा लाल गुलाबांचा गुच्छ घेऊन, पांढरी साडी-पोलकं घातलेली ज्योती उत्साहानं आत आली. कालच तिचा बॉयफ्रेंड कामावर हजर झाला होता. कृष्णप्पा काही बोलण्याआधीच ती म्हणाली, 'तो बाहेर उभा आहे. तुम्हाला सांगून जाण्यासाठी त्यानं बाहेर रिक्षा उभी केली आहे–'

कृष्णप्पानं संमती देताच ती बाहेरच्या हॉलकडे धावली. आकर्षक मिशा आणि खेळाडूची शरीरयष्टी असलेल्या आपल्या मित्राला तिनं आत बोलावलं. त्याची ओळख करून देत ती म्हणाली, 'हा एडविन्–'

असुयेनं घेरलेल्या कृष्णप्पानं त्याचा हात आपल्या हातात घेऊन अभिनंदन केलं, 'काँग्रेच्युलेशन्स!' तोही अभिनंदनाचा स्वीकार करून निघून गेला. फुलदाणीत तन्मय होऊन फुलं रचणाऱ्या ज्योतीच्या हालचालीतला मृदू थकवा जाणवून कृष्णप्पानं विचारलं, 'नोकरी मिळाल्याचं काल रात्री सेलिब्रेशन केलं काय?'

होकारार्थी मान हलवताना ज्योती लालबुंद झाली. नंतर कृष्णप्पाकडे येऊन कृत्रिम रागानं त्याचा गालगुच्चा घेत 'डोंट बी नॉटी!' म्हणत डोळे मोठाले करत तिनं जीभ चावली. दुसऱ्या क्षणी नेहमीच्याच स्वरात विचारलं, 'पॅन आणू?'

ज्योतीचे कुशल हात कृष्णप्पाची स्वच्छता करू लागले. तिच्या हालचालीतली मार्दवता आणि व्यावसायिक चपळता पाहून चकित झालेल्या कृष्णप्पानं स्वत:ला लहान बाळाप्रमाणे तिच्या स्वाधीन केलं होतं. ज्याची स्वत:लाही किळस येते त्या देहधर्माकडे अत्यंत सर्वसामान्य गोष्ट असल्यासारखं पाहून उरका पाडून ती मोकळी होत होती. त्याचं सारं अंग गरम पाण्यानं पुसल्यानंतर स्वच्छ कोरडं करून, सर्वांगाला पावडर शिंपडून इस्त्रीचे कपडे चढवून तिनं त्याला खुर्चीवर बसवलं. अंथरुणावरचं पांढरं बेडशीट बदलून तिनं त्याला बाहेर आणलं. या सगळ्या गलिच्छ आणि क्षुल्लक कामात असतानाही ती नेहमी शुभ्रच दिसत होती. कृष्णप्पासाठी आणलेला सोनचाफ्याच्या गंधाचा कोलीन तिनं त्याच्या खाकेत आणि मानेवर लावला. तो ज्वाळेसारखा सुगंध आपल्याला अत्मियतेनं चाटत असल्याचा अनुभव घेत तो डोळे मिटून बसला. तिनं विचारलं, 'या वासानं तुमचं डोकं उठतं?'

त्यानं सांगितलं, 'नाही. आमच्या गावात जोईस नावाचे मास्तर आहेत. लहान असताना त्यांच्या परसात एक सोनचाफ्याचं झाड होतं. सकाळच्या वेळी माकडासारखा त्यावर चढून टोपलीभर फुलं काढून देव पूजेसाठी द्यायचो तेव्हा!–'

पुढची आठवण सांगितली तरी ती ज्योतीला समजणार नाही असं वाटून तो

डोळे मिटून बसून राहिला. एकादशीच्या दिवशी जोईस आणि त्यांची पत्नी रुक्मिणीअम्मा यांचा कडक उपवास असे. त्या दिवशीचा त्यांचा कोमजलेला चेहरा बघून कृष्णप्पाला गंमत वाटत असे. रुक्मिणीअम्मा त्या दिवशी त्याच्याशी बोलत नसत. दुसरे दिवशी सूर्योदयापूर्वी घंटा-झांज-शंखाचा आवाज ऐकून छोटा कृष्णप्पा त्यांच्या घरी धाव घेई. परसू-दारात उभं राहिलं की तापलेल्या तव्यावर दोश्याचं पीठ पडल्याचा 'चुर्रर्र–' आवाज आणि पाठोपाठ खमंग दोश्याचा वास नाकात शिरे. आवाज थांबला की देवाचा नैवेद्य चालला आहे हे त्याच्या लक्षात येई. मग परसातलं दार उघडलं जाई आणि रुक्मिणीअम्मा कृष्णप्पाची वाट पाहात उभ्या राहात, तो आला की मंद हसत त्याला दोसा-नारळाची चटणी वाढत. त्याच्या घरातून दरमहा दिल्या जाणाऱ्या नारळापासून केलेली तिखट-तिखट चटणी! पोटभर दोसे चटणी खाऊन झाली की केळीचं पान फेकून त्या जागी सारवून घेऊन दोड्डव्वानं – रुक्मिणीअम्मांनी ओतलेल्या पाण्याच्या धारेत हात धुवून कृष्णप्पा घराकडे धाव घेई. नेमक्या त्याच वेळी शेंडीवर तुळशी माळलेले जोईस ओला पंचा नेसून, दुसरा ओला पंचा पांघरून थंडीनं काकडत बाहेर येत आणि पूर्वेकडे डोळे मिटून उभे राहात. म्हणत, 'हं! अठराचा पाढा म्हण बघू!'

पाढा म्हणता-म्हणता कृष्णप्पा काढता पाय घेई. एकोणिसाचा पाढा म्हणायला लागू नये म्हणून!–

ज्योतीनं व्हीलचेअर उन्हात उभी केली तेव्हा अंगावर पडलेल्या सूर्याच्या किरणामुळे खूप बरं वाटलं. त्याला आठवलं– नागराज म्हणतो, वैयक्तिक नैतिकतेचा प्रश्न नाही. आपलं मन मात्र तरल होऊन भूतकाळात जाऊन सुख मिळवण्यासाठी धडपडत आहे! आपल्याला घेरून राहिलेल्या सापळ्यातून आपण बाहेर येणारच नाही असं त्याला वाटलं.

सत्काराची तयारी चालली आहे. वीरण्णा, रामेगौडा आणि नरसिंह भट्टाच्या मसलतीही! या मसलतीकडेही एक ऐतिहासिक गरज म्हणून बघता येईल. 'समुदायाचं हित तेच माझंही हित आहे' म्हणत माझं हित साधलं जातं तेव्हा नागराज म्हणतो– 'हा प्रश्नच अप्रस्तुत आहे!' अथवा 'तुम्ही प्रतिनिधीत्व करता तेवढाच समाज पुढं जातो–इतर समाज नाही!' 'स्वतःचं हित साधण्यासाठी तुम्ही असं करणंही आश्चर्य नाही–' असंही तो म्हणतो. शुद्ध-अशुद्ध तर तो असंबद्धच मानतो. या कूळ-कायद्यामुळे भट्ट आणि गौडानंही फायदा करून घेतला आहे. भूमीहिनांसाठी सोयीची व्यवस्था आणणं पार्लमेंट-मार्गानं शक्य नाही. त्यांच्यासाठी तुम्ही बद्ध झालात की हेच भट्ट आणि गौडा विरोध करतात. कूळ-कायद्याच्या बाजूनं उभं राहिलं तेव्हाही हे विरोधात होते तसं. मोठ्या फ्यूडल मालकांचा नाश केल्यानंतर हे कॅपिटॅलिस्ट

मालक तुमच्या राजकारणाचं फळ म्हणून डोकं वर काढून तुमच्या पाठीशी उभे आहेत. चक्राला आणखी गती द्यायची असेल तर तुम्ही प्रत्यक्ष राबणाऱ्यांच्या बाजूनं उभं राहायला पाहिजे. आताच्या क्रायसिसमध्ये निओकलोनियल निर्माण करत असलेल्या फॅसिझमला विरोध करणं या कॅपिटॅलिस्ट भू-धारकांच्या वर्ग-हितासाठी आवश्यक असावं. तसं असेल तर त्यांचाही वापर करून घ्यायला हवा– नागराज अशाप्रकारे विचार करण्याची शक्यता आहे.

कृष्णप्पाचं डोकं कलकलल्यासारखं झालं. ज्योती आपल्या लग्नाविषयी बोलण्यात रंगून गेली होती. लग्नासाठी कसले कपडे विकत घ्यावेत– मंगळसूत्र कसलं करावं वगैरे वगैरे. कृष्णप्पानं आपलं लक्ष तिच्या बोलण्यावर केंद्रित केलं आणि तल्लीन होऊन तिचं बोलणं ऐकत हात-पाय चोळून घेत बसून राहिला.

□

सीता बँकेत गेल्यानंतर गौरी आली. अंगावर साडी, केस एका साध्या गाठीनं बांधलेले, खाकेत पर्स– नागेशनं आणून दिलेल्या खुर्चीवर ती बसली. 'हॅलो–' म्हणत तिनं ज्योतीशी ओळख करून घेतली. कृष्णप्पा काहीही न बोलता गौरीकडेच पाहात बसला होता. काल रात्री मोजकेच पांढरे केस दिसले होते– आज मात्र इतरही वय वाढल्याची चिन्हं दिसली. डोळे तेजस्वी असले तरी त्यांच्या भोवताली सूक्ष्म सुरकुत्या दिसताहेत हे कृष्णप्पाच्या लक्षात आलं. सडपातळ– काटक बांधा असला तरी ज्योतीच्या तुलनेत ती प्रौढाच दिसत होती. आपणच पन्नाशीचे म्हटल्यावर गौरी चाळीशीच्या जवळपासची निश्चित असणार. सभोवताली फिरत असलेल्या नजरेत तीक्ष्णपणा असला तरी निद्रारहित रात्री आणि एकटेपणाचं भय त्यातून डोकावत होतं. संसार मोडताना तिच्या तोंडून नको ते गेलं असलं पाहिजे. मनात कटू विचार येऊन गेले असले पाहिजेत. व्यवसायातलं कौशल्य मिळवण्यासाठी श्रमलेल्या दिवस-रात्रींमध्ये तिच्या वागण्या-बोलण्यातला निरागसपणा निघून गेला होता.

पेटवलेली सिगारेट कृष्णप्पाच्या ओठात ठेवून दुसरी स्वत:साठी पेटवत तिनं ज्योतीला विचारलं, 'यांनी सिगारेट ओढायला तुमची परवानगी आहे ना?'

'नाही– पण एक ओढली तर चालेल–' ज्योती म्हणाली आणि त्याचे दोन्ही तळपाय आपल्या तळहातानं चोळू लागली. गौरीच्या आगमनानं ती अवघडल्यासारखी दिसत होती.

गौरीनं तिला विचारलं, 'यांना टबमध्ये बसवलं तर उपयोग होईल ना?'

'वॉटर-थेरपी केव्हाही उत्तम! पण इथं तशी सोय कुठं आहे?' ज्योती म्हणाली.

'वेट अ मिनिट– मी उतरलेय त्या गेस्टहाऊसमध्ये बाथ-टब आहे. मीही फिलाडेल्फियामध्ये या थेरपीचं शिक्षण घेतलं आहे. आपण दोघी मिळून हे काम

वाटून घेऊ शकतो ना?'

हा प्रश्न न आवडल्यासारखी ज्योती गप्प बसली. गौरी मात्र आपला विचार आचरणात आणण्यासाठी बाहेर व्हरांड्यात बसलेल्या वीरण्णाशी विस्तारानं बोलू लागली, '–तिथं यांना विश्रांतीही भरपूर मिळेल. सकाळी ज्योतीला गाडीनं तिथं पोहोचवावं मात्र लागेल! सकाळचं तिनं पाहिलं तर दिवसभराचं मी पाहून घेईन–'

कृष्णप्पाच्या प्रकृतीची भरपूर काळजी करणाऱ्या वीरण्णानं हे तात्काळ मान्य केलं. कृष्णप्पापासून सीतेलाही लांब ठेवणं आवश्यक आहे हेही सगळे जाणून होते.

दुसरे दिवशी कृष्णप्पाला गेस्टहाऊसवर हलवायचं ठरवण्यात आलं. कृष्णपाच्या आईला– शारदम्माला– दुपारी एक माणूस गावाकडून घेऊन आला. सिगारेट ओढणाऱ्या गौरीला पाहून ती गोंधळून मुलाच्या पुढ्यात जाऊन बसली.

सत्तर वर्षांच्या, हेगडतीसारखं– पाटलिणीसारखं– लुगडं नेसलेल्या आपल्या वृद्ध आईला बघून कृष्णप्पा रागानं म्हणाला, 'एवढे दिवस काय करत होतीस एकटी तिकडं? इकडं येऊन राहायला काय झालं?'

म्हातारी हसत म्हणाली, 'कशाला? तुला मी कशाला शिजवून घालायला पाहिजे? हात धरून आलेली बायको आहे की!–' आणि संध्याकाळच्या जेवणात लेकाला आवडणारी तोंडल्याची भाजी आणि सार करायला स्वयंपाकघराकडे गेली. कृष्णप्पानं हाक मारली, 'अव्वा-अव्वा–'

स्वयंपाकघरात काय आहे काय नाही ते पाहात, किनतानाच्या पिशवीतून आणलेली लिंबं, तोंडली, ईडलिंबं, हळदीची पानं, काढून सुपात रचून ठेवत असतानाच हाक ऐकू आल्यामुळे 'आले– ओरडू नकोस–' म्हणत ती बाळकैरीच्या लोणच्याची बरणी घेऊनच बाहेर आली, 'कबुतराचं रक्त लावून चोळलं की लगेच गुण येतो म्हणे, जोईसांनी सांगितलं. सांजच्याला कुठला तरी पक्षी डोक्यावरून गेला की हे असं होतं म्हणे. अरे, आणखी एक बातमी म्हणजे दोड्डव्वा– पुण्यवान बिचारी– गेली बिचारी! एक दिवस अंथरुणावर पडली नाही की काही नाही. देवासाठी वाती वळत बसल्या होत्या समोर कापूस घेऊन– केव्हा जीव गेला तेच कळालं नाही. आता जोईस बिचारे एकटे राहिले. मरायच्या आधी दोड्डवानं घातलेलं बाळकैरीचं लोणचं जोईसांनी मुद्दाम तुझ्यासाठी दिलंय' म्हणत शारदम्मानं डोळे पुसले.

कृष्णप्पाला हुंदका देऊन रडावंसं वाटलं. अलीकडे देह क्षीण होऊन त्याला भावना आवरणं कठीण होऊ लागलं होतं. त्यानं कष्टानं रडू आवरलं. आपली अव्वाही एक दिवस अशीच कुणी नसताना डोळे मिटेल या विचारानं तो घाबरला आणि म्हणाला, 'अव्वा, आता मात्र तू इथून जायचं नाही– सांगून ठेवतो–'

शारदम्मा लटक्या रागानं म्हणाली, 'राहा म्हणे! काय म्हणून इकडं राहू रे?

घराभोवती फिरलं तर चिमूटभर माती मिळत नाही! दोन दिवसांपेक्षा जास्त मी नाही इकडं थांबायची! तुझी जमीन आहे तिकडं– ती मलाच सांभाळायला पाहिजे! कुणाला कसायला दिली तर तोच गडप करेल. कसला तरी कायदा केलास नव्हे का तू!–'

चिमूटभर माती मिळत नाही हे आईचं वाक्य कृष्णप्पाला अंतर्यामी भिडलं. गांधीबझार मधल्या घरात इथल्यापेक्षा जास्त निवांतपणा होता– आईलाही तो आवडायचा.

माय-लेकाच्या गावाकडच्या गप्पा आणि जुन्या आठवणींची उजळणी ऐकताना गौरीला बरं वाटत होतं. स्वयंपाक-घरातली भांडी आवरता-आवरता मध्येच बाहेर येऊन शारदम्मा काहीतरी सांगत बसायची. एकदा गौरी आत जाऊन सगळं आवरू लागली. ही संधी साधून तिनं विचारलं, 'असली कसली बया रे? बिडी ओढतेय की!–'

'मग? तुला तंबाखू लागते ती?' कृष्णप्पानं हसत विचारलं.

'ते खरं रे! तशी बरी दिसते–' म्हणत तिनं गप्पा पुन्हा गावाकडे वळवल्या. गावातल्या कुठल्या मुलीला न्हाण आलं, यंदा जनावरांना कुठला आजार आलाय. यंदाचा कोंबड्यांचा रोग कसा होता, कुणाला पोर झालं, कुठल्या लग्नात सोयऱ्यांची हाणामारी झाली– इत्यादी इत्यादी. मध्येच तिनं सांगितलं, 'बिचारे जोईस! कधी-कधी ते सैपाकच करत नाहीत! मग मीच जाऊन दूध काढून देते– तेवढं तापवून प्यायले की संपलं–'

'मामाकडे सगळे कसे आहेत?'

'अय्यो! ती एक मोठी कथाच झाली बघ!–' म्हणत तिनं आणखी एक कथा सांगायला घेतली.

संध्याकाळी घरी परतलेल्या सीतेचं आजीच्या मांडीवर बसलेल्या नातीकडे लक्ष गेलं आणि तिला आनंद झाला. पाठोपाठ खोलीत बसलेल्या गौरीकडे लक्ष जाताच ती रागानं फणफणत स्वयपांक-घरात जाऊन बसली.

गौरी कृष्णप्पाला म्हणाली, 'यात तिची चूक नाही. तुम्ही सगळ्यांनी मिळून तिला असुरक्षित वाटेल असं केलं आहे–'

कृष्णप्पानं ते मान्य केलं. आपली चमत्कारिक अवस्था अशाप्रकारे कमी केल्याबद्दल त्याला गौरीविषयी कृतज्ञता वाटली. गौरी स्वत: सीतेशी बोलायला स्वयंपाक घराकडे गेली.

□

'सलाम! गौडाजी, सलाम! कशी आहे आमच्या नेत्यांची तब्बेत?' त्याच्या पक्षाचा अब्दुल रहमान डोक्यावरची टोपी काढून नाटकीपणे वाकत खुर्ची ओढून

कृष्णप्पापाशी बसला. हा जुन्या काळातल्या म्हैसूरकडचा श्रीमंत कुटुंबातला सभ्य माणूस. अंगावर लांब कोट, आनंदी चेहरा, दीनवाणेपणाचा लवलेश नसलेला विनय दाखवत बोलणारा रहमान कृष्णप्पाच्या मर्जीतला माणूस होता. सगळी पिढीजात संपत्ती वितळून गेल्यावर रहमान आता बिडी कामगार युनियनचा अध्यक्ष होता. घरी येणाऱ्यांना फुकट चहा वाटण्याइतकं औदार्य आजही त्याच्याकडे शिल्लक होतं. दिसायला गोरा गोमटा असलेला रहमान, आपले पूर्वज शुद्ध पार्शियन असल्याचं अर्धवट गंभीरपणे आणि अर्धवट विनोदानं सांगू लागला की, कृष्णप्पाला मनापासून हसू यायचं.

कृष्णप्पा आणि रहमानच्या दाट दोस्तीमागं एक कारण होतं. तीन वर्षांपूर्वी चिकमंगळूरमध्ये दंगा उसळला होता. आपल्या प्रार्थना मंदिरावरून गणपती विसर्जनाची मिरवणूक चालली म्हणून मुसलमानांनी त्या मिरवणुकीवर दगडफेक केली– त्याला प्रतिकार म्हणून मुसलमानांच्या झोपड्यांना आगी लावण्यात आल्या. मशिदीमध्ये दारूगोळा सापडला आहे अशी अफवा सगळीकडे पसरली. या दंगलीत बरीच माणसं मेली. बाजारपेठेतून एक मुसलमान जोडपं चार मुलांसह येत असताना त्यांच्या मोटारीवर पेट्रोल टाकून आग लावण्यात आली. भर चौकात कुराणाच्या प्रती जाळण्यात आल्या.

त्यावेळी सगळे राजकीय नेते शांती-समाधान-शिस्त-बंधुता वगैरे भोळसट घोषणा देत असताना, कृष्णप्पा स्वत: चिकमंगळूरला गेला होता आणि मुसलमान समाजावर दात धरणाऱ्या हिंदू लोकांचं स्पष्ट शब्दांत खंडन केलं होतं. सगळे अवाक् झाले होते. नंतर कृष्णप्पाला ठार मारण्याच्या धमक्या सगळीकडून येऊ लागल्या. नाहीतरी सत्ताधारी पक्षालाच मुसलमान मतं देतात– अशावेळी हिंदूंना दुखवून त्यांची मतं गमावणं हा मूर्खपणा नाही काय?– अशी त्याच्या पक्षातूनही त्याच्यावर टीका झाली होती. अनेक घटनांमुळे मध्यंतरी नरम झालेला कृष्णप्पा या घटनेमुळे वाघ झाला. त्यानं ठाम भूमिका घेऊन ठणकावलं, 'अप्रिय होण्याची ताकद नसलेला कार्यकर्ता कधीही देशाचा नेता होऊ शकणार नाही!' एकीकडे कट्टर मुसलमानांकडून 'हिंदूंचा चमचा' आणि दुसरीकडून हिंदूंच्याकडून आशंकेनं बघितला जाणारा रहमान कृष्णप्पाला भावासारखा वाटला तो याच वेळी!–'

कृष्णप्पाला भेटायला आलेल्या रहमाननं कुठल्याही आविर्भावाशिवाय मृदू शब्दांत त्याला राजकीय परिस्थितीचं विवरण करून सांगितलं– देशातले बहुतेक मुसलमान पंतप्रधानांच्या बाजूचे असल्यामुळे इथं मुख्यमंत्र्यांच्या विरोधातच आहेत. येत्या काही दिवसांत संपूर्ण देशभर राज्य करणाऱ्या पक्षातच फूट पडणार आहे. त्यावेळी पंतप्रधानांचे बरेच लोक असेंब्लीमध्ये असतील. आपल्या पक्षाच्या पाठिंब्याशिवाय हा मुख्यमंत्री अधिकारावर राहू शकत नाही. आपल्या पक्षानं पाठिंबा दिला तरीही

संख्या फक्त पाचानं जास्त राहील. त्यावेळी आमदारांना भरपूर पैसे द्यावे लागतील–

'तर मग आपण काय करावं, रहमान?'

डोळे मिचकावत इंग्लिशमध्ये रहमान म्हणाला, 'तुम्हाला मुख्यमंत्री करण्यासाठी वीरण्णा पाण्यासारखा पैसा ओततोय! हरामाचा पैसा! ओतू द्या! तुम्ही आपले डोळे मिटून स्वस्थ बसा!–'

नंतर तो इंग्लिशमध्ये सांगू लागला, 'आता देशाचा प्रश्न महत्त्वाचा आहे. पंतप्रधान हुकूमशहा होण्याच्या मार्गावर आहेत. तो ग्रुपही आपला पाठिंबा मागत आहे. आपला पक्ष लहान असला तरी तुम्हाला ऑल इंडिया इमेज आहे हे त्यांना ठाऊक आहे. ते सोशॅलिझम बोलतात– त्यामुळे आपल्यापैकी काहीजणांचं तिकडं लक्ष आहे. आजच्या मुख्यमंत्र्याला पाठिंबा दिला तर त्याचाही पाठिंबा मिळणं शक्य आहे. तोही येत्या निवडणुकीपर्यंत मान्यता देईल. खवीस! प्रधानमंत्र्यांच्या गोटात जाण्यासाठी तोही चोरून प्रयत्न करत आहेच. पण त्याच्या पक्षातल्या नंबर दोनला हे पसंत नाही. आता आपल्यापुढे प्रश्न आहे– पाचजण इकडंच राहातील असं कसं करायचं? या पार्श्वभूमीवर तुमचा सत्कार महत्त्वाचा आहे! त्या दिवशी मुख्यमंत्री बोलणार आहेत. नंतर असेंब्लीची मिटींग आहे. एकूण सगळंच ठरायचंय. तुम्ही यातल्या कशाचीही काळजी न करता विश्रांती घ्या. तुमच्या नेतृत्वाखाली सरकार स्थापन करू असं ठरलं तर प्रधानमंत्र्यांच्या गोटातले काही तरुण एम.एल.ए. किमान दहाजण– इकडं येण्याची शक्यता आहे. त्यामुळे हा खविस मुख्यमंत्री आपला पक्ष सरकार स्थापन करत असेल तर आपण पाठिंबा देऊ असं राज्यपालांना सांगायला तयार आहे असं दिसतं. सद्या गोळा करायला आता सुरुवातही झाली आहे. सगळेजण सत्ताधारी पक्ष फोडायला सज्ज झाले आहेत–'

'एकंदरीत सगळाच प्रकार मला किळसवाणा वाटतो–'

'किळस वाटून कसं चालेल?' रहमान कन्नडमध्ये म्हणाला. आपण विनोद करत नाही– गंभीरपणे सांगतोय हे पटवण्याच्या वेळी इंग्लिशऐवजी कन्नडमध्ये बोलण्याची त्याची नेहमीची लकब होती.

'अशा परिस्थितीत काही साधता येईल या विषयी माझ्या मनात तरी शंका आहे.'

'पुढच्या निवडणुकीनंतर प्रधानमंत्र्यांची माणसं सत्तेवर येता कामा नयेत– एवढंच आपलं ध्येय! आली की आणखी शंभर वर्षं ते खुर्चीवरून हलणार नाहीत. त्याऐवजी तुम्ही मुख्यमंत्री झालात तर त्या पक्षाचं बळ कमी होईल. कृष्णप्पगौडा, मी सांगतो तुम्हाला– तुम्ही अधिकारावर आलात ते लँड-सिलींगवाल्यांना खाली उतरवून! यानंतर भूमीहिनांना किमान पगार निश्चित करा– यावेळी प्रधानमंत्र्याकडचेही बरेच लोक तुमच्याकडे वळतील. हे आमच्या खविसालाही चांगलं ठाऊक आहे.

आपला उपयोग करून तो स्वत: नेता राहाण्याचा प्रयत्न करणार! त्यासाठी आपले वीरण्णा त्याला मदत करताहेत. तूर्त तुम्ही डोळे मिटून विश्रांती घ्या– बाकी सगळं आमच्यावर सोडा! आता अधिकार हातात ठेवणं महत्त्वाचं आहे. नागराजला मी पटवलंय. तुम्ही मोठे होऊन राहायला पाहिजे ही आम्हा सगळ्यांचीच इच्छा आहे!–'

'ते असू दे रे रहमान! मंत्रिमंडळात तीस-पत्तीस घुशींना घ्यावं लागेल ना!–'

'थोडी वाट पाहा! पक्ष तर फुटू द्या! आपल्या खविसाच्या गोटातले सगळे तुमचे पाय धरतील असं आम्ही करू. त्याचा शत्रू मुख्यमंत्री होऊ नये एवढीच त्याची इच्छा आहे. निघू मी?' रहमाननं मोठ्या ममतेनं त्याचा हात हातात घेऊन दाबला आणि बाहेर निघून गेला.

□

महेश्वरय्यांचा चेहरा शांत होता. पण नागेश आवेशात होता. आपण सांगायचं की महेश्वरय्या सांगतील याची तो वाट पाहात होता. महेश्वरय्यांनी सीतेला स्वयंपाकघरातून बाहेर बोलावलं. ती ताठ्यात 'काय?' म्हणून विचारत बाहेर आली तेव्हा दहा हजाराचा ड्राफ्ट तिच्या हातात देत त्यांनी सांगितलं, 'हे घर बांधण्यासाठी–'

सीता मटकन खुर्चीवर बसली. तिला काहीच समजलं नाही.

'रेसमध्ये पन्नास हजार रुपये मिळाले. या वयात एवढ्या पैशांचं काय करू? मी बेंगळूरला येईन तेव्हा उतरायला घर हवं ना? नागेशनं सांगितलं– तुमची सोसायटी आहे म्हणून. वीरण्णांचे पैसे दिले तर ते घेणार नाहीत, म्हणाला नागेश. हे त्यांच्या हॉस्टेलसाठी पंधरा हजार–' म्हणत त्यांना आणखी एक ड्राफ्ट ठेवला.

'नागेश, एक सिगारेट दे रे–'

नागेशनं त्यांना आपल्या खिशातली विल्स सिगारेट काढून दिली. सिगारेट पेटवून महेश्वरय्यांनी चौकशी केली, 'गौरी देशपांडे आल्या आहेत म्हणून समजलं. कुठं आहेत त्या?'

गौरी दिसताच त्यांनी तिला नमस्कार केला. तिला पाहाताच त्यांच्या नजरेत चमक आली. नागेश न राहावून म्हणाला, 'बघा, ना गौडा! मी किती नको म्हटलं तरी त्यांनी मला अडीच हजाराचा ड्राफ्ट दिला. ज्योती नर्सलाही लग्नाचं प्रेझेंट म्हणून अडीच हजाराचा ड्राफ्ट काढला. दहा हजाराचं कर्ज होतं– तेही फेडलं. आपल्या स्वत:ला खर्चासाठी फक्त दहा हजार ठेवून घेतले आहेत!'

स्वयंपाकघरातून येणाऱ्या कृष्णप्पाच्या आईला पाहून महेश्वरय्या उठून उभे राहिले. 'बरे आहात?' म्हणत ती जमिनीवर बसली. रुक्मिणीअम्मा वारल्याची हकिकत तिनं सविस्तरपणे सांगितली.

'मीही आता घोड्याची संगत सोडली. धारवाडजवळ थोडी जमीन आणि एक झोपडं आहे– तिथं राहाणार आहे.' म्हणत त्यांनी ज्योतीचा ड्राफ्ट कृष्णप्पालगतच्या टेबलावर ठेवला. त्यांना बरीच दमणूक झाली असावी असं दिसत होतं. स्वतःच्या औदार्याचं गुणगान ऐकण्याची त्यांची इच्छा नाही हे कृष्णप्पाच्या लक्षात आलं होतं.

'कृष्णप्पा, तुझा कसला तरी सत्कार करणार आहेत ना तुझ्या गावात? सत्काराच्या आदले दिवशी मी तिथं हजर होईन. चालेल ना?' म्हणत महेश्वरय्या उठून उभे राहिले आणि कुणी काही बोलण्याआधी 'चल नागेश, निघू या–' म्हणत तिथून बाहेर निघाले.

सीता उठली आणि तरातरा दारापाशी जाऊन म्हणाली, 'मला पैसे नकोत! मंगळसूत्र घट्ट राहिलं की पुरे! पैसे नकोत– जा घेऊन जा–'

तिच्या आवाजातला प्रामाणिकपणा जाणून महेश्वरय्या म्हणाले, 'तुझा नवरा फार मोठा आहे बाई! तू याला मोठं व्हायला दिलं पाहिजेस! माझा पैसा आणि त्याचा पैसा काही वेगळा नाही. ठेव ते–'

'मोठ्या माणसाच्या बायकोचं दुःख तुम्हाला काय ठाऊक? सगळे माझ्याकडे किती तुच्छतेनं बघतात ते मला ठाऊक नाही काय?–' सीता हुंदके देऊ लागली.

महेश्वरय्या पुन्हा दारापर्यंत परतून आले आणि तिची समजूत काढत म्हणाले, 'तुझं दुःख मला समजतंय! त्यालाही समजेल. तेवढा त्याला वेळ दे– एवढंच!'

नागेशनं आणलेली रिक्षा पकडून धारवाडची बस पकडण्यासाठी ते बस-स्टँड्कडे निघून गेले.

□

सीता दारात उभी राहून पाठमोऱ्या महेश्वरय्यांकडे पाहात असताना गौरी कृष्णप्पाला इंग्लिशमध्ये म्हणाली, 'हे महेश्वरय्यांनी योग्य केलं नाही. आपल्या औदार्याचं ते दडपण आणताहेत–'

काय बोलावं ते न कळून काही क्षण कृष्णप्पा गप्प बसला. नंतर म्हणाला, 'हे असह्य होऊन कदाचित ती तळमळेल– कदाचित नाहीही! बाळंतपण करण्यासाठी आलेल्या आईला एक साडी घेऊन दे म्हटलं तर तेवढंही केलं नाही तिनं! अतिशय कंजूष बया आहे ती! पैशाच्या बाबतीत तर आहेच– एकंदरीत जीवच तेवढा तिचा!'

किती सहजपणे आपण इतरांसमोर बायकोची निंदा केली याचं कृष्णप्पाला आश्चर्य वाटण्याआधी गौरीला त्याचा राग आलेला दिसला.

'ज्या स्त्रीकडे तुम्ही इतक्या निष्ठूरपणे बघता, तिच्याबरोबर तुम्ही का राहाता? स्वतःचा अहंकार वाढवण्यासाठी ना? याचसाठी तुम्ही स्वतःपेक्षा हलक्या गुणवत्तेच्या बाईशी लग्न केलेलं दिसतं!'

गौरीचं बोलणं ऐकून कृष्णप्पाला धक्का बसला. तो खाली मान घालून काहीही न बोलता बसून राहिला. सीताही खाली मान घालून स्वयंपाकघरात गेली आणि पानं वाढण्यासाठी कृष्णप्पाच्या आईला मदत करू लागली. छोटी गौरी अजूनही जागी असलेली पाहून गौरी तिला झोपवू लागली.

□

गावाबाहेर सुमारे दहा मैलांवर असलेल्या फार्ममध्ये वीरण्णाचं हे गेस्टहाऊस होतं. मागच्या बाजूला असलेल्या मोठाल्या खडकांचा वापर करून गेस्टहाऊसभोवताली सुरेख लँडस्केप बगिचा करण्यात आला होता. थोडं पुढं गेलं की नारळ, लिंबू, संत्री, चिक्कू, डाळिंब, पेरू, जांभूळ, फणस, आंबा वगैरे अनेक जातीच्या फळांची झाडं होती. गेस्ट हाऊससमोर द्राक्षाचा मळा होता. त्या कौलारू अत्याधुनिक रितीनं सजवलेल्या टुमदार बंगलीच्या दोन्ही बाजूला रंगीबेरंगी वेळूची बनं होती.

फळबागेशेजारी पोहण्याचा तलाव होता. घोडेसवारीची आवड असणाऱ्यांसाठी वीरण्णानं एक अत्यंत देखणा पांढरा शुभ्र घोडा ठेवला होता. घरासमोरच्या बंदिस्त कुरणात हरणाची जोडी चरत होती. पलीकडे दोन झोपड्यांमध्ये मोरांचा थवा होता. शहरी आणि खेड्यातील सुखसोयींचा मिलाप असलेल्या या गेस्टहाऊसमध्ये कृष्णप्पा पहिल्यांदा येत नसला तरी या खेपेला तिथल्या स्वच्छ हवेनं तो उत्तेजित झाला होता.

कृष्णप्पाबरोबर त्याची आई, नागेश आणि गौरी देशपांडे एवढेच तिथं आले होते. केवळ बँकेच्या सुट्टीच्या काळातच सीता तिथं येऊ शकणार असल्यामुळे तिच्या सोबतीसाठी तुमकूरहून तिच्या आईला बोलावण्यात आलं होतं. कृष्णप्पाच्या मनःशांतीसाठी हे आवश्यक आहे हे सगळ्यांना ठाऊक होतं.

निवांतपणा मिळावा म्हणून कृष्णप्पा तिथं आला असला तरी दररोज भेटायला येणारी माणसं नसल्यामुळे त्याला कंटाळल्यासारखं झालं होतं. अशी माणसं भेटल्यामुळे आसन्नमरण अवस्थेत असतानाही आपण महत्त्वाची व्यक्ती आहोत असं वाटून उभारी वाटत होती. ते समाधान मात्र इथं कमी झालं होतं. ओसरत चाललेल्या आपल्या आरोग्य आणि सामर्थ्याच्या काळात वीरण्णाकडून मिळत असलेला आदर, मेहेरबानी, सुखसोयी यामुळे आपली जगण्याची शक्ती वाढत आहे हे लक्षात येताच कृष्णप्पा विषादात बुडून जात होता. एवढ्या सुखसोयी आणि लोकांचा पाठिंबा मिळवून देणाऱ्या भ्रष्टाचारी व्यवस्थेचा आणि आपल्या जिवंत राहाण्याचा हा निकटचा संबंध पाहून तो चकित झाला होता. नको म्हटलं तरी जवळ येऊ पाहात असलेल्या मुख्यमंत्रीपदावर, आपल्याला आरूढ करण्याचा इतर सगळे कट करताना, मिळत असलेल्या प्राधान्यामुळे आपली प्राणशक्ती तीव्र होण्यासाठी तळमळत आहे! नागराजाला देण्यासाठी लिहून ठेवलेला असेंब्लीच्या सदस्यत्वाचा राजिनामा त्याच्या

खिशात होता. महेश्वरय्यांची भविष्यवाणीही त्याला वरचेवर आठवत होती.

हीच व्यवस्था वापरून आपण मुख्यमंत्री व्हावं ही आशा खरी की, या सगळ्याचा त्याग करून भ्रष्टाचाराच्या ओझ्यापासून दूर राहून मरणाच्या सामोरे असताना जनहित आणि स्वत:चं हित आणखी एकदा साधलं पाहिजे ही ओढ खरी? मागं एकदा बैरागी उत्तर देईल असा प्रश्न विचारण्यात आलेलं अपयश त्याला आठवत होतं. आज आपण पुन्हा तशाच संदिग्ध अवस्थेत आहोत. बहुतकरून आता समोर प्रश्नच नाहीत– समोरची धर्मसंकटंही खरी नाहीत. आपण स्वत:ला चांगलं दिसावं हा मोह!–

वीरण्णा उपलब्ध करून देत असलेल्या या सुखसोयी जर नको असत्या तर त्यांना बळी पडणं शक्य होतं? या विचारानं त्यानं नि:श्वास टाकला. नागराज आपला राजीनामा पाठवणार नाही खात्री असल्यामुळे आपण तो लिहिला असं मुळीच नाही! सारं त्याच्या निर्णयावर सोडलंय, हे नाटक नाही– कृष्णप्पाला आपल्या विचारसरणीतच गोंधळ जाणवू लागला.

वीरण्णाला फोन करून बोलावून घे असं नागेशला सांगून, कृष्णप्पा आंब्याच्या सावलीत बसून, वेळूच्या बनातून येणारी वाऱ्याची शिळ ऐकण्यात मग्न होऊन गेला.

□

कृष्णप्पाची आई मात्र या फार्महाऊसवर खूश होती. कमरेला पदर खोचून ती तिथं उत्साहानं वावरू लागली तेव्हा त्याला वाटलं– अशी आपली जागा असती तर आपली आई सुखात आपल्याकडे राहिली असती! आपल्या विचाराचं त्याचं त्यालाच हसू आलं. ती उत्साहानं तिथल्या गाईचं दूध काढायला गेली. थोड्यावेळानं दुधाचा गंज नजर लागू नये म्हणून पदराआड दडवून कृष्णप्पापुढे येऊन बसली आणि हलक्या आवाजात म्हणाली, 'काय रे हे?–'

कृष्णप्पानं प्रश्नार्थक मुद्रेनं तिच्याकडे बघितलं.

'आणखी तीन-चार गंज भरतील एवढं दूध थानात शिल्लक आहे! माझे तर हात भरून येतील म्हणून तिकडचा शिपाई बजावतोय!' तिनं पदराआडचं गंजातलं फेसाळ धारोष्ण दूध दाखवून पुन्हा झाकून ठेवलं आणि म्हणाली, 'थांब– आता आणून देते तापवून तुला. आपली कावेरी होती– तू तर तिच्या आचळालाच तोंड लावून दूध प्यायचास! आठवतंय? एवढ्या वर्षांत एकदाही लाथ मारली नाही बिचारीनं! आता घरात आहे ती तिचीच कालवड. शेरभर दूध मिळालं तर डोक्यावरून पाणी! त्यातलंच निम्मं जोईसांना देते– बामण देवाच्या डोक्यावर ओतू दे म्हणून–'

पँट-झब्बा घातलेली आणि केस वाळवत दूर बसलेली गौरी आईला दिसली. तिच्या तोंडातली जळती सिगारेट बघून आई रागावलेली पाहून, कृष्णप्पानं आठवण

करून दिली, 'तंबाखू?'

'संपत आलीय! नागेशला सांगून मागवून घे-' म्हणत तिनं गौरीला हाक मारली, 'चला, कडबू खायला!-'

आदले दिवशी वाटून तयार केलेल्या पिठापैकी थोडं सुनेसाठी ठेवून, बाकीचं इथं येताना गाडीतून तिनं आणलं होतं. केळीच्या पानात शिजवलेले कडबू नारळाच्या चटणीबरोबर तिनं कृष्णप्पाबरोबर नागेश आणि गौरीला वाढले. कृष्णप्पाला आवडणारं रुक्मिणीअम्मांनी मरण्याआधी घातलेलं बाळकैरीचं लोणचं पानावर वाढत तिनं विचारलं, 'कुठल्या झाडाची कैरी सांग बघू?'

कृष्णप्पा सगळ्या कैऱ्यांची चव आठवू लागला. नदीपाशी एक झाड होतं, जोश्यांच्या घराजवळच्या टेकडीवर एक झाड होतं, तो गुरं चारायला न्यायचा तिथं मुळं घट्ट नसलेलं एक झाड होतं. या तिन्ही झाडांच्या कैऱ्या बाळकैरीच्या लोणच्यासाठी अतिशय उत्तम! देठ मोडलं की उसळणारा चीक, टिकाऊपणा, मुरलेली कैरी दाबली की 'पिचक्' न म्हणता कुटकुटीत राहाणं- तिन्ही कैऱ्यांची चव वेगळी- वास वेगळा- तिखट-मीठ मुरवून घेण्याचं प्रमाणही वेगवेगळं!-

कृष्णप्पानं दोनदा कैरी चाखून पाहिली- आठवण्याचा प्रयत्न केला. कैरीप्रमाणेच सुरकुतलेल्या चेहऱ्यानं आपल्याकडे उत्सुकतेनं पाहाणाऱ्या आईला तो म्हणाला, 'नदीखालच्या झाडाची ना?'

आनंदानं आईचा चेहरा खुलला.

दुपारी आलेल्या वीरण्णानं विचारलं, 'बोलावलं म्हणे!'

त्याला बसायला सांगून कृष्णप्पानं आपल्या ओठातली सिगारेट पेटवायला सांगितली. कृष्णप्पा अस्वस्थ असल्याचं पाहून वीरण्णा शांतपणे बसून राहिला.

'हे बघा, वीरण्णा तुम्हाला एक विचारायचं आहे. गैरसमज करून घेऊ नका-'

'विचारा ना!'

'मला मुख्यमंत्री करण्यासाठी तुम्हाला अंदाजे किती खर्च येणार आहे?'

'कृष्णप्पगौडा, तुम्ही आदर्शवादी आहात हे मला ठाऊक आहे. त्याचबरोबर तुम्ही चाणाक्ष आहात हेही ठाऊक आहे! राजकारणात उतरल्यावर हे सगळं चालायचंच!'

'ठाऊक आहे! पण ते माझं राजकारण नाही-'

'मलाही ते ठाऊक आहेच ना! देशातली परिस्थिती अत्यंत अस्थिर आहे. हुकूमशाहीला रोखण्याचा दुसरा मार्ग नाही. हा धोका टळल्यानंतर तुम्ही तुमचं राजकारण करा. मग तर झालं की नाही?'

'यात तुमचा काहीही स्वार्थ नाही असं मी मानत नाही-'

वीरण्णा दुखावल्यासारखा झाला. तो म्हणाला, 'तुमचं एक मी पाहून ठेवलं

आहे. तुमचा स्वभाव जात्याच संशयी आहे! जवळच्या झाडांना वाढू न देणाऱ्या वडाच्या झाडासारखे तुम्ही आहात असा एक आरोप माझ्याही कानावर आला आहे. पण तुमच्याजवळच्या लोकांची ती लायकीच नाही हेही मला ठाऊक आहे–'

'माझ्या प्रश्नाला तुम्ही उत्तर दिलं नाही!–'

'मी एक व्यापारी आहे. माझा व्यापार धर्म मी सोडणार नाही–'

'पण त्यासाठी मला लोकांनी निवडून दिलेलं नाही!'

'अय्यो! मला तर तुमच्या बोलण्याचा अर्थच समजत नाही, मीही एक माणूसच आहे ना? मलाही अभिमान आहे की नाही? निदान वर्षभरासाठी तरी, तुम्हाला त्या खुर्चीवर बसलेलं पाहावं अशी माझी इच्छा आहे. तुम्ही माझ्यासाठी काहीही करू नका. शपथ घेऊन सांगतो मी– मी तुमच्याकडे कुठल्याही कामासाठी येणार नाही! हा खविस माझी कामं करून देतोच ना?'

आपल्या बोलण्यामुळे दुखावलेला वीरण्णा उठून निघून जाईल ही कृष्णप्पाची अपेक्षा खोटी ठरली. भान ढळू न देता वीरण्णानं उत्तर दिलं होतं. कृष्णप्पाही मुरलेला असल्यामुळे वीरण्णाला अजमावत म्हणाला, 'मी नेता असेपर्यंत तुम्हाला एकही काँट्रॅक्ट मिळणार नाही!'

'चालेल!' वीरण्णा सरळपणे म्हणाला, 'मला ते ठाऊक नाही असं वाटतं काय? मी भरपूर पैसा कमावलाय! आता तुमच्यासारख्या मोठ्या माणसाला त्या खुर्चीवर बसवण्यात मला आनंद आहे. हे समजून न घेता तुम्ही असं बोलायला लागलात की मला दुःख होतं.'

'हे बघा, माझी तब्येत बरी नाही. हा आजारही मी इतरांची सहानुभूती मिळवायला वापरतो अशी मलाच शंका येतेय–'

'जाऊ द्या हो! मला एवढंच सांगायचंय– आता तुम्हाला आमच्या खविसाबरोबर सत्तेवर यावं लागतंय, त्यामुळे तुम्हाला तुमच्या मनात असलेलं सारं करता येणार नाही. पण यातून एक शक्य आहे– तुम्ही मुरलेले राजकारणी आहात! या संधीचा फायदा घेऊन पुढच्या निवडणुकीपर्यंत अधिक बलवान होऊन–'

'मला पुढं केलं तर तिकडची अमूक इतकी माणसं इकडं येतील हे खरं आहे काय?'

'तसं नसतं तर आमच्या खविसानं तुमचं नाव सुचवलं असतं काय? आताही पंतप्रधानांशी हातमिळवणी करण्यासाठी त्याचे आतून प्रयत्न सुरूच आहेत.'

कृष्णप्पानं सिगारेट विझवली. वीरण्णानं उभं राहात म्हटलं, 'विश्वास बसला ना? आता निघतो. काही हवं असेल तर निरोप पाठवा.'

यानंतर कृष्णप्पा या विषयावर कुणाशी बोलला नाही. त्याचा मूड मात्र त्यानंतर उत्साहाचा होता.

दुसरे दिवशी ज्योती येताच गौरीच्या मदतीनं त्याला पाण्याच्या टबमध्ये उतरवलं. गौरी असल्यामुळे तो बनियन आणि धोतराच्या काच्यासह पाण्यात उतरला. पाण्यात डावा हात आणि पाय अधिक चांगल्या प्रकारे हलवता येईल असं वाटून त्याला आनंद झाला. वॉटर-थेरपीमध्ये मुरलेल्या गौरीनं ज्योतीला जायला सांगितलं.

त्यानंतर ज्योती केवळ सकाळच्या प्रातर्विधीच्या वेळीच येत होती. आपल्यासमोर बनियन-धोतर सोडायला लाजणाऱ्या कृष्णप्पाचं गौरीला हसू येत होतं. दुसरे दिवशी तो बनियन काढायला तयार झाला.

गौरीचे हात हाता-पायावरून फिरताना कृष्णप्पाला तो केवळ चिकित्सेचा स्पर्श वाटला नाही. तो स्पर्श तिलाही हवासा वाटल्याचं जाणवून कृष्णप्पा रोमांचित झाला. अंग तापल्यासारखं झालं. या आजारपणातला हा पहिला अनुभव असल्यामुळे तो गडबडून गेला.

कृष्णप्पाला बाथ-टबमधून उठवून व्हील-चेअरवर बसवून गौरी बाहेर फिरवत होती. आपण पँट-शर्टमध्ये असलो की हा खूश असतो हे लक्षात आल्यामुळे, ती जास्त करून त्याच कपड्यात वावरत होती. केसही मुद्दाम मोकळे सोडत होती. त्याच्याकडून विविध व्यायाम करवून घेताना, ती त्याच्या आवडत्या कादंबरीविषयी बोलत होती. कधी कृष्णप्पा पूर्वीच्या घटना सांगत होता. कधी अश्वत्थ वृक्षाखाली बसला असता, समोरच्या पेरूच्या झाडावर येणाऱ्या त्या वेगळ्या पक्ष्याविषयी सविस्तर सांगत राहायचा. सकाळची कामं आटोपून त्याची आईही जवळ बसत होती.

एकदा गौरी काही कामासाठी उठून गेली तेव्हा तिनं विचारलं, 'तू हिच्याबरोबर लग्न का केलं नाहीस रे?'

प्रश्न ऐकून कृष्णप्पा अवाक् झाला. तीच पुढं म्हणाली, 'नाहीतरी आपल्यात कितीतरी जण दोन लग्नं करतातच की! काय बिघडलं?'

'हे गौरीपुढं बोलू नकोस हं, अव्वा!' त्यानं बजावलं.

'मी कशाला मध्ये तोंड घालू रे? तू एवढा वाढलायस ना! उगाच तळमळण्यापेक्षा इच्छा असेल तर करून घे एवढंच माझं म्हणणं!—'

आईचं सरळ बोलणं थेट त्याच्या हृदयाला भिडलं. पण गौरीला आपल्याशिवायही आयुष्य आहे हे त्याला ठाऊक होतं. त्यामुळे त्यानं आपल्या मनाला त्या दिशेनं भटकू दिलं नाही.

त्याची बोटं आता रबरी चेंडूवर जास्त दाब देऊ लागली होती. पायही उचलायला जमत होतं. आणखी महिन्याभरात क्रच घेऊन चालणं जमू शकेल असा

विश्वास गौरी देत होती. तिची रजा महिन्याभराचीच होती. ती जाण्याच्या विचारानं तो घाबरा होतोय हे लक्षात आल्यामुळं तीही जाण्याचा विषय काढत नव्हती.

तिथला प्रत्येक दिवस अत्यंत सुखाचा होता. रात्री चांदण्या निरभ्र आकाशात लखलखत होत्या. गौरी आणि कृष्णप्पा गप्पा मारण्यात रंगून जात तेव्हा तिथले मोर पिसारा पसरून अंगणात संचारल्यासारखे थिरकत राहात. आई फक्त गाय-दूध-फळं एवढ्याच विषयावर बोलत राही. कडबू करायला फणस नाही म्हणून हळहळत दिवसातून एकदा तरी मुलाच्या तोंडाला पाणी सुटेल असं करत होती. नागेश गंभीरपणे कृष्णप्पाच्या जीवनातल्या घटनांना रंग देऊन लिहिण्यात रंगून जात होता– लिहून झालेला भाग वाचून दाखवत कृष्णप्पा शरमून जाईल असं करत होता.

अनेकदा कृष्णप्पा गौरीला सांगण्यासाठी एक-दोन वाक्यं तयार करून ठेवायचा– 'गौरी, माझं तुझ्यावर प्रेम आहे– वरंगळच्या ठाण्यात भोगलेल्या नरकवासामुळे मी त्यावेळी तुला विचारू शकलो नाही–' पण एवढं सांगून आपल्याला काय साधायचंय? या विचारानं तो गप्प राहायचा. मध्यम वयाची गौरी पुन्हा पाकळ्या मिटून घेतलेल्या कळीसारखी दिसायची.

हळूहळू दोघंही आपापल्या मागच्या आयुष्याविषयी बोलेनासे झाले. एक दिवस कृष्णप्पा सकाळी वेळूच्या बनापलीकडे बसला होता. गौरीही काहीतरी वाचत बसली होती. आई स्वयंपाक-घरात पातोळ्या करण्यात गढून गेली होती. एका-एकी कृष्णप्पा गाऊ लागला. गौरी चकित होऊन डोळे मिटून गाणाऱ्या कृष्णप्पाकडे पाहू लागली. करडी दाढी-केस आणि चेहऱ्यावरचे शांत भाव पाहून तिला आनंद झाला. बसल्या-बसल्या तिनं कोवळी तृणं आणि चिमुकली रानफुलं गोळा केली. त्याचं गाणं थांबल्यावर तीही त्याला आवडणारी कबिराची पदं गाऊ लागली.

एक दिवस तिनं कृष्णप्पाची व्हील चेअर स्विमिंग पूलपाशी उभी केली आणि अंगावरचे कपडे उतरवून ती बिकिनीत उभी राहिली. संपूर्ण देह एकवार धनुष्याप्रमाणे ताणून तिनं पाण्यात सूर मारला. काही क्षण ती पाण्यात दिसेनाशी झाली– पुन्हा तिचे काळे केस– पाठ– बारीक कंबर– मांसल नितंब– प्रमाणबद्ध मांड्या– लहानशी पावलं यांचं दर्शन झालं. कल्पनेनंच त्याचा संपूर्ण देह तिच्या देहाच्या हालचालींचं अनुकरण करू लागला– लहानपणी अत्यंत कुशल जलतरणपटू असलेला कृष्णप्पा तिच्या हातांबरोबर हात होऊन, तिच्या पायांबरोबर पाय होऊन तिच्या हालचालींमध्ये तन्मय झाला. काही वेळ त्याला स्वत:च्या अर्ध्या जड देहाचा संपूर्ण विसर पडला.

गौरी पाण्याबाहेर आली आणि तशाच ओल्या अंगानं त्याच्यापाशी गेली. तिच्या अंगावरचे पाण्याचे थेंब चकाकत होते. तिच्या केसांमधून पाणी गळत होतं. तिच्या अंगावरचा

गारवा जाणवून कृष्णप्पा शहारून गेला. त्या चैतन्यपूर्ण देहाला आपल्या चेतनारहित देहाची किळस वाटेल असं वाटून तो घाबरा झाला. असूयेनं त्यानं डोळे मिटून घेतले.

तिचे हात आपले गाल आणि खांदे कुरवाळत असलेले पाहून चकित झालेल्या कृष्णप्पानं डोळे उघडले. तिनं विचारलं, 'तुला पाण्यात बसावंसं वाटतं?'

तिचं एकवचनी संबोधन ऐकून तो रोमांचित झाला.

तिनं त्याची व्हील चेअर त्याच्या खोलीत आणली. तिच्या अंगावर बिकिनी होती. तिनं खोलीचा दरवाजा बंद केला. मोठ्या टबमध्ये गरम पाणी भरलं आणि तिनं कृष्णप्पाचे कपडे उतरवले. आजवर अपरिचित असलेल्या स्वरात ती म्हणाली, 'सगळे कपडे उतरवते–'

असहाय्य कृष्णप्पा गप्प होता. आपल्या रोगग्रस्त शरीराची तिनं अपेक्षा व्यक्त करताच त्याच्या मनात कृतज्ञ भाव दाटून आला होता. तिचे डोळे कसल्याशा उन्मादानं भरल्यासारखे दिसत होते. तिनं कुशलतेनं त्याचा देह गरम पाण्यात उतरवला. पाठोपाठ तीही उतरली. गरम पाण्यानं हलक्या झालेल्या त्याच्या देहावर तिचा हलका देह पसरला. कृष्णप्पाच्या डोळ्यांत पाणी भरून दृष्टी पुसट झाली.

बराच वेळ कृष्णप्पाला मिठी मारून पडून राहिलेली गौरी उठली. तिनं पांढरा टॉवेल टाईल्सवर अंथरला. कृष्णप्पाला त्यावर झोपवून तीही त्याला मिठी मारून त्याच्या अंगावर पडून राहिली.

असहाय्य कृष्णप्पा म्हणाला, 'शक्य नाही, गौरी– ' त्याचा खोल आवाज सर्वस्वी अपरिचित वाटत होता.

आता गौरी गाढ मौनाचा डोह झाली होती– तरारलेलं बीज स्वत:मध्ये दडवून घेणाऱ्या मातीसारखी– एकाग्र तपस्येत गढून गेल्याप्रमाणे तिचे डोळे मिटले होते. तिचे हात– तिचे ओठ – तिचं सर्वांग– तिच्या स्पर्शा-स्पर्शातून त्याला आपल्याला डोळे आहेत– कान आहेत– पोट आहे– दंड आहेत– सारं आहे ही भावना जागृत होत होती. तिचा उच्छ्वास त्याच्या सर्वांगावर गुदगुल्या करत होता. शरीराचा रोम-रोम शहारत– फुलारत– उभारत गेला तेव्हा ती उताण्या कृष्णप्पावर झोपली. तिचा सारा देह आलापत होता–

कृष्णप्पाच्या डोळ्यांमधून अश्रूंचे लोट बाहेर पडले होते. तो उद्‌गारला, 'आई गं'– पाठोपाठ त्याला गाढ झोप लागली.

जाग येता क्षणी घडलं ते सत्य होतं की स्वप्न याचा गोंधळ उडून त्यानं भोवताली पाहिलं. तो टॉवेलवर झोपला होता. शेजारी विवस्त्र गौरी सिगारेट ओढत बसली होती.

ही केवळ दयार्द्र बुद्धीनं केलेली उपाययोजना होती? तो गोंधळला.

आई त्याच्या शेजारच्या खोलीत झोपत होती. त्या दिवशी संध्याकाळी तो

आणि गौरी हरणांना चारा भरवत असताना तिनं तिथं येऊन सांगितलं– आजपासून गौरीनं आपल्या खोलीत झोपावं आणि ती गौरीच्या खोलीत झोपेल. त्या दोघांनी काही उत्तर देण्याआधी ती निघून गेली होती. कृष्णप्पानं हसत गौरीकडे पाहिलं.

त्या रात्री गौरी कृष्णप्पाच्या कुशीत झोपली होती. तिच्या देहाच्या उबेत कृष्णप्पा गाढ झोपी गेला.

सकाळी आलेल्या ज्योतीलाही कृष्णप्पामध्ये काहीतरी बदल जाणवला.

□

सगळ्यांच्या अपेक्षेप्रमाणे देशभर राज्य करणारा पक्ष फुटला. रहमान आणि नागराज कृष्णप्पाला भेटायला आले. नागराज चिंताक्रांत झाला होता. प्रधानमंत्र्याच्या सर्वाधिकाराविरूद्ध प्रांताच्या मुख्यमंत्र्यांना पाठिंबा देणं योग्य आहे काय– असा त्याच्यापुढे प्रश्न होता. फुटून निघालेल्या पक्षानं कृष्णप्पाच्या नेतृत्वाखाली मंत्रिमंडळ स्थापन करण्याची राज्यपालांकडे विनंती केली. रहमाननं अत्यंत गुंतागुंतीचं गणित मांडून इकडे पाचजण जास्त असतील असं दाखवून दिलं. एव्हाना मुख्यमंत्र्यांकडचे काही आपल्याकडे आल्याचीही त्यांनी बातमी आणली होती. तशी प्रधानमंत्र्यांच्या गोटातूनही हमी देण्यात आली होती. वृत्तपत्रातली निवेदने आणि खुलासे यामुळे गोंधळ आणखी वाढत होता.

नागराजनंही एक निवेदन कृष्णप्पाच्या सहीसाठी आणलं होतं. त्यानं ते वाचलं. आपला पक्ष आजच्या मंत्रिमंडळाला पाठिंबा देत असल्याचं त्यात लिहिलं होतं. मुख्यमंत्र्यांच्या पक्षातलेही पाच इकडं शिरले होते. 'अशा वेळी तिकडची माणसं फोडून घेण्यासाठी त्यांना तुम्हालाच मुख्यमंत्री करावं लागेल.'

'डिस्‌गस्टींग!–' सिगारेट पेटवत कृष्णप्पा म्हणाला, 'देशात अराजकता माजली आहे. रायचूरमध्ये कॉलरानं माणसं मरताहेत. आपण मात्र मंत्रिमंडळाच्या पुनर्रचनेचं नाटक खेळत आहोत! दररोज दरोडे आणि बायकांवर अत्याचार होताहेत– तिकडे आपण पाहायला तयार नाही–'

रहमानला या सगळ्या राजकारणाच्या चर्चेत रस नव्हता. कृष्णप्पाच्या मंत्रिमंडळात आपण दळण-वळण मंत्री झाल्याच्या सुखस्वप्नात तो गढून गेलेला दिसत होता.

कृष्णप्पाचं निवेदन प्रसिद्ध झाल्याच्या दुसऱ्या दिवशीच्या 'ठिणगी' मध्ये कृष्णप्पा भ्रष्टाचारात बुडून गेल्याची आणखी एक कथा देण्यात आली होती. वीरण्णाच्या फार्म-हाऊसवर ते संपूर्णपणे भोगात बुडून गेल्याचं चित्र त्यात देण्यात आलं होतं. देशात आगीचा भडका उडाला असता, त्याच्यासाठी दिल्लीहून खास वेश्या मागवण्यात आली असून सारी व्यवस्था वीरण्णानं केली असल्याचं त्यात

प्रसिद्ध झालं होतं. देहाच्या सुश्रूषेसाठी मागं कधी काळी क्रांतीकारक असलेल्या कृष्णप्पानं सगळ्या मूल्यांना मूठमाती दिल्याचं विधानही त्यात केलं होतं. रजिस्टर्ड पोस्टानं हाती आलेलं ते वृत्तपत्र गौरीच्या हातात पडणार नाही याची काळजी घ्यायला सांगून, त्यानं ते नागेशच्या हातात दिलं.

गौरीचा नग्न देह मिठीत घेऊन कृष्णप्पानं सगळा गोंधळ विसरायचा प्रयत्न केला. कितीही प्रयत्न केला तरी आपण पुन्हा मागं जाणं शक्य नाही असं त्याला वाटलं. त्याचबरोबर आजच्या राजकारणातही बुडून जाणं आपल्याला शक्य नाही हे त्याला कळत होतं. निवेदनं– आरोप-प्रतिआरोप– खुलासे यांची त्याला किळस आली होती. वीरण्णा त्यातच गढून गेल्यामुळे तो फार्मवर येत नव्हता. कृष्णप्पाच्या पक्षाची माणसं मात्र वरचेवर येऊन जात होती. नागराज वगळता सगळे त्याचं गुणगान करत होते. यानंतर आपल्याला एकही खरा मित्र मिळणार नाही याविषयी कृष्णप्पाची खात्री होत चालली होती. यानंतर आपलं खाजगी जीवन संपुष्टात आलं या विचारानं निःश्वास टाकत तो स्वतःचा देह गौरीच्या स्वाधीन करत होता.

या दिवसांत गौरी मात्र प्रसन्न होत चालली होती. ती आपल्यापुरती फार्ममध्ये कुठंही फिरत असली तरी कृष्णप्पाचं मन तिचाच वेध घेत राही. मनाच्या अंतर्मनात ती आपलं शुभ्रधवल चित्रच जपून ठेवेल याविषयी त्याची खात्री होती. आपल्या प्राणाचा चिंतामणी जपणाऱ्या गौरीला पुन्हा दिल्लीला जावंच लागेल– तिला तिचं जीवन जगावंच लागेल हे तो जाणून होता. आपल्याला ती जितकी हवीशी वाटते, कदाचित तिला आपण तितक्या प्रमाणात हवेसे वाटत नसूही! आपला हा देह म्हणजे भेगाळलेलं मडकं आहे– या विचारामुळे मधूनच त्याला दुःख दाटून येत होतं. लिहून ठेवलेला राजीनामा देऊन राजकारणातून निवृत्त होण्याची आणि गावी निघून जाण्याची जबर इच्छा प्रबळ होत होती. काळ निरंतर आहे असं वाटायला लावणाऱ्या दुपारच्या वेळी, अश्वत्थ वृक्षाखाली नदीच्या प्रवाहाच्या आवाजाच्या पार्श्वभूमीवर गाईंच्या गळ्यांमधल्या घंटांचे आवाज ऐकत, समोरच्या पेरूच्या झाडावर उतरणाऱ्या पक्ष्याचं निरीक्षण करण्याची इच्छा पुन्हा वर येत होती. लांब शेपटीच्या सोनेरी पाखराची वाट पाहाणं– ते अवचित येईल म्हणून आतूर होणं– एकदा निघून गेलेलं पाखरू पुन्हा दिसेल की नाही म्हणून आशा-निराशेत झुलणं–

कृष्णप्पा अशा मनःस्थितीत असताना ज्यानं हायस्कूलमध्ये असताना त्याचा जीव वाचवला तो प्राणप्रिय मित्र हनुमनायक हजर झाला! छोटीचं गाणं ऐकत असलेल्या कृष्णप्पाच्या कानावर त्याचा आवाज येताच तो ओरडला, 'इतके दिवस का आला नाहीस रे सुव्वर!

हनुमनायकानं गावाकडून आणलेली वेताची छडी दोन्ही हातांनी नम्रपणे त्याच्यासमोर धरली आणि नाटकीपणे म्हणाला, 'याचा स्वीकार करावा! सेवकानं स्वत: तोडून तासून तयार करून ही आणली आहे!' नंतर तो वाकून म्हणाला, 'यानंतर आमचा नेता असा चालणार नाही–' असा चालणार आहे–' म्हणत त्यानं छडी रोवून लंगडत चालून दाखवलं. खोलीत पँट घातलेली गौरी येताच, त्यानं गंभीर होऊन असा चेहरा केला की, गौरीनं कृष्णप्पाला त्याआधी कधीही असं हसलेलं पाहिलं नव्हतं.

हनुमनायकाचा आवाज ऐकून कृष्णप्पाची आईही बाहेर येत म्हणाली, 'कुठं उलथला होतास रे हनुमा? तू येणार म्हणून ठाऊक असतं तर आंबाडी आणवली असती की! गावाकडं सगळे कसे आहेत? कुठल्या मुलीची कुठल्या मुलाशी गाठ घालून द्यायला निघालीय म्हणायची हनुमनायकाची सवारी?–' आणि पिशवीतून पान-सुपारी-तंबाखू काढून त्याला देत आपणही पानाला चुना लावत बसली.

बुडताना जीव वाचवणाऱ्या हनुमनायकाला पाहून कृष्णप्पाला आनंद झाला होता. त्या फिरत्या जिवाचा फेरा आला की, कृष्णप्पा पुन्हा लहान मुलगा होऊन जात होता. या हनुमनायकाला आई-वडील-बहीण-भाऊ कुणीही नव्हतं. अर्धवट शिक्षण सोडून तो यक्षगानात कोडंगीचं– विदूषकाचं पात्र रंगवण्यासाठी शिरला होता. त्याला भूतकाळ नव्हता आणि भविष्यकाळही नव्हता. जिथं मुक्काम असेल तिथं कुठल्याही अनोळखी घरामध्ये शिरून 'गौडरे, मी आलोय–' म्हणत सरळ स्वयंपाकघरात घुसायची त्याची पद्धत! बायकांच्या सभेत गप्पा रंगवण्यात तो पटाईत होता. गावोगावी फिरत असल्यामुळे अमूक मुलाची तमूक मुलीशी चांगली जोडी जमेल यासारखे कट करून त्यात सक्रीय भागही तो घेत होता. प्रत्यक्ष मुला-मुलीच्या मनात येण्याआधी त्यांच्या मनातलं इंगीत जाणून, योग्य ठिकाणी पोहोचवण्याच्या कामातही तो तरबेज होता.

स्वयंपाकघरातल्या गप्पा झाल्या की स्वारी थेट न्हाणीघराच्या चुलाणापाशी जाई. तिथं उबेला बसून घरातल्या मुलांसाठी कुत्रं-मांजर किंवा लॉरी होऊन हसवत राहात होता. एकदा त्याच्याशी तुल्यबळ गडी भेटला तेव्हा किश्श्याला एक नारळ अशी पैज लागली. एका बैठकीत पठ्ठ्यानं शंभर नारळ कमावले आणि कंबर वेडी-वाकडी करत, आवाज करत उठला– त्या आवाजाचं मूळ त्याचा पार्श्वभाग नसून तोंड असल्याचं नंतर शंभर नारळ गमावलेल्याला समजलं!

संध्याकाळी थोडी हातभट्टीची दारू मिळाली की हा तृप्त होऊन गेलाच! मग गावात कोण कसं बोलतो हे जेवणानंतर जमलेल्या सभेला नक्कल करून दाखवण्यात रंगून जायचा.

एकंदरीत, हनुमनायकाचं आगमन म्हणजे बायका-मुलांचा सणच! जन्म-मरण-लग्न- काहीही असलं तरी हा हनुमनायक हजर असे–

'हा हनुमनायक. त्याचं नाव आणि तो रंगवत असलेलं पात्र एकच आहे!–' कृष्णप्पानं गौरी देशपांडेला त्याची ओळख करून देत सांगितलं. भोवतालचे सगळे आपल्यापैकी असल्याचं समजताच हनुमनायकानंही हळूच आपलं शेपूट उलगडलं.

नरसिंह भट्ट कोट घालून पोट सावरत कृष्णप्पाच्या सत्काराच्या तयारीसाठी कशी धावपळ करत आहे हे त्यानं साभिनय दाखवलं. त्याच्यावर शेणाच्या पाण्याचं शिंपण झालं तेव्हा त्याचा चेहरा कसा झाला असेल हे त्यानं दाखवलं. भट्टासारखे दात पुढं करून तो लगोलग कृष्णप्पाचं प्रचंड गुणगान करू लागला. तो चेहरा बघून कृष्णप्पा पोट धर-धरून हसला. हनुमनायक कृष्णप्पा झाला आणि गौरीकडे गंभीर चेहऱ्यानं पाहात चेहरा चोळत उभा राहिला. नागेश आणि गौरीला हसू आवरता-आवरेना. पाण्यात बुडत असताना तो गटांगळ्या खाता-खाताही गंभीरपणे 'मी बुडतोय–तू निघून जा–' कसं म्हणाला ते नाका-तोंडात गेलेल्या पाण्याचं भान ठेवून त्यानं दाखवलं. छोटी गौरी रडू लागली तेव्हा तिच्यासाठी खास मांजराचं भांडणही करून दाखवलं.

स्वयंपाक तयार आहे म्हणून जेवायला बोलवण्यासाठी आलेली आई 'काय रे हे? मिशा पिकल्या तरी तुझ्या माकडचेष्टा संपल्या नाहीत!–' म्हणून रागावत सगळ्यांना जेवायला घेऊन निघाली. गौरी व्हीलचेअर ढकलू लागली तेव्हा, 'आता पालखी-सेवा!' म्हणत गावातल्या अर्धवटासारखे हावभाव करत चालला.

'अती करू नये!–' म्हणून बजावत आईनं सगळ्यांना जेवायला वाढलं. आपल्या प्रिय मित्राचा एवढा मोठा सत्कार होणार म्हणून गरीबांना किती आनंद झालाय– आपण 'कृष्ण-संधान' मध्ये कुठला पार्ट करणार वगैरे सगळं सविस्तरपणे सांगितलं. बोटांच्या टोकांनी भात कालवून नाजूकपणे तोंडात घास ठेवत हनुमनायक गौरीचं अनुकरण करत असल्याचं आधी नागेशच्या लक्षात आलं. नंतर गौरीचंही तिकडे लक्ष जाताच तिलाही अनावर हसू आलं.

□

हनुमनायकाच्या प्रवेशामुळे तिथं निर्माण झालेलं आनंदी वातावरण तात्पुरतंच ठरलं. दुसरे दिवशी वृत्तपत्रात एक भयानक मृत्यूची बातमी झळकली आणि पाठोपाठ अनेक राजकीय बदल घडून आल्याच्या बातम्याही प्रसिद्ध होऊ लागल्या. हे बदल कृष्णप्पाच्या धर्मसंकटाला कारणीभूत झाले.

त्या दिवशीचा पेपर वाचण्याआधी कृष्णप्पा उन्हात अंग शेकत वेळूच्या बनाखाली बसला होता. रजेवर असलेली ज्योती निवांतपणे गौरीला आपल्या लग्नाच्या तपशिलाविषयी सांगत होती. हनुमनायक छोट्या गौरीसाठी भोवरा तासत बेचाळीसमधल्या कुठल्याशा घटनेची आठवण काढत होता. हायस्कूलच्या दारापुढे

सत्याग्रहासाठी सगळी मुलं झोपली असता, हिटलर कट मिशीवाले हेडमास्तर आपल्या मुलीचा हात धरून– ती विद्यार्थिनीही होती– झोपलेल्या मुलांवरून कसे शाळेत गेले– तिनं परकर कसा उचलून धरला होता. आपण कसं डोळे विस्फारून पाहिलं वगैरे दाखवून सगळ्यांना हसवत असताना नागेशनं पेपर आणून दिला. त्यात बातमी होती–

एक देखणी मुलगी बँकेतलं काम आटोपून सिनेमाला गेली होती. सिनेमाहून परतताना एक पोलिस व्हॅन तिच्या शेजारी उभी राहिली. इन्स्पेक्टरनं त्या एकट्या मुलीवर प्रश्नांचा भडिमार करून तिला ठाण्यावर नेलं. ती तिथं बंदिस्त असताना दोन तरुण आले आणि जामिन भरून तिला तिथून घेऊन गेले. एका गाडीतून त्यांनी तिला हॉटेलवर नेलं. तिनं घाबरून आपल्याला सोडण्यासाठी दयावया केली. त्यांनी स्वत:ची ओळख देत दमदाटी केली आणि तिच्यावर बलात्कार केला. नंतर तिला तिच्या घरापाशी कोपऱ्यावर सोडण्यात आलं. तिच्या निवृत्त शिक्षक असलेल्या वडलांनी आणि आईनं उशीर का झाला म्हणून चौकशी केली. तिनं काहीही उत्तर दिलं नाही. पण सकाळ होण्यापूर्वी तिनं फॉलिडॉल पिऊन आत्महत्या केली होती. मरण्याआधी तिनं एक पत्र लिहून ठेवलं होतं. आपल्यावर ओढवलेल्या परिस्थितीविषयी सूक्ष्मपणे लिहून शेवटी 'आपल्यामुळे आपल्या लहान बहिणींवर अविवाहीत राहाण्याची पाळी येऊ नये म्हणून आपण जीव देत आहे–' असंही लिहून ठेवलं होतं.

त्या बातमीपाठोपाठ काही प्रश्नही उपस्थित करण्यात आले होते. मुलीच्या वडिलांनी चिठ्ठी पोलिसांकडे दिल्याचं सांगितलं. अशी कुठलीच चिठ्ठी नव्हती– तिला झालेली अटक– तरुणांना सोडवलं यातलं काहीच खरं नाही असं सांगून पोलिसांनी खाका वर केल्या. पंतप्रधानांच्या बाजूच्या चंद्रप्पानं सांगितलं, आपल्याला मिळालेल्या बातमीनुसार ते दोन तरुण म्हणजे एक मुख्यमंत्र्यांचा मुलगा आणि दुसरा वीरण्णाचा मुलगा होता. मुलीनं लिहिलेल्या चिठ्ठीत दोघांचीही नावं असल्यामुळे मुख्यमंत्र्यांच्या मध्यस्तीनं ती गडप करण्यात आली आणि या सर्व कामासाठी दोन्ही तरुणांनी वापरलेली फियाट गाडी कृष्णप्पाच्या नावावर रजिस्टर्ड असल्याचा तपशिलही चंद्रप्पानं पुरविला होता.

'नागेश, रहमान आणि नागराजला बोलावून आण–' हे म्हणताना कृष्णप्पाचा घसा सुकला होता. गौरी घाबरी होऊन त्याच्याकडे धावली. त्यानं तिच्या हातात पेपर दिला आणि म्हणाला, 'हे वाचेपर्यंत मुख्यमंत्री व्हायची माझीही आशा होती. खचत चाललेल्या माझ्या जीवनाला त्यामुळे जगायची कुमक मिळत होती. पण आता काहीच नकोसं वाटतं–'

'चंद्रप्पा सांगतोय ते खोटंही असू शकेल–'

आजवर आपण मुख्यमंत्री होण्यासाठी अजिबात रस न दाखवलेल्या गौरीनं हे

वाक्य आपल्याला बरं वाटावं म्हणून म्हटल्याचं त्याच्या लक्षात आलं. कुठल्याही समाधानाची गरज नसल्याप्रमाणे त्यानं नकारार्थी मान हलवली. वरंगळच्या पोलिस चौकीत बंद कोठडीच्या दारावर आपण दिलेल्या धडका त्याला तीव्रपणे आठवत होत्या.

गौरी हातातलं गवताचं पातं चावत उभी राहिली. हातात अर्धवट तासलेला भोवरा तसाच घेऊन बदललेल्या वातावरणात हनुमनायक उभा होता.

□

रहमान आणि नागराज आले. फक्त रहमान बोलला, नागराज नुसता सिगारेट फुंकत कपाळ दाबत बसून राहिला.

रहमान, मुख्यमंत्री आणि वीरण्णाला भेटला होता. त्या दोघांनीही आपली मुलं निरपराध असल्याचं सांगितलं होतं. अर्थात रहमानही ते खरं मानत नव्हता. त्याला त्याहूनही महत्त्वाचं वाटत होतं– त्यांनी ते केलं की नाही यापेक्षा आज चंद्रप्पा हे राजकारणामध्ये वापरत आहे हे! या मुद्यावर राज्यपालांवर सर्व देशातून सरकार बरखास्त करण्यासाठी दडपण आणलं जात आहे– हे जास्त महत्त्वाचं. पंतप्रधानांच्या हातातलं बाहुलं असलेल्या राज्यपालांच्या दृष्टीनंही ही एक अनुकूल संधीच! लगोलग पाच सुव्वर चंद्रप्पाकडे वळत आहेत म्हणे. मुख्यमंत्र्याची स्वतः अधिकारावर राहाण्यासाठी धडपड चाललीच होती. कृष्णप्पगौडांना मुख्यमंत्री करण्यात यावं म्हणून देशभर युवक-मोर्चे निघतील अशी रेहमाननं व्यवस्था केली आहे. त्यासाठी वीरण्णाही धावपळ करत आहे. चंद्रप्पाकडे असलेल्या सहा मुसलमानांपैकी प्रमुखाला दळण-वळण मंत्री व्हायचं आहे– रहमाननं त्याची भेट घेऊन आपल्या मंत्रिमंडळातही तीच ऑफर दिली आहे. त्यालाही कृष्णप्पगौडांविषयी आदर आहे– त्यांच्याकडून येताना तो आणखी पाचजणांना घेऊन आला तर आपलंच बहुमत होईल. खविसानं राजीनामा देऊन तुमचं नाव पुढं करावं यासाठी आम्ही प्रयत्नशील आहोत–

नागराजनं सांगितलं, 'कॉलेज-विद्यार्थ्यांचा स्ट्राईक सुरू झाला आहे. लॉ अँड ऑर्डरची परिस्थिती आणखी बिघडेल असं दिसतं. पोलिस ठाण्यावर मुलं दगड मारताहेत. गोळीबारही होऊ शकेल–'

कृष्णप्पानं विचारलं, 'वीरण्णाच्या मुलानं खरोखरच पोलिसांची मदत घेऊन हे काम केलं असेल तर–'

'–त्याचा इकडं काहीही संबंध नाही! समजा, त्यांनी तसं केलं– उद्या चंद्रप्पाचा मुलगाही तसं करू शकेल! अधिकारावर असणाऱ्यांचं रक्षण करण्यासाठीच हे पोलिस असतात ना? त्यात आश्चर्य करण्यासारखं काय आहे?'

कृष्णप्पाला राग आला, 'तुम्ही सिनिकसारखं बोलताय नागराज! आपण हात लावू ते सारं राजकारणच झालं पाहिजे काय?'

'नो! मी वस्तुनिष्ठ सत्य सांगतोय. पोलिस व्यवस्था सांभाळण्यासाठीच असतात. दरोडे, रेस, काळाबाजार हे या व्यवस्थेचे नैसर्गिक अंश आहेत!–'

'तर मग आपण सत्तेवर येऊन काय करायचं?'

'त्याविषयी माझ्या शंका आहेत म्हणून मी मागंच सांगितलं होतं ना? तरीही संपूर्ण व्यवस्था फॅसिस्ट होऊ नये म्हणून अशा प्रकारे रोखता येईल असा माझाही भ्रम आहे. म्हणून माझा तुम्हाला पाठिंबा आहे–'

'आता असलेला पोलिस अतिरेक कमी करणं शक्य आहे अशी तुमची समजूत आहे?'

'काही प्रमाणात. पण क्लास-कॅरेक्टर बदलणं तुम्हाला शक्य नाही!'

कृष्णप्पा वैतागल्यासारखा झाला. रहमान कंटाळून पेपर वाचत बसला होता. नागराजनं उत्साहानं आणखी एक सिगारेट पेटवली.

'संपूर्ण वर्गाधिष्ठीत समाज नष्ट होईपर्यंत राज्यव्यवस्था असणारच. त्यासाठी पोलिसही आवश्यकच आहेत–'

'म्हणजे? आता त्या मुलीचा खून झाला ना! त्या विषयी वाईट वाटून घेणं– त्याला विरोध करणं–' भावनावेगामुळे कृष्णप्पाला वाक्य पूर्ण करता आलं नाही. हे पाहून नागराज नरमाईनं म्हणाला, 'यस्! ते केलंच पाहिजे. पण पार्लमेंटरी राजकारणातलं सत्य सांगायचं तर तसं केल्यामुळे आज चंद्रप्पाचे हात बळकट केल्यासारखं होईल. व्यवस्था नष्ट करायला हातभार लावल्यासारखं होईल–' नागराजही भावविवश झाला होता, 'हे सगळं खरं असलं तरी तुम्हाला गरीबांचा कळवळा आहे! याही परिस्थितीत काहीतरी करता येईल, असा विश्वास बाळगता ना? म्हणूनच तुमच्याबरोबर राहायचं!–'

'माझ्या दृष्टीनं प्रेम महत्त्वाचं आहे! ते गमावल्यावर कसली आलीय क्रांती? आणि क्रांती करून तरी उपयोग काय?–'

आपल्या तोंडून बाहेर पडलेल्या या वाक्यानं कृष्णप्पा आश्चर्यचकित झाला. आपण बोललो ते अगदी उथळ होईल या भीतीनं त्याच्या मनाला आणि देहाला कंप सुटला होता. त्याचा उद्वेग नागराजलाही जाणवला असावा. काहीही न बोलता तो गंभीर झाला.

□

त्या दिवशी कृष्णप्पा संपूर्ण देहालाच लकवा मारल्याप्रमाणे निश्चल बसून राहिल्याचं बघून गौरी घाबरी झाली. तिनं त्याला जमिनीवर झोपवून पुढे सरकायला सांगितलं. असं केल्यानं त्याचा देह चैतन्यमय होईल हे तिला ठाऊक होतं. कृष्णप्पा लहान मुलासारखा हॉलभर पुढं सरकत राहिला. डाव्या पायात हनुमनायकानं

आणलेली छडी धरून शेपटी हलवल्यासारखं करत स्वत:शी रमला. गौरी काहीतरी गंभीर विचार करत असल्याचं लक्षात येताच त्यानं चौकशी केली. तिनं सांगितलं, 'तुमच्या बायकोशी बोलावंसं वाटतं.'

'काय बोलायचंय?'

'आपण तिची फसवणूक करतोय असं तुम्हाला वाटत नाही?'

'वाटतं. पण फार तीव्रपणे वाटत नाही.'

गौरी विचारात पडली. नंतर ती म्हणाली, 'मला तू हवा आहेस! पण दिल्लीमध्ये माझं खूप काम पडलंय. खूप गोंधळून गेलेय मी–'

'तू देशील त्याहून मी जास्तीचं काहीही मागणार नाही! केव्हाही मरून जाईन असा माणूस मी–'

'सीतेला तुझी गरज आहे ना?'

'आहे. तिनं माझी सेवाही केली आहे. तिच्या दृष्टीनं चांगलीच सेवा केली आहे.'

'पण तुम्ही एकमेकाला उद्‌ध्वस्त करताहात असं वाटतं–'

आपल्या मनातलेच विचार गौरीच्या तोंडून बाहेर आलेले पाहून कृष्णप्पा म्हणाला, 'होय. पण मीच तिला जास्त उद्‌ध्वस्त करतोय असं वाटतं.'

हे आपण गौरीच्या सानिध्यातच बोलू शकलो हे जाणवून त्यानं तिच्याकडे पाहिलं. पण ती विचारात गढून गेली होती. निष्ठूर सत्य जाणून घेण्यासाठी विचारावं तसं तिनं विचारलं, 'तर मग काय करणं योग्य होईल?'

'हे बघ गौरी, मी आता लहान मुलासारखा पुढं सरकायला शिकतोय. त्यानंतर ही काठी घेऊन लंगडत चालायला शिकणार आहे. सगळीच पहिल्यापासून सुरुवात! महेश्वरय्यांनी उचलून आणलं त्या अश्वत्थ वृक्षाखाली पुन्हा बसेन!–'

गौरीच्या चेहऱ्यावर विषादपूर्ण हसू उमटलं. त्याचा डावा पाय दाबत ती म्हणाली, 'तू स्वतंत्र आहेस अशी तुझी समजूत आहे काय? आजच्या राजकारणात तू एक साधन झाला आहेस एवढंच!–'

ती सीतेशी बोलण्याचा विचार करत असावी म्हणून तो म्हणाला, 'हिंसा केल्याशिवाय आपल्याला काहीही मिळत नाही, गौरी!'

'खरंय!' ती विषादानं पुढं म्हणाली, 'रजा संपल्यावर मी जाऊ? तू म्हणशील तेव्हा पुन्हा येईन–'

तिच्या बोलण्यातली याचना लक्षात येऊन तो म्हणाला, 'आपण संपूर्ण असे असूच शकत नाही असं वाटतं गौरी!' अत्यंत कष्टानं स्वत:च्या आजच्या परिस्थितीविषयी सांगण्याचा तो प्रयत्न करू लागला. एक हात हृदयावर ठेवून तो म्हणाला, 'मला इथंही इंटीग्रिटी शक्य होईल असं वाटत नाही आणि–' हात पसरून राजकीय जगाविषयी सांगायचा प्रयत्न करत म्हणाला, '–तिथंही मला इंटिग्रिटी

जमत नाही!–'

एवढं सांगून झाल्यावर हलकेच निःश्वास सोडत तो म्हणाला, 'यानंतर या काठीच्या आधारानं मला उभं राहाता येईल काय– हे बघणं एवढंच माझ्या हातात आहे!–'

गौरी त्याच्या पावलावर चेहरा ठेवून बसली होती. मांडीवरच्या काठीवर देहाचा भार टाकत तो म्हणाला, 'आणखी दोन इच्छा माझ्या मनात आहेत. अश्वत्थाच्या झाडाखाली बसून काळाची चिरंतनता अनुभवायची आहे. क्वचितच दिसणाऱ्या त्या पक्ष्याला बघून पुन्हा आश्चर्यचकित व्हायचं आहे. गुरं राखताना त्या पक्ष्याला पकडण्यासाठी त्याच्या पाठोपाठ धावत होतो. रानात थोडा-थोडा दिसत, या झाडावरून त्या झाडावर उडत तो अदृश्य व्हायचा. आता मात्र त्या पक्ष्यामागं धावावंसं वाटत नाही. ते शक्यही नाही म्हणा! पण त्याची वाट पाहात बसावं असं मात्र वाटतं! ही इच्छा फक्त तुझ्यापुढे आणि महेश्वरय्यांपुढेच सांगणं शक्य आहे. आणखीही एक इच्छा आहे. ती आणि ही वेगळी आहे असं वाटत नाही पण कसं सांगू ते समजत नाही–'

'या देशातली आपण सगळीच सडकी माणसं आहोत. आतापर्यंत सवलत मागायचं राजकारण केलं. पण त्यामुळे सतत घेरणाऱ्या क्षुद्रतेपासून सुटका मिळणं शक्य नाही. मला आता हे चांगलं समजलं आहे. अण्णाजीपाशी मी या विषयावर बरीच चर्चा केली आहे. आपल्या दैनंदिन जीवनात उजेड कसा येऊ शकेल? मानवी इतिहास पाहिला तर वाटतं, कुठल्याही काठावर जी माणसं लागली नाहीत ती पेटून उठली तरच ती आग समाजातली क्षुद्रता जाळून टाकेल, नाही का? ती आशा अजूनही राहिली आहे–'

आपल्या तोंडून सहजपणे बाहेर पडलेलं बोलणं ऐकून कृष्णप्पालाही आश्चर्य वाटलं. आपल्या मनातली आशा आणि हे शक्य होईल काय ही आशंका गौरीच्या चेहऱ्यावर उमटल्याचं पाहून त्याला आणखी काही बोलण्याची गरज वाटली नाही. खिशातला राजीनामा तिच्याकडे देत तो म्हणाला, 'पोस्टानं पाठवून दे. रहमानला फोन करून पक्षाच्या असेंब्ली-सदस्यांना लगोलग बोलावून घे. लगेच नागेशला सांग माझा निरोप. आणखी एक– बँकेतून सीतेला बोलावून घे. अर्जंट बोलायचंय–'

आणि हातातल्या छडीनं चेंडू ढकलत कृष्णप्पा पुढं सरकला.

□